AF670741

# മനഃശാസ്ത്രം

# ഒരു മാർക്സിയൻ വായന

**manasasthram oru marxiyam vayana**

•

praveen dani

•

*first edition*
august 2019

•

*published*
chintha publishers, thiruvananthapuram

•

*typesetting*
star communications, thiruvananthapuram

•

*cover*
ambish kumar

Rights reserved

---

***വിതരണം***

**ദേശാഭിമാനി ബുക്ക് ഹൗസ്**

H O തിരുവനന്തപുരം-695 035
phone: 0471-2303026, 6063026
www.chinthapublishers.com
chinthapublishers@gmail.com

***ബ്രാഞ്ചുകൾ***

ഹെഡ്ഡാഫീസ് ബ്രാഞ്ച് കുന്നുകുഴി • സ്റ്റാച്യു തിരുവനന്തപുരം • കെ എസ് ആർ ടി സി ബസ് സ്റ്റേഷൻ ആലപ്പുഴ • കെ എസ് ആർ ടി സി ബസ് സ്റ്റേഷൻ എറണാകുളം • മച്ചിങ്ങൽ ലെയ്ൻ തൃശൂർ • ഐ ജി റോഡ് കോഴിക്കോട് • മാവൂർ റോഡ് കോഴിക്കോട് • എൻ ജി ഒ യൂണിയൻ ബിൽഡിങ് കണ്ണൂർ • സെൻട്രൽ ബസ് ടെർമിനൽ കോംപ്ലക്സ് താവക്കര കണ്ണൂർ

---

CO - 2836 / 5100
ISBN- 978-93-88485-97-5

# മനഃശാസ്ത്രം
# ഒരു മാർക്സിയൻ വായന

## വിൽഹെം റീഹ്, എറിക്ക് ഫ്രോം,
## ഹെർബർട്ട് മാർക്യൂസ്, ലക്കാൻ

പ്രവീൺ ഡാനി

ചിന്ത പബ്ലിഷേഴ്സ്
തിരുവനന്തപുരം-695 035

# പ്രവീൺ ഡാനി

സാഹിത്യത്തിൽ എം എ, എം ഫിൽ, ലക്ചർഷിപ്പ് ബിരുദം, *ലോകത്തിലെ മഹത് വ്യക്തിത്വങ്ങൾ, വിമർശനാത്മക സിദ്ധാന്തം: പാശ്ചാത്യ മാർക്സിസത്തിന്റെ രീതിശാസ്ത്രം, ത്രിമാന കർത്തൃത്വം* എന്നീ പുസ്തകങ്ങൾ പ്രസിദ്ധീകരിച്ചിട്ടുണ്ട്. അച്ഛൻ: എം എസ് ഡാനി, അമ്മ: ജെ പ്രശാന്ത. *കലാകൗമുദി* ദിനപത്രത്തിന്റെ മുംബൈ എഡിഷനിൽ സബ് എഡിറ്ററായി ജോലി നോക്കുന്നു.


ഭാര്യ : റെനി

മകൾ : യാത്ര

വിലാസം : എ ആർ എ 64(എ)
അഭയം, ഇടക്കുന്നിൽ ലെയിൻ
കുലശേഖരം, കൊടുങ്ങാന്നൂർ പി ഒ
തിരുവനന്തപുരം

മൊബൈൽ : 799 4878 455

# ഉള്ളടക്കം


ആമുഖം 9

*സിഗ്മണ്ട് ഫ്രോയ്ഡ്*

ആധുനിക മനഃശാസ്ത്രത്തിന്റെ പിതാവ് 13

*കാൾ മാർക്സ്*

മാർക്സിസത്തിന്റെ പിതാവ് 29

*വിൽഹെം റീഹ്*

ഫാസിസത്തിന്റെ ആൾക്കൂട്ട മനഃശാസ്ത്രം 43

*എറിക്ക് ഫ്രോം*

ഒന്നാമത്തെ വിമർശനാത്മക സൈദ്ധാന്തികൻ 62

*ഹെർബർട്ട് മാർക്യൂസ്*

രണ്ടാമത്തെ വിമർശനാത്മക സൈദ്ധാന്തികൻ 75

*ഴാക്ക് ലക്കാൻ*

അബോധത്തിന്റെ മനഃശാസ്ത്രകാരൻ 90

റഫറൻസ് 104

# പ്രസാധകക്കുറിപ്പ്

**കാ**ൾ മാർക്സിന്റെ സംഭാവനകളെയും ഫ്രോയ്ഡിന്റെ മനോവിശ്ലേഷണ സിദ്ധാന്തത്തെയും സമന്വയിപ്പിച്ച് വികസിപ്പിച്ച ഒരു സിദ്ധാന്തമാണ് ഫ്രോയിഡോ മാർക്സിസം. *മനഃശാസ്ത്രത്തിന്റെ മാർക്സിയൻ വായന* എന്ന ഈ പുസ്തകം ഫ്രോയിഡോ മാർക്സിസത്തെ സംബന്ധിച്ച ഒരു പഠനമാണ്.

കാൾ മാർക്സ്, സിഗ്മണ്ട് ഫ്രോയ്ഡ്, വിൽഹെംറീഹ്, എറിക് ഫ്രോം, ഹെർബർട്ട് മാർക്യൂസ്, ഴാക്ക് ലക്കാൻ എന്നീ ചിന്തകന്മാരുടെ സംഭാവനകളാണ് ഈ പുസ്തകത്തിൽ പഠനവിധേയമാക്കിയിട്ടുള്ളത്. മാർക്സിസ്റ്റ് വിജ്ഞാനശാഖയെ സംബന്ധിച്ച് ഗൗരവതരമായി പഠിക്കുന്ന പ്രവീൺ ഡാനിയാണ് ഗ്രന്ഥകാരൻ.

തികച്ചും പഠനാർഹമായ ഈ ഗ്രന്ഥം വായിക്കുകയും പഠിക്കുകയും ചെയ്യേണ്ടതാണ്. ഇതു സർവ്വാത്മനാ സ്വീകരിക്കപ്പെടും എന്ന ഉറപ്പോടെ.

**ചിന്ത പബ്ലിഷേഴ്സ്**

## സമർപ്പണം

പാതിശരീരമായ
എന്റെ പ്രിയപ്പെട്ട ചേട്ടൻ
പ്രദീപ് ഡാനിക്ക്

# ആമുഖം

**ഇ**ത് ഒരു ദാർശനിക (philosophy) ഗ്രന്ഥമാണ്. കാൾ മാർക്സിന്റെ സംഭാവനകളെയും ഫ്രോയ്ഡിന്റെ മനോവിശ്ലേഷണ സിദ്ധാന്തത്തെയും സമന്വയിപ്പിച്ച് വികസിപ്പിച്ച ഒരു ചിന്താധാരയാണ് തത്ത്വശാസ്ത്രത്തിൽ ഫ്രോയ്ഡോ-മാർക്സിസം. അതുകൊണ്ടുതന്നെ ഈ പഠനം ശാസ്ത്ര പഠനത്തേക്കാൾ ദാർശനിക പഠനത്തിലാവും ഇടംനേടുക. ദർശനത്തിൽ ഇടം നേടിയ ഫ്രോയ്ഡ്-മാർക്സിസത്തെ 'മനഃശാസ്ത്രത്തിന്റെ മാർക്സിയൻ വായന' എന്നു വിളിച്ചുകൊണ്ടാണ് ഈ പുസ്തകം അവതരിപ്പിച്ചിരിക്കുന്നത്. പക്ഷേ, വായനക്കാർ. ഇതു പഠിക്കുമ്പോൾ ഇത് ഫ്രോയ്ഡോ മാർക്സിസമാണെന്ന് തിരിച്ചറിയുകതന്നെ വേണം.

ഫ്രോയ്ഡോ-മാർക്സിസം മൂന്നു ഘട്ടങ്ങളിലൂടെയാണ് വികസിച്ചു വളർന്നത്. (1) ആദ്യകാല ഫ്രോയ്ഡോ മാർക്സിസം (2) ഫ്രാങ്ക്ഫുർട്ട് സ്കൂളുകൾ നല്കിയ സംഭാവന (3) ലക്കാന്റെ സംഭാവന എന്നിവയാണ്.

1920 ൽ സോവിയറ്റ് യൂണിയനിലും ജർമ്മനിയിലുമായി ഉദയം ചെയ്ത ദാർശനിക പ്രസ്ഥാനമാണ് ഫ്രോയ്ഡോ - മാർക്സിസം. സോവിയറ്റ് തത്ത്വചിന്തകരായ മി. യൂറിന്റ്, സിഗ്ഫ്രീഡ് ബേൺഫ്ളഡ് എന്നിവർ ചേർന്നാണ് ഈ പഠനശാഖയ്ക്ക് തറക്കല്ലിട്ടത്. പിന്നീട് ലോകപ്രശസ്ത ബാക്തിൻ സർക്കിളിലെ ചിന്തകനായ പാലന്റീൻ വോളോഷിനോവിലേക്ക ഈ ശാഖ വികസിപ്പിച്ചു. 1929 ൽ ജർമ്മനിയിൽ വിൽഹെം റീഹ് എന്ന ചിന്തകൻ രംഗപ്രവേശനം നടത്തുകയും ഈ പ്രസ്ഥാനത്തെ ഒരു വടവൃക്ഷമായി വളർത്തുകയും ചെയ്തു.

ആസ്ട്രിയൻ മനോവിശ്ലേഷകനാണ് ലോകപ്രശസ്ത ചിന്തകനായ വിൽഹെം റീഹ്. ഫ്രോയ്ഡിന്റെ മരണത്തിനുശേഷം ഉദയം ചെയ്ത രണ്ടാം തലമുറ മനോവിശ്ലേഷകരിൽ പ്രമുഖനായിരുന്നു അദ്ദേഹം.

(*Character Analysis (1933), The Mass psychology of Fascism (1933), The Sexual Revolution (1936)*) എന്നിവയാണ് അദ്ദേഹത്തിന്റെ പ്രശസ്ത സംഭാവനകൾ. ഫ്രോയ്ഡിന്റെ മകളായ അന്ന ഫ്രോയ്ഡ് ആവിഷ്കരിച്ച ഈഗോ മനഃശാസ്ത്രത്തിന്റെ വക്താവു കൂടിയായിരുന്നു അദ്ദേഹം. ഈഗോ മനഃശാസ്ത്രത്തിന്റെ പ്രധാന സാങ്കേതികതയായ പ്രതിരോധതന്ത്രം (ഡിഫൻസ് മെക്കാനിസം, വിൽഹെം റീഹ് സമർത്ഥമായി അപഗ്രഥിച്ചതിന് ഏറ്റവും വലിയ ഉദാഹരണമായിരുന്നു *ഫാസിസത്തിന്റെ ആൾക്കൂട്ട മനഃശാസ്ത്രം* എന്ന പുസ്തകം. ഇവിടെ വിൽഹെം റീഹിനെ പരിചയപ്പെടുത്തുന്നത് ഈ പുസ്തകത്തിലൂടെയാണ്

ഫ്രാങ്ക്ഫുർട്ട് സ്കൂളാണ് ഫ്രോയ്ഡ് മാർക്സിസത്തിന്റെ രണ്ടാം ഘട്ടം. വിമർശനാത്മക സിദ്ധാന്തം എന്നതാണ് ഫ്രാങ്കുഫുർട്ട് സ്കൂളിന്റെ രീതിശാസ്ത്രത്തിന്റെ പേര്. ഇവിടെ രണ്ട് ദാർശനികരാണ് ഫ്രോയ്ഡോ മാർക്സിസത്തിന് സംഭാവന നല്കിയത്. 1. ഹെർബർട്ട് മാർക്സ് 2. എറിക്ക് ഫ്രോം, മാർക്യൂസിന്റെ *Eros and civilization* ഈ രീതിയിൽ പ്രശസ്തമായ കൃതിയാണ്. രണ്ടാമനായ എറിക് ഫ്രോം *The same society* എന്ന പുസ്തകത്തിലൂടെ ഈ പ്രസ്ഥാനത്തിനു പുതിയ വീക്ഷണങ്ങൾ സംഭാവന നല്കി.

മൂന്നാം തരംഗമായി രംഗപ്രവേശം ചെയ്യുന്നത് ഴാക്ക് ലക്കാനാണ്. ഫ്രഞ്ച് മനഃശാസ്ത്രജ്ഞനായ ലക്കാൻ ഘടനാവാദത്തിലൂടെ മാർക്സിനെയും ഫ്രോയ്ഡിനെയും ഒരിക്കൽ കൂടി ഒന്നിപ്പിച്ചു. ഈ ഘട്ടത്തിൽ അൽത്തൂസറും പില്ക്കാല ലക്കാനിയനായ സിസെക്കും അവരവരുടെ സംഭാവന നല്കി. ഇന്ന് ഫ്രോയ്ഡോ - മാർക്സിസം ഒരു പ്രസ്ഥാനമായി ദർശനത്തിൽ ഇടം നേടുന്നുണ്ട്. ഇതിലേക്കൊരു പ്രവേശനകവാടമാണ് ഈ പുസ്തകം.

## II

പുസ്തകത്തിലേക്ക് പ്രവേശിക്കുന്നതിനു മുൻപ് ചില കാര്യങ്ങൾ ചുരുക്കിപ്പറയട്ടെ.

1. ലോകപ്രശസ്തരായ സിഗ്മണ്ട് ഫ്രോയ്ഡിനെയും കാൾ മാർക്സിനെയും ഒരു കുടക്കീഴിൽ അണിനിരത്തി പഠിക്കുന്ന ദർശനത്തിലെ ഒരു ശാഖയാണ് ഫ്രോയ്ഡോ - മാർക്സിസം.
2. ഫ്രോയ്ഡോ-മാർക്സിസത്തിന്റെ വക്താക്കൾ പില്ക്കാല മാർക്സിയന്മാരായിരുന്നു.
3. മാർക്സിസം മനഃശാസ്ത്രത്തെ വേണ്ട രീതിയിൽ പരിഗണിച്ചിട്ടുണ്ടായിരുന്നില്ല. ഇതു ഒരു പരിമിതിയായി പില്ക്കാല മാർക്സിയന്മാർ തിരിച്ചറിഞ്ഞു. ഈ പരിമിതിക്കെതിരെ പ്രവർത്തിച്ച പ്രസ്ഥാനമായി മാറുകയായിരുന്നു ഫ്രോയ്ഡോ - മാർക്സിസം.

4. ഫ്രോയ്ഡിന്റെ കണ്ടെത്തലുകൾ സാമൂഹ്യ ശാസ്ത്രത്തെ ശക്തിപ്പെടുത്തുന്നതാകയാൽ മാർക്സിസത്തിന് മനോവിശ്ലേഷണത്തിൽ നിന്ന് കൂടുതൽ പഠിക്കാൻ സാദ്ധ്യത ഒരുങ്ങി.
5. ഫ്രോയ്ഡോ-മാർക്സിസം എന്ന പ്രസ്ഥാനം ഒരു ശാസ്ത്രശാഖയല്ല. മറിച്ച്, അത് ദർശന (Philosophy)ത്തിലെ ഒരു പ്രസ്ഥാനമാണ്. അതുകൊണ്ടുതന്നെ ഈ പുസ്തകം ദർശനത്തിലാണ് ഇടം പിടിക്കേണ്ടത് (കൂടുതൽ അറിയേണ്ടവർ *വിക്കിപീഡിയ* നോക്കുക).
6. ഫ്രോയ്ഡോ-മാർക്സിസത്തിന് മൂന്ന് തലമുറകൾ ഉണ്ടെന്നും അത് ഒന്ന് ആരംഭഘട്ടം. രണ്ട്. വിമർശനാത്മക സൈദ്ധാന്തികരുടെ സംഭാവന ഘട്ടം 3. ഘടനാവാദികളുടെ സംഭാവനഘട്ടം എന്നിങ്ങനെയാണ്.
7. ആരംഭഘട്ടത്തിൽ വിൽഹെം റീഹും, വിമർശനാത്മക സൈദ്ധാന്തികരുടെ ഘട്ടത്തിൽ എറിക്ക് ഫ്രോമും, ഹെർബർട്ട് മാർക്യൂസും, ഘടനാവാദികളുടെ ഘട്ടത്തിൽ ഴാക്ക് ലക്കാനും അവരവരുടെ സംഭാവനകൾ ഈ പ്രസ്ഥാനത്തിന് നല്കുകയുണ്ടായി.
8. വിമർശനാത്മക സിദ്ധാന്തമെന്നാൽ ഫ്രാങ്ക് ഫുർട്ട് സ്കൂൾ എന്ന ഇടതുപക്ഷ സൈദ്ധാന്തികരുടെ കൂട്ടായ്മയാണ്. ഇതിനെപ്പറ്റി ഈ ഗ്രന്ഥകർത്താവിന്റെതന്നെ മറ്റൊരു പുസ്തകം നിലവിലുള്ളതിനാൽ അതിനെപ്പറ്റി കൂടുതൽ പരാമർശിക്കുന്നില്ല.
9. ഈ പുസ്തകത്തിൽ ഫ്രോയ്ഡിനെയും മാർക്സിനെയും ഴാക്ക് ലക്കാനെയും സമഗ്രമായി പഠനത്തിന് വിധേയമാക്കുകയും വിൽഹെം റീഹ്, എറിക് ഫ്രോം, ഹെർബർട്ട് മാർക്യൂസ് എന്നിവരെ അവർ രചിച്ച പ്രധാനപ്പെട്ട പുസ്തകത്തിലൂടെ പരിചയപ്പെടുത്തുകയുമാണ് ചെയ്തിട്ടുള്ളത്.

## III

ഇനി, ഈ പുസ്തകമെഴുതാൻ എന്നെ ഏറ്റവും കൂടുതൽ പ്രേരിപ്പിച്ച റെനിയോടുള്ള കടപ്പാട് ഈ ഘട്ടത്തിൽ രേഖപ്പെടുത്തുന്നു.

**റഫറൻസ്**

1. Freudo Marxism- wikipedia

# സിഗ്മണ്ട് ഫ്രോയ്ഡ്

# ആധുനിക മനഃശാസ്ത്രത്തിന്റെ പിതാവ്

മനഃശാസ്ത്രത്തെ വെറും ശാസ്ത്രവിഷയമായി പരിഗണിക്കുന്ന നിലപാടിൽനിന്ന് വ്യത്യസ്തമായി അതിനെ സാമൂഹ്യശാസ്ത്രവുമായി അടുപ്പിക്കുന്ന ഒരു അവലോകന രീതിയാണ് ഈ പുസ്തകം കൈക്കൊള്ളുന്നത്. ഫ്രോയ്ഡ് ഒരേസമയം സാമൂഹ്യ ശാസ്ത്രകാരനും, മാർക്സിസ്റ്റും, മനോവിശ്ലേഷകനുമാണ്. ഇതിനു കാരണം, ഫ്രോയ്ഡിന്റെ സംഭാവനകൾ പില്ക്കാല മാർക്സിയൻമാരെ അത്രയധികം സ്വാധീനിച്ചിട്ടുണ്ട് എന്നുള്ളതുതന്നെ.

ഫ്രോയ്ഡിന്റെ കടന്നുവരവ് സോഷ്യോളജിയിൽ വലിയൊരു സ്വാധീനം സൃഷ്ടിച്ചു. സമൂഹത്തെക്കുറിച്ചും, സംസ്കാരത്തെക്കുറിച്ചും, ലൈംഗികതയെക്കുറിച്ചും അദ്ദേഹത്തിന്റെ സംഭാവന പില്ക്കാല ചിന്തകരെ ഏറെ സ്വാധീനിച്ചു.

ഇന്നത്തെ പഠനം ഫ്രോയ്ഡിനെ മാർക്സിസ്റ്റായി കണ്ടുകൊണ്ടുള്ളതാണ്. പില്ക്കാല മാർക്സിസ്റ്റുകൾ എല്ലാംതന്നെ മാർക്സിസത്തെ ഫ്രോയ്ഡിയനിസവുമായി കണ്ണിചേർക്കുകയാണ് ചെയ്യുന്നത്. ഇതിനു കാരണം ഫ്രോയ്ഡ് സാമൂഹ്യ ശാസ്ത്രത്തിനു നല്കിയ സംഭാവനകൾ തന്നെയാണ്. ഫ്രോയ്ഡിന്റെ ചില കണ്ടെത്തലുകൾ കാലത്തിന്റെ കുത്തൊഴുക്കിൽ തെറ്റാണെന്ന് തെളിയിക്കുകയുണ്ടായി. അതുകൊണ്ടുതന്നെ കാലത്തെ അതിജീവിച്ച ഫ്രോയ്ഡിനെയാണ് ഇവിടെ പരിചയപ്പെടുത്തുന്നത്.

## II

ഇവിടെ ചിലരെയെങ്കിലും മനഃശാസ്ത്രം ഒരു ശാസ്ത്രവിഷയമല്ലേ എന്ന ചോദ്യം ഉന്നയിച്ചേക്കാം. ശരിയാണ്. മനഃശാസ്ത്രം ഒരു ശാസ്ത്ര

വിഷയം തന്നെയാണ്. പക്ഷേ, ആധുനിക മനഃശാസ്ത്രത്തിന്റെ പിതാവായ സിഗ്മണ്ട് ഫ്രോയ്ഡിനെ ഇന്ന് ശാസ്ത്രകാരന്മാരെക്കാൾ സാമൂഹ്യശാസ്ത്രകാരന്മാരാണ് ഏറ്റവും കൂടുതൽ കടംകൊണ്ടിരിക്കുന്നത്. എന്തുകൊണ്ടെന്നാൽ അദ്ദേഹത്തിന്റെ പഠനങ്ങൾ അത്രമാത്രം സംസ്കാരത്തെയും സമൂഹത്തെയും സാഹിത്യത്തെയും സംബോധന ചെയ്യുന്നു.

ഫ്രോയ്ഡിന്റെ ഏറ്റവും വലിയ സംഭാവനയാണ് മനോവിശ്ലേഷണം. ഈ അപഗ്രഥന പദ്ധതി ഉപയോഗിച്ചാണ് അദ്ദേഹം സമൂഹത്തെയും സംസ്കാരത്തെയും, മിത്തുകളെയും മതത്തെയും സാഹിത്യത്തെയും വിലയിരുത്തിയത്. അതുകൊണ്ടുതന്നെ മാർക്സിസ്റ്റ് സിദ്ധാന്തങ്ങൾക്ക് കരുത്ത് പകരാൻ ഫ്രോയ്ഡിന്റെ സിദ്ധാന്തങ്ങൾക്ക് കഴിയുന്നുണ്ടെന്നതാണ് പുതിയ വിലയിരുത്തൽ. പില്ക്കാല മാർക്സിസ്റ്റുകളാണ് ഇങ്ങനെയൊരു വിലയിരുത്തൽ നടത്തിയതെന്ന് ഓർക്കേണ്ടിയിരിക്കുന്നു.

തത്ത്വശാസ്ത്രപരമായി ഇതിനെ സമീപിച്ചാൽ മനുഷ്യനെന്നത് ശരീരംകൊണ്ട് ജീവശാസ്ത്രപരവും, അവന്റെ ലോകം കൊണ്ട് സാമൂഹ്യശാസ്ത്രപരവുമാണ്. അതുകൊണ്ടുതന്നെ, മനുഷ്യനെ രണ്ടു രീതിയിലും പഠിക്കാം. ഒരാൾക്ക് അയാളുടെ ഇഷ്ടത്തിനനുസരിച്ച് ഏതിനെയും തെരഞ്ഞെടുക്കാം. ആധുനിക മനഃശാസ്ത്രത്തിന്റെ പിതാവായ ഫ്രോയ്ഡ് അന്ന് ജീവശാസ്ത്രകാരനായിരുന്നുവെങ്കിൽ ഇന്ന് അദ്ദേഹത്തിന്റെ മറ്റൊരു മുഖമാണ് അന്വേഷിക്കുന്നത്. അത് തീർത്തും സാമൂഹ്യശാസ്ത്രപരമാണ്.

20-ാം നൂറ്റാണ്ടിന്റെ ആരംഭത്തിൽ നിലനിന്നിരുന്ന സദാചാര സങ്കല്പത്തെയും രാഷ്ട്രീയ മൂല്യത്തെയും ചോദ്യം ചെയ്തുകൊണ്ടായിരുന്നു ഫ്രോയ്ഡ് രംഗപ്രവേശനം ചെയ്തത്. മതമേലദ്ധ്യക്ഷന്മാർക്ക് അതുകൊണ്ടുതന്നെ അദ്ദേഹം അപ്രിയനായിത്തീർന്നു. അതേസമയം അദ്ദേഹം തത്ത്വശാസ്ത്രത്തിൽ (Philosphy) സദാചാരത്തിന് പുതിയ നിർവ്വചനം നല്കി തന്റെ സ്ഥാനം അരക്കിട്ടുറപ്പിച്ചു. സംസാരത്തിൽ ഒളിഞ്ഞിരിക്കുന്ന വാക്കുകളുടെ അർത്ഥം അപഗ്രഥിച്ചാൽ വ്യക്തിയുടെ അബോധത്തിലെത്താം എന്ന ചിന്താഗതി വികസിപ്പിച്ചത് ഫ്രോയ്ഡ് ആണ്. ആത്യന്തിക ജ്ഞാനം എങ്ങനെ നേടാം എന്നതിനെക്കുറിച്ചുള്ള തത്ത്വശാസ്ത്രത്തിന്റെ അന്വേഷണങ്ങളിൽ ഒരു ചിന്താ പദ്ധതിയായി അതോടെ അബോധം (അബോധമനസ്സ്) മാറി. അബോധം തിരിച്ചറിയുന്നതിലൂടെ വ്യക്തി പൂർണ്ണജ്ഞാനത്തിലെത്തുമെന്ന സമീപനം പില്ക്കാല ഫ്രോയ്ഡിയനായ ഴാക്ക് ലക്കാനെയും സ്വാധീനിക്കുകയുണ്ടായി. ആത്യന്തിക ജ്ഞാനം എങ്ങനെ നേടാം എന്നതിനെക്കുറിച്ചുള്ള പഠനമാണ് ദർശനം അഥവാ ഫിലോസഫി. ഈ പഠനശാഖയിൽ ഫ്രോയ്ഡ് നല്കിയ ഏറ്റവും വലിയ സംഭാവനയായി അബോധം മാറിയത് അങ്ങനെയാണ്. ഇനി അബോധമനസ്സ് എങ്ങനെവായിക്കാൻ കഴിയും എന്ന അന്വേഷണമാണ്.

ഇവിടെ അബോധത്തിൽ (അബോധമനസ്സിൽ) എത്താനുള്ള വഴിയായി നാവു പിഴയെയും തമാശകളെയും ഫ്രോയ്ഡ് കൂട്ടുപിടിക്കുന്നു.

സംസാര മദ്ധ്യേ അറിയാതെ പറയുന്ന വാക്കുകൾ അപഗ്രഥിക്കുമ്പോൾ വ്യക്തിയുടെ യഥാർത്ഥ അബോധ (unconscious mind)ത്തിലേക്ക് എത്താമെന്നാണ് ഫ്രോയ്ഡിന്റെ വാദം. തമാശകളെയും ഈ രീതിയിൽ അദ്ദേഹം അപഗ്രഥിക്കുന്നു.

ഒരു വാക്കിന് വ്യത്യസ്തമായ രണ്ട് അർത്ഥം കാണും. ഒന്ന് ശരിയായ അർത്ഥവും മറ്റൊന്ന് വിപരീതാർത്ഥവും. അപ്പോൾ വ്യക്തി പറയുന്ന നാവ് പിഴയിലെ വാക്കിന്റെ അർത്ഥം ശരിയായ അർത്ഥമാണോ, വിപരീതാർത്ഥമാണോയെന്ന് സന്ദർഭവുമായി ബന്ധപ്പെടുത്തി പഠിക്കുമ്പോൾ മനസ്സിലാക്കാൻ സാധിക്കും. ഇതുവഴി അയാളുടെ അബോധം എന്തെന്ന് തിരിച്ചറിയാൻ കഴിയും. ഏത് സന്ദർഭവുമായി ബന്ധപ്പെട്ടാണോ വ്യക്തിക്ക് നാവ് പിഴ പറ്റിയത് ആ സന്ദർഭത്തെ അർത്ഥവുമായി ബന്ധിപ്പിക്കുമ്പോൾ വ്യക്തിയുടെ ശരിയായ അബോധത്തിലെത്തിച്ചേരാമെന്ന് ഫ്രോയ്ഡ് പറയുന്നു.

ഉദാഹരണത്തിന് റെനി എന്ന വനിത രാവിലെ ഓഫീസിൽ പോകാൻ തുടങ്ങുകയാണ്. അവൾ ഒരു പാട്ടും പാടുന്നുണ്ട്. ആ പാട്ടിലെ വരികളിൽ നാവു പിഴ സംഭവിച്ച വാക്ക് ഉത്സാഹത്തെ പ്രതിഫലിപ്പിക്കുകയാണെങ്കിൽ അവളുടെ അബോധം പറയുന്നത് അവൾക്ക് അന്ന് ഓഫീസിൽ പോകാൻ സന്തോഷമാണെന്നാണ്. മറിച്ച്, അവൾ പാടിയ പാട്ടിലെ നാവുപിഴ സംഭവിച്ച വാക്ക് നിരുത്സാഹത്തെയാണ് കാണിക്കുന്നതെങ്കിൽ അവൾക്ക് അന്ന് ഓഫീസിൽ പോകാൻ മടിയാണെന്നാണ് പറയുന്നത്. ഇങ്ങനെയാണ് ഫ്രോയ്ഡ് വ്യക്തിയുടെ അബോധത്തിൽ എത്തിച്ചേരുന്നത്. ഇത് ഒരു വ്യക്തിയെ ആത്യന്തികമായി തിരിച്ചറിയാനുള്ള മാർഗ്ഗമായി മാറുന്നു. ഇന്നത്തെ തത്ത്വചിന്തകരും, സാമൂഹ്യശാസ്ത്രകാരന്മാരും ഫ്രോയ്ഡിന്റെ അബോധത്തെക്കുറിച്ചുള്ള പഠനങ്ങളാണ് കാലത്തെ അതിജീവിക്കുന്നതെന്ന് തിരിച്ചറിയുന്നു.

വ്യക്തിയെക്കുറിച്ച് പഠിക്കുമ്പോൾ വ്യക്തിയുടെ അബോധത്തെ ചികയുന്നതുപോലെ സമൂഹത്തെക്കുറിച്ച് പഠിക്കുമ്പോൾ സമൂഹത്തിന്റെ അബോധമാണ് അന്വേഷിക്കേണ്ടതെന്ന് ഫ്രോയ്ഡ് പറയുന്നു. ഒരേസമയം വ്യക്തിക്കും സമൂഹത്തിനും അബോധമുണ്ടെന്നർത്ഥം.

## ഫ്രോയ്ഡും അബോധവും

സാമൂഹ്യശാസ്ത്രം പഠിക്കുന്ന വിദ്യാർത്ഥികൾക്ക് മറക്കാൻ കഴിയാത്ത മൂന്നു ചിന്തകരാണ് കാൾ മാർക്സ്, വെബർ, എമിൽ ഡർക്കിം എന്നിവർ. ഈ മൂന്ന് ചിന്തകരുടെ ഇടയിലേക്ക് കടന്നുവരുന്ന നാലാമത്തെ ചിന്തകനാണ് സിഗ്മണ്ട് ഫ്രോയ്ഡ്. ഫ്രോയ്ഡിനെ കൊണ്ടുവരുന്നത് പ്രായോഗികമാണോ അല്ലയോ എന്ന ചോദ്യം പല ഗവേഷകന്മാരും ചോദിച്ചിട്ടുണ്ട്. പക്ഷേ, ഫ്രോയ്ഡിന്റെ കണ്ടുപിടിത്തമായ 'സൂപ്പർ ഈഗോ' സമൂഹത്തെ മനസ്സിലാക്കാനുള്ള ഒരു നല്ല അളവുകോലാണെന്ന് പിന്നീട് തിരിച്ചറിയപ്പെട്ടു.

ഫ്രോയ്ഡ് മനുഷ്യമനസ്സിനെ മൂന്നായി തരംതിരിച്ചു.

1. ഇദ് (id) അബോധ മനസ്സ്
2. ഈഗോ (ego)
3. സൂപ്പർ ഈഗോ (super ego) എന്നിങ്ങനെയായിരുന്നു ഈ വിഭജനം.

ഇദ് എന്നുപറയുന്നത് അബോധ മനസ്സാണ്. unconscious mind. ഈഗോ ആകട്ടെ സമൂഹത്തിൽ ഒരു വ്യക്തി എന്ന തിരിച്ചറിവാണ്. ഉദാഹരണമായി, ഞാൻ യാത്രയാണെന്ന് ഒരു പെൺകുട്ടി പറയുമ്പോൾ സമൂഹത്തിൽ ഒരു വ്യക്തി എന്ന നിലയിലുള്ള യാത്ര എന്ന പെൺകുട്ടിയുടെ തിരിച്ചറിവാണത്. അല്ലാതെ, ഇതിന് സാധാരണക്കാർ പറയുന്നതുപോലെ അഹംഭാവവുമായി യാതൊരു ബന്ധവുമില്ല. സൂപ്പർ ഈഗോ എന്നു പറയുന്നത് മനഃസാക്ഷി അഥവാ സംസ്കാരമാണ്. ഓരോ വ്യക്തിക്കും സമൂഹത്തിനും മനഃസാക്ഷി അഥവാ സൂപ്പർ ഈഗോയുണ്ട്. ഈ മനഃസാക്ഷിയുള്ളതുകൊണ്ടാണ് നാം കുറ്റകൃത്യം ചെയ്യാൻ മടിക്കുന്നത്. ഈ മനഃസാക്ഷിയെ മറ്റൊരർത്ഥത്തിൽ സംസ്കാരം എന്നും വിളിക്കാം. സംസ്കാരം അനുവദിക്കുന്ന സ്വാതന്ത്ര്യത്തിനുള്ളിൽ മാത്രം ഒരു വ്യക്തി പെരുമാറുന്നത് അയാളെ നിയന്ത്രിക്കുന്ന ഒരു അരിപ്പയായി സൂപ്പർ ഈഗോ പ്രവർത്തിക്കുന്നതുകൊണ്ടാണ്. മറ്റൊരർത്ഥത്തിൽ, മനുഷ്യനെ സംസ്കൃതീകരിക്കുന്ന അരിപ്പയാണ് സൂപ്പർ ഈഗോ എന്ന മനഃസാക്ഷി

എല്ലാ സമൂഹത്തിനും സംസ്കാരത്തിനും അവരവരുടേതായ സൂപ്പർ ഈഗോ(മനഃസാക്ഷി) ഉണ്ട്. ആ സൂപ്പർ ഈഗോയ്ക്കുള്ളിൽ നിന്നുകൊണ്ടുമാത്രമേ അതിലെ പ്രജയ്ക്കു സ്വാതന്ത്ര്യം അനുഭവിക്കാൻ കഴിയൂ. ഇന്ത്യക്കാരന്റെ സൂപ്പർ ഈഗോവല്ല ആഫ്രിക്കക്കാരന്റെ സൂപ്പർ ഈഗോ മറ്റൊരർത്ഥത്തിൽ, ഇന്ത്യക്കാരന്റെ സംസ്കാരമല്ല ആഫ്രിക്കക്കാരന്റെ സംസ്കാരം. ഇനിയൊരർത്ഥത്തിൽ ഇന്ത്യക്കാരന്റെ മനഃസാക്ഷിയല്ല ആഫ്രിക്കക്കാരന്റെ മനഃസാക്ഷി. ഈ ഘട്ടത്തിലാണ്, ഓരോ വ്യക്തിയെയും സമൂഹത്തെയും നിയന്ത്രിക്കുന്നത് അവരവരുടെ സൂപ്പർ ഈഗോ ആണെന്ന് ഫ്രോയ്ഡ് പറയുന്നത്. സാമൂഹ്യശാസ്ത്രത്തിൽ ഈ കണ്ടുപിടിത്തം പുതിയ അപഗ്രഥനത്തിനു വഴിതെളിച്ചു. മൂല്യം, മതം, ചിഹ്നം, വിശ്വാസം, ആചാരം എന്നിവയെ പഠിക്കാൻ 'സൂപ്പർ ഈഗോ' ഇതുവഴി സാമൂഹ്യശാസ്ത്രത്തിന് പുതിയ രീതിശാസ്ത്രം സംഭാവന ചെയ്തു.

ഫ്രോയ്ഡിന്റെ അഭിപ്രായത്തിൽ ഒരു വ്യക്തി അയാളുടെ സംസ്കാരം അനുവദിക്കുന്ന സ്വാതന്ത്ര്യത്തിനു പുറത്ത് പോകാൻ ആഗ്രഹിക്കുന്നില്ല. കാരണം, സ്വാതന്ത്ര്യം ഹനിക്കുന്നവനെ സമൂഹം കുറ്റവാളിയോ ഭ്രാന്തനോ ആയി മുദ്രകുത്തും എന്ന ഭയമാണ്. ഓരോ സംസ്കാരവും ബാല്യം മുതൽ ഒരു വ്യക്തിയെ ആ സംസ്കാരത്തിന്റെ ഭാഗമാക്കാൻ ശിക്ഷണം നല്കുന്നു. വ്യക്തി മെരുങ്ങുന്നതുവരെ ശിക്ഷണവും ശിക്ഷയും തുടരുന്നു. കുട്ടികൾ ചെറുപ്പത്തിൽ മുറ്റത്ത് മലമൂത്ര

വിസർജ്ജനം ചെയ്യുമ്പോൾ മാതാപിതാക്കൾ കുട്ടിയെ ശിക്ഷിക്കുകയും കക്കൂസിൽ പോകാൻ നിർബ്ബന്ധിക്കുകയും ചെയ്യുന്നു. ഇത് ഒരു സംസ്കാരത്തിന്റെ മെരുക്കൽ രീതിയായി കാണാവുന്നതാണ്. ഇതുപോലെ, ഓരോ സംസ്കാരത്തിനും അവരവരുടേതായ ഒരു മെരുക്കൽ രീതിയുണ്ട്. ഓരോ സംസ്കാരത്തിന്റെ മൂല്യവും, സദാചാരവും വ്യത്യസ്തമാകുന്ന മുറയ്ക്ക് അവരവരുടെ ശിക്ഷയും, ശിക്ഷണവും വ്യത്യസ്തമാകും. എന്തായാലും സമൂഹത്തിന്റെ സൂപ്പർ ഈഗോ തിരിച്ചറിയുന്ന വ്യക്തിക്കേ സമൂഹം അനുവദിക്കുന്ന സ്വാതന്ത്ര്യം പൂർണ്ണമായി ആസ്വദിക്കാൻ കഴിയൂവെന്ന് ഫ്രോയ്ഡ് പറയുന്നു. അങ്ങനെ അല്ലാത്തവനെ സമൂഹം കുറ്റവാളിയോ ഭ്രാന്തനോ ആക്കും.

സൂപ്പർ ഈഗോയുടെ കണ്ടെത്തൽ സാമൂഹ്യശാസ്ത്രത്തിന് പുതിയ രീതിശാസ്ത്രം സംഭാവന ചെയ്തുവെങ്കിലും ഇന്ന് ഫ്രോയ്ഡ് സമകാലികനാകുന്നത് 'അബോധ മനസ്സ്' എന്ന കണ്ടുപിടിത്തത്തിലൂടെയാണ്. ഴാക്ക് ലക്കാനാണ് ഫ്രോയ്ഡിന്റെ ഏറ്റവും വലിയ കണ്ടുപിടിത്തമായി 'അബോധ'ത്തെ തിരിച്ചറിഞ്ഞത്. 'ഫ്രോയ്ഡിലേക്കു മടങ്ങുക" എന്ന മുദ്രാവാക്യം ഉയർത്തിയത് ലക്കാൻ ആണല്ലോ. മറ്റൊരർത്ഥത്തിൽ, ലക്കാനിലൂടെയാണ് ഫ്രോയ്ഡ് ഇന്ന് വായിക്കപ്പെടുന്നത്.

## എന്താണ് അബോധമനസ്സ്?

മഞ്ഞുമലയെക്കുറിച്ച് കേട്ടിട്ടുള്ളവർക്കറിയാം, അതിന്റെ 90 ശതമാനവും വെള്ളത്തിനടിയിലാണ്. അതുപോലെ, മനുഷ്യമനസ്സിന്റെ 90 ശതമാനവും അബോധമാണ്. ബാക്കി 10 ശതമാനത്തിലാണ് ഈഗോയ്ക്കും, സൂപ്പർ ഈഗോയ്ക്കും സ്ഥാനം.

ബാല്യകാലം മുതൽ ഒരു വ്യക്തിക്ക് പല ആഗ്രഹങ്ങളും സാധിച്ചു കിട്ടാതെ അടിച്ചമർത്തേണ്ടിവരും. ഇത് നല്ല ആഗ്രഹങ്ങളാകാം. ലൈംഗിക തൃഷ്ണയാകാം. അക്രമവാസനയാകാം. എന്തായാലും നടക്കാതെ പോയ ആ ആഗ്രഹങ്ങളെല്ലാം വ്യക്തി അബോധത്തിലേക്ക് അടിച്ചു താഴ്ത്തുന്നു. അബോധം ലൈംഗികതയുടെയും അക്രമവാസനയുടെയും കൂത്തരങ്ങാണെന്ന് ഫ്രോയ്ഡ് പറയുന്നു. അധമവികാരങ്ങളുടെയും അക്രമവാസനയുടെയും ലൈംഗികതയുടെയും കേളീരംഗമായ അബോധത്തെ ഈഗോയും സൂപ്പർ ഈഗോയുമാണ് പുറത്തുകടക്കാതെ തടഞ്ഞു നിർത്തുന്നത്. അബോധത്തിൽ ജീവിക്കുകയെന്നാൽ ഭ്രാന്തനായി ജീവിക്കുകയെന്നർത്ഥം.

അബോധത്തെക്കുറിച്ച് പറയുമ്പോൾ ഫ്രോയ്ഡിനു പറ്റിയ പിശകിനെക്കുറിച്ചും പറയേണ്ടിവരും. 1. മാനസിക രോഗത്തിനു കാരണം ചിതറിപ്പോയ ബാല്യമാണെന്നാണ് ഫ്രോയ്ഡിന്റെ വിലയിരുത്തൽ. ഫ്രോയ്ഡ് തന്റെ ചികിത്സയിൽ ബാല്യകാലത്തിന് അമിത പ്രാധാന്യം നല്കുകയുണ്ടായി. ഇത് തെറ്റാണെന്ന് പിന്നീട് തെളിയിക്കപ്പെട്ടു 2. രണ്ടാമത്തെ പിശക് ഫ്രോയ്ഡിന്റെ ആദ്യകാല വിശകലനത്തിൽ സംഭവിച്ച

താണ്. അദ്ദേഹം രോഗിയുടെ ആന്തരിക ജീവിതത്തിന് അമിത പ്രാധാന്യം നല്കി. സാമൂഹ്യ ജീവിതത്തിന് രണ്ടാം സ്ഥാനമേ നല്കുകയുള്ളൂ. എല്ലാ മനുഷ്യനും ആന്തരികജീവിതവും ബാഹ്യജീവിതവുമുണ്ടെന്നാണ് സാമൂഹ്യശാസ്ത്രകാരന്മാർ പറയുന്നത്. ഈ രണ്ടു ജീവിതത്തിനും തുല്യ പ്രാധാന്യമുണ്ട്. പക്ഷേ, രോഗിയുടെ ആന്തരിക ജീവിതത്തിന് അമിത പ്രാധാന്യം നല്കിക്കൊണ്ട് അവന്റെ സാമൂഹ്യജീവിതം തിരസ്കരിച്ച ഫ്രോയ്ഡ് 'സാമൂഹ്യമനഃശാസ്ത്ര'ത്തിന്റെ പ്രാധാന്യം ഏറെ വൈകിയാണെങ്കിലും തിരിച്ചറിഞ്ഞ് തിരുത്തുകയുണ്ടായി. എന്തായാലും, രോഗിയുടെ ബാല്യകാലത്തെ അമിതമായി ശ്രദ്ധിച്ചതും, അവന്റെ ആന്തരിക ലൈംഗിക ജീവിതത്തിന് അമിത പ്രാധാന്യം നല്കിയതും ഫ്രോയ്ഡിനു സംഭവിച്ച വീഴ്ചയായി കണ്ടേ മതിയാവൂ.

ഫ്രോയ്ഡിനെ ഇന്ന് ഏറ്റവും കൂടുതൽ കടമെടുക്കുന്നത് മാർക്സിസ്റ്റുകളാണെന്ന് നേരത്തെ സൂചിപ്പിച്ചുവല്ലോ. ഇതിൽ വിൽഹെം റീഹ് എന്ന മാർക്സിസ്റ്റാണ് ഫ്രോയ്ഡിന്റെ 'അബോധം' ആദ്യമായി സാമൂഹ്യശാസ്ത്രത്തിൽ പ്രയോഗിക്കുന്നത്. ഹിറ്റ്ലറിന്റെ നാസി പ്രസ്ഥാനത്തിന്റെ സാമൂഹ്യ അബോധമാണ് അദ്ദേഹം അന്വേഷിച്ചത്.

20-ാം നൂറ്റാണ്ടിലെ ആദ്യപാദത്തിൽ ജർമ്മൻ സമൂഹം എങ്ങനെ ചിന്തിച്ചുവെന്ന് അദ്ദേഹം സൂക്ഷ്മ പരിശോധനയ്ക്ക് വിധേയമാക്കി. കുറച്ചുകൂടി വ്യക്തമായി പറഞ്ഞാൽ, 1933 ലെ ജർമ്മൻ തെരഞ്ഞെടുപ്പിൽ ഹിറ്റ്ലർ വിജയക്കൊടി നാട്ടിയതിനുശേഷമുള്ള ജർമ്മൻ സമൂഹത്തെ അദ്ദേഹം സമൂഹ അബോധത്തിൽ വിലയിരുത്തി. ഫ്രോയ്ഡ് വ്യക്തിക്ക് അബോധമുണ്ടെന്ന് പറഞ്ഞപ്പോൾ, വിൽഹെം റീഹിനെപ്പോലുള്ള പില്ക്കാല മാർക്സിസ്റ്റുകൾ സമൂഹത്തിനും, അബോധമുണ്ടെന്ന് തിരിച്ചറിഞ്ഞു.

ഒരു വ്യക്തിയുടെ അബോധം തിരിച്ചറിയുന്നതോടെ ആ വ്യക്തിയുടെ സമഗ്രചിത്രം വായിച്ചെടുക്കാൻ കഴിയുമെന്നാണ് ഫ്രോയ്ഡ് പറഞ്ഞതെങ്കിൽ ഒരു സമൂഹത്തിന്റെ അബോധം തിരിച്ചറിയുന്നതോടെ ആ സമൂഹത്തിന്റെ സമഗ്രചിത്രം വായിച്ചെടുക്കാൻ കഴിയുമെന്നാണ് വിൽഹെം റീഹിനെപ്പോലുള്ള പില്ക്കാല മാർക്സിസ്റ്റുകൾ വാദിച്ചത്. ചുരുക്കത്തിൽ, ഫ്രോയ്ഡിന്റെ ഏറ്റവും വലിയ കണ്ടുപിടിത്തമായി ഇന്ന് തിരിച്ചറിയപ്പെടുന്നത് അബോധം എന്ന അബോധമനസ്സാണ്.

1933 ലെ ജർമ്മൻ ജനത ഒരു ശക്തനായ നേതാവിനെ ആഗ്രഹിച്ചതെന്തുകൊണ്ടെന്നും തന്റെ സമൂഹത്തിന്റെ രക്ഷകനായി ഹിറ്റ്ലറിനെ തിരിച്ചറിഞ്ഞതെന്തുകൊണ്ടെന്നും വിൽഹെം റീഹ് അന്വേഷിച്ചു. നേതാവിന്റെ മനഃശാസ്ത്രവും ആൾക്കൂട്ട മനഃശാസ്ത്രവും അന്വേഷിച്ചു റീഹ് 1933 ലെ ജർമ്മൻ ജനതയുടെ സമൂഹ അബോധം തിരിച്ചറിയുകയായിരുന്നു. കരുണയില്ലാത്തതും കർക്കശക്കാരനുമായ നേതാവിനോട് തോന്നുന്ന ആദരവ് എങ്ങനെ വായിച്ചെടുക്കണമെന്നതിന് ഏറ്റവും വലിയ ഉദാഹരണമായി റീഹിന്റെ പുസ്തകം മാറി.

അബോധത്തെ കണ്ടുപിടിച്ചത് ഫ്രോയ്ഡ് ആണെങ്കിലും ആ സിദ്ധാന്തത്തെ വികസിപ്പിച്ചത് ഴാക്ക് ലക്കാൻ എന്ന ഫ്രഞ്ച് മനഃശാസ്ത്രജ്ഞനാണ്. അദ്ദേഹം യുവാവായ ഫ്രോയ്ഡിനെയാണ് സംബോധന ചെയ്യുന്നത്. അവിടെ ഫ്രോയ്ഡ് സ്വപ്നങ്ങളുടെ ഭാഷയെ അപഗ്രഥിക്കുകയും നാവ് പിഴയെ പഠിക്കുകയും ചെയ്യുന്നു. ഇതിലൂടെ അബോധത്തിലേക്കു കടക്കാനുള്ള മാർഗ്ഗമായി ഭാഷയെ ലക്കാൻ തിരിച്ചറിയുന്നു. ഭാഷയ്ക്കപ്പുറമൊന്നുമില്ലെന്നു പറയുന്ന ലക്കാൻ അബോധത്തെ അപഗ്രഥിക്കാൻ ഭാഷയെ തെരഞ്ഞെടുത്തത് വലിയൊരു വഴിത്തിരിവായി മാർക്സിസ്റ്റുകളും തിരിച്ചറിയുന്നുണ്ട്. ഒരു കുട്ടി ഭാഷ പഠിക്കുന്നു എന്നാൽ ആ കുട്ടി ഉൾപ്പെടുന്ന സമൂഹത്തിന്റെ അബോധം പഠിക്കുന്നു എന്നാണർത്ഥം. അതുപോലെ, കുട്ടി സമൂഹത്തിൽ പങ്കാളിയാകുന്നത് ആ സമൂഹത്തിന്റെ ഭാഷ സ്വായത്തമാക്കിയതിനു ശേഷമാണ്. മറ്റൊരർത്ഥത്തിൽ, വ്യക്തിയുടെ അബോധവും സമൂഹത്തിന്റെ അബോധവും ഭാഷയിലൂടെയാണ് തിരിച്ചറിയപ്പെടുന്നതെന്നാണ് ലക്കാന്റെ വാദം.

ഇനി സിഗ്മണ്ട് ഫ്രോയ്ഡിന്റെ ജീവചരിത്രത്തെപ്പറ്റി അല്പം പരാമർശിക്കേണ്ടിയിരിക്കുന്നു.

ഫ്രോയ്ഡ് 1856 മെയ് 6-ാം തീയതി ആസ്ട്രോ ഹംഗേറിയൻ സാമ്രാജ്യത്തിലെ മെറാവിയായിലെ ഫ്രീബർഗ്ഗിൽ ജനിച്ചു. 1860 ൽ അച്ഛനമ്മമാർ വിയന്നയിലേക്ക് താമസം മാറി. അവിടെയായിരുന്നു അദ്ദേഹത്തിന്റെ സ്കൂൾ വിദ്യാഭ്യാസം. 1873 ൽ യൂണിവേഴ്സിറ്റി ഓഫ് വിയന്നയിൽനിന്ന് മെഡിസിനിൽ ബിരുദം നേടി. അവിടെ അദ്ദേഹം അനാട്ടമിയും ഫിസിയോളജിയും പഠിച്ചു. 1884 മുതൽ 1887 വരെയുള്ള കാലയളവിൽ കൊക്കേയിന്റെ ഔഷധഗുണത്തിൽ ആകൃഷ്ടനായി. ന്യൂറോ പാത്തോളജിയിൽ തല്പരനാകുന്നത് ഈ കാലഘട്ടത്തിലാണ്. ന്യൂറോളജിയെക്കുറിച്ച് പഠിക്കാൻ 1885 ൽ പാരീസിലേക്കു പോയി. 1886 ൽ മനോവിശ്ലേഷണം എന്ന ചികിത്സ പദ്ധതി വികസിപ്പിച്ചു. വിയന്നയായിരുന്നു മനോവിശ്ലേഷണവുമായി ബന്ധപ്പെട്ട അദ്ദേഹത്തിന്റെ എല്ലാ സംഭാവനകളുടെയും പ്രഭവകേന്ദ്രം. മനോവിശ്ലേഷണത്തെ സാമൂഹ്യസിദ്ധാന്തമാക്കുന്നതും ചികിത്സാപദ്ധതിയാക്കുന്നതും ഇവിടെ വച്ചാണ്. അദ്ദേഹം ഹിപ്നോട്ടിസത്തെക്കുറിച്ച് പഠിക്കുകയും അതിൽനിന്ന് പ്രചോദനമുൾക്കൊണ്ട് മനോവിശ്ലേഷണ ചികിത്സാ രീതി ഉരുത്തിരിച്ചെടുക്കുകയും ചെയ്തു. 1886 ൽ തന്റെ 30-ാമത്തെ വയസ്സിൽ വിവാഹം കഴിച്ചു. മാർത്തയായിരുന്നു വധു.

ജൂതനായതിനാൽ ഫ്രോയ്ഡിനും ഭാര്യക്കും പല അവഗണനകളും പീഡനങ്ങളും അനുഭവിക്കേണ്ടിവന്നു. പിന്നീട് കാൾ ഗുഷ്തേവ് യുങ് ശിഷ്യനായി മാറി.

### ഭാഷ, ലിംഗം, ലൈംഗികത

അബോധ അപഗ്രഥനമാണ് സാമൂഹ്യ പാഠങ്ങളിൽ നടത്തേണ്ടതെന്നായിരുന്നു ഫ്രോയ്ഡിന്റെ വീക്ഷണം. ആദ്യകാലഘട്ടത്തിലാണ്

ഫ്രോയ്ഡ് ഇങ്ങനെയൊരു നിരീക്ഷണം മുന്നോട്ടുവയ്ക്കുന്നത്. കുറച്ചു കൂടി വ്യക്തമായി പറഞ്ഞാൽ 1900 മുതൽ 1939 വരെയുള്ള കാലഘട്ടത്തിൽ. ഹിപ്നോട്ടിസത്തിൽ നിന്ന് മനോവിശ്ലേഷണത്തിലേക്കെത്തിയപ്പോൾ അദ്ദേഹം പൂർണ്ണമായും അബോധത്തിന്റെ വക്താവായി. വ്യക്തിയെയും സമൂഹത്തെയും അബോധത്തിൽ പഠിക്കുന്ന ഫ്രോയ്ഡിനെയാണ് ഇവിടെ കാണാൻ കഴിയുക. ഓർമ്മകൾ അബോധത്തിലേക്കുള്ള താക്കോലാണെന്ന് ഈ ഘട്ടത്തിൽ അദ്ദേഹം വിലയിരുത്തി. ഒരു വ്യക്തിയുടെ അബോധം മനസ്സിലാക്കാൻ ഓർമ്മകൾ അപഗ്രഥിച്ചാൽ മതിയാകുമെന്ന് അദ്ദേഹം തിരിച്ചറിഞ്ഞു.

ഈ ഘട്ടത്തിലാണ് അദ്ദേഹം *സ്വപ്നങ്ങളുടെ അപഗ്രഥനം* എന്ന പുസ്തകം രചിക്കുന്നത്. സ്വപ്നങ്ങളെ അതീന്ദ്രിയമായി കാണുന്ന പദ്ധതിയിൽനിന്ന് വിരുദ്ധമായി അതിനൊരു യുക്തി ചമയ്ക്കുകയാണ് അദ്ദേഹം ആദ്യം ചെയ്തത്. സ്വപ്നത്തിലൂടെയും അബോധം മനസ്സിലാക്കാമെന്ന് അദ്ദേഹം തിരിച്ചറിയുന്നു. നടക്കാതെപോയ ആഗ്രഹങ്ങളുടെ സാക്ഷാൽക്കാരമാണ് സ്വപ്നം എന്ന വിലയിരുത്തലിൽ അദ്ദേഹം എത്തിച്ചേർന്നു.

ഇവിടെ സ്വപ്നങ്ങളുടെ അപഗ്രഥനത്തെക്കുറിച്ച് ചില കാര്യങ്ങൾ പറയേണ്ടിയിരിക്കുന്നു. ജീവിതത്തിൽ നടക്കാതെപോയ പല ആഗ്രഹങ്ങളും നാം അബോധത്തിലേക്ക് ചവിട്ടി താഴ്ത്തുന്നുണ്ട്. അങ്ങനെ ചവിട്ടിത്താഴ്ത്തിയ നടക്കാതെ പോയ ആഗ്രഹങ്ങളുടെ സാക്ഷാൽക്കാരമാണ് സ്വപ്നം. ഇതാണ് ഫ്രോയ്ഡിന്റെ സ്വപ്നാപഗ്രഥനം. ആഗ്രഹങ്ങൾ സ്വപ്നത്തിലൂടെ സാക്ഷാൽക്കരിക്കുന്നത് രണ്ട് രീതിയിലൂടെയാണ്. (1) നേരിട്ടുള്ള സാക്ഷാൽക്കാരം (2) വളഞ്ഞവഴിയിലൂടെയുള്ള സാക്ഷാൽക്കാരം.

ആദ്യം നേരിട്ടുള്ള സാക്ഷാൽക്കാരം എങ്ങനെയാണെന്ന് അന്വേഷിക്കാം. എന്റെ മകൾ യാത്ര ഒരു ദിവസം ഐസ്ക്രീം വണ്ടി കാണുന്നു. അവൾക്ക് ഐസ്ക്രീം തിന്നണമെന്ന് ആഗ്രഹമുണ്ടാകുന്നു. അവൾ എന്നോട് ഐസ്ക്രീം വാങ്ങിത്തരാൻ ആവശ്യപ്പെടുന്നു. എന്റെ കൈയിൽ അന്ന് പണമില്ലാത്തതിനാൽ ഞാൻ അത് സാധിച്ചു കൊടുത്തില്ല. അവൾ ആ ആഗ്രഹം അവളുടെ അബോധത്തിലേക്ക് ചവിട്ടിത്താഴ്ത്തുന്നു. അന്ന് രാത്രി അവൾ ഐസ്ക്രീം കഴിക്കുന്നതായി സ്വപ്നം കാണുന്നു. അടിച്ചമർത്തിയ ആഗ്രഹം അതോടെ സ്വപ്നത്തിലൂടെ സാക്ഷാൽക്കരിക്കുന്നു. ഇതാണ് നേരിട്ടുള്ള സാക്ഷാൽക്കാരത്തിന് ഉദാഹരണം.

ഇനി രണ്ടാമത്തേത് വളഞ്ഞവഴിയിലൂടെയുള്ള ആഗ്രഹസാക്ഷാൽക്കാരമാണ്. എന്റെ അയൽവാസി ഗംഗ അവൾ കണ്ട സ്വപ്നത്തെക്കുറിച്ച് എന്നോടു പറഞ്ഞു. തന്റെ ഭർത്താവായ സുരേഷിനെ താൻ കൊല്ലുന്നതായി സ്വപ്നം കണ്ടുവെന്നാണ് അവൾ പറഞ്ഞത്. തന്റെ ഭർത്താവിനെ ജീവനു തുല്യം സ്നേഹിക്കുന്ന താൻ എങ്ങനെ അദ്ദേഹത്തെ കൊല്ലും? സത്യത്തിൽ ഇത് നേരിട്ടുള്ള ആഗ്രഹസാക്ഷാൽക്കാരമല്ല.

വളഞ്ഞ വഴിയിലൂടെയുള്ള സാക്ഷാൽക്കാരമാണ്. അവളുമായി സംസാരിച്ചപ്പോൾ അവൾ വർഷങ്ങൾക്കുമുമ്പ് ഒരാളെ ജീവനുതുല്യം സ്നേഹിച്ചിരുന്നതായും അവളെ അവൻ ദയനീയമായി ഉപേക്ഷിച്ചതായും മനസ്സിലാക്കാൻ കഴിഞ്ഞു. തന്നെ ഉപേക്ഷിച്ച അവനെ കൊല്ലണമെന്ന് അവൾക്കാഗ്രഹമുണ്ടായിരുന്നു. പക്ഷേ, തനിക്കതിനുള്ള കഴിവില്ലെന്ന് അവൾ മനസ്സിലാക്കി. കൊല്ലണമെന്നുള്ള ആഗ്രഹം അവൾ അബോധത്തിലേക്ക് അടിച്ചു താഴ്ത്തി.

വർഷങ്ങൾക്കുശേഷം സുരേഷിനെ കല്യാണം കഴിച്ചു. അയാളെ അവൾ ജീവനുതുല്യം സ്നേഹിച്ചു. വർഷങ്ങൾക്കുമുമ്പ് കാമുകനെ സ്നേഹിച്ച അതേ തീവ്രതയോടെ. ഇന്ന് കണ്ട സ്വപ്നത്തിന്റെ അർത്ഥം വളഞ്ഞ രീതിയിലുള്ള ആഗ്രഹസാക്ഷാൽക്കാരമാണ്. പണ്ടത്തെ കാമുകനെ കൊല്ലണമെന്ന വികാരം അബോധത്തിലേക്ക് ചവിട്ടി താഴ്ത്തിയത് ഇന്ന് ഭർത്താവിനെ കൊന്നുകൊണ്ട് സാക്ഷാൽക്കരിക്കുകയായിരുന്നു. സത്യത്തിൽ ഭർത്താവിനെയല്ല അവൾ കൊന്നത് മറിച്ച് തന്റെ പൂർവ്വകാമുകനെയാണ്. ഇതാണ് വളഞ്ഞ വഴിയിലൂടെയുള്ള ആഗ്രഹസാക്ഷാൽക്കാരം. ഇതിന് ഓർമ്മകൾ അപഗ്രഥിക്കേണ്ടിയിരിക്കുന്നു. ഓർമ്മകൾക്ക് അബോധത്തെ പുറത്തുകൊണ്ടുവരാനുള്ള ശക്തിയുണ്ടെന്ന് ഇത് തെളിയിക്കുന്നു. അതോടൊപ്പം, സ്വപ്നം നടക്കാതെപോയ ആഗ്രഹങ്ങളുടെ സാക്ഷാൽക്കാരമാണെന്നും തിരിച്ചറിയുന്നു. സ്വപ്നം അബോധം തിരിച്ചറിയാനുള്ള ഒരു മാന്ത്രിക വടികൂടിയായി പ്രവർത്തിക്കുന്നു.

ഇതോടെ സ്വപ്നങ്ങൾക്ക് യുക്തിപരമായ അർത്ഥമുണ്ടെന്ന് പ്രഖ്യാപിക്കുകയായിരുന്നു ഫ്രോയ്ഡ്. സ്വപ്നങ്ങളെ ദൈവത്തിന്റെ പ്രവചനങ്ങളായോ, പ്രഖ്യാപനങ്ങളായോ കണ്ടിരുന്ന യാഥാസ്ഥിതിക കാഴ്ചപ്പാടുകൾക്ക് വിപരീതമായി അവയ്ക്ക് യുക്തിപരമായ അർത്ഥമുണ്ടെന്ന് പ്രഖ്യാപിച്ചത് ഒരു വിപ്ലവം തന്നെയായിരുന്നു. ദൈവവിശ്വാസി അല്ലാത്ത ഫ്രോയ്ഡ് ഇതിലൂടെ നിരീശ്വരവാദികൾക്ക് ഒരു ബൈബിൾ നിർമ്മിക്കുകയായിരുന്നു.

സ്വപ്നാപഗ്രഥനത്തിലൂടെ രണ്ട് കാര്യങ്ങളാണ് ഫ്രോയ്ഡ് ചെയ്തത്. (ഒന്ന്) സ്വപ്നത്തിന് ഒരു ഭാഷയുണ്ടെന്ന് കണ്ടുപിടിച്ചു. ആ ഭാഷയിലൂടെ സ്വപ്നങ്ങൾക്ക് പുതിയ അർത്ഥം കണ്ടെത്താമെന്നും തിരിച്ചറിഞ്ഞു. ഇതോടെ സ്വപ്നങ്ങൾക്ക് പുതിയ വ്യാഖ്യാനം സംജാതമായി. സ്വപ്നത്തിന് അർത്ഥമുണ്ടെന്നും ആ അർത്ഥത്തിലേക്കുള്ള അന്വേഷണമാണ് സ്വപ്നാപഗ്രഥനം എന്നും തിരിച്ചരിഞ്ഞു. (രണ്ട്) സ്വപ്നം ഭാവിയിലേക്കുള്ള സൂചകമാണെന്ന പാരമ്പര്യ അർത്ഥത്തിൽനിന്ന് സ്വപ്നത്തെ മോചിപ്പിച്ചു. ദൈവത്തിനോ ആത്മാവിനോ സ്വപ്നവുമായി യാതൊരു ബന്ധവുമില്ലെന്ന് തെളിയിക്കപ്പെട്ടു. സ്വപ്നത്തെ യുക്തിയുമായി അടുപ്പിച്ചു.

സ്വപ്നാപഗ്രഥനം അബോധത്തിലെത്തിച്ചേരാനുള്ള കുറുക്കു വഴിയാണെന്ന് ഫ്രോയ്ഡ് തിരിച്ചറിഞ്ഞു. സ്വപ്നങ്ങളിൽ ചിലപ്പോൾ ബിംബങ്ങൾ (symbols) കാണും. ആ ബിംബങ്ങൾ അപഗ്രഥിക്കുമ്പോൾ

സംസ്കാരത്തിന് അതിൽ പ്രാധാന്യം കൈവരും. സ്വപ്നത്തിൽ കണ്ട ബിംബത്തെ സംസ്കാരം എങ്ങനെയാണ് അടയാളപ്പെടുത്തിയിരിക്കുന്നതെന്ന് അന്വേഷിക്കേണ്ടിവരും. സ്വപ്നത്തിലെ ബിംബം സംസ്കാരത്തിൽ അടയാളപ്പെടുത്തിയിരിക്കുന്ന അതേ അർത്ഥത്തിലാണോ അല്ലയോ എന്ന് ചികയേണ്ടിവരും. അതുകൊണ്ടുതന്നെ സ്വപ്നം വൈയക്തിക കാര്യമാണെങ്കിലും, സ്വപ്നാപഗ്രഥനം സാമൂഹ്യാപഗ്രഥനരീതിയാണ്, അതുകൊണ്ടുതന്നെ സ്വപ്നത്തിന് സംസ്കാരം, മതം, കുലചിഹ്നം, വിലക്ക്, സദാചാരം, മിത്ത് എന്നിവയുമായി ബന്ധമുണ്ട്. ചുരുക്കത്തിൽ, സ്വപ്നത്തിന് നിത്യ ജീവിതവുമായും ബിംബങ്ങൾകൊണ്ട് സംസ്കാരവുമായും നേരിട്ട് ബന്ധമുണ്ട്.

സ്വപ്നങ്ങളെ അപഗ്രഥിച്ച ഫ്രോയ്ഡ് അബോധത്തിലേക്കുള്ള താക്കോലായി സ്വപ്നത്തെ കണക്കാക്കിയപ്പോൾ ലക്കാൻ സ്വപ്നത്തിലെ ഭാഷയെയാണ് കൂടുതലായി കണക്കിലെടുത്തത്. ലക്കാൻ ഒരേസമയം ഭാഷാശാസ്ത്രകാരനും മനഃശാസ്ത്രജ്ഞനുമായിരുന്നു.

മനഃശാസ്ത്രത്തിൽ ഭാഷയുടെ പ്രാധാന്യത്തെ തിരിച്ചറിഞ്ഞ ചിന്തകൻ എന്നാലും ഒരുപക്ഷേ, കാലം ലക്കാനെ അടയാളപ്പെടുത്തുക. ഇവിടെ ലക്കാൻ സ്വപ്നത്തിന്റെ ഭാഷയ്ക്ക് പ്രാധാന്യം നല്കുന്നു. മാത്രമല്ല, അബോധത്തിലേക്കു കടക്കാനുള്ള താക്കോലായി അദ്ദേഹം തെരഞ്ഞെടുക്കുന്നത് ഭാഷയെയാണ്. ലക്കാൻ ആദ്യകാല ഫ്രോയ്ഡിനെയാണ് തന്റെ സിദ്ധാന്തങ്ങൾക്ക് അടിത്തറ പകരാനായി തെരഞ്ഞെടുക്കുന്നത്. അവിടെ ഫ്രോയ്ഡ് ഭാഷയുടെ പ്രാധാന്യം തിരിച്ചറിയുന്നുണ്ടെന്ന് ലക്കാൻ പറയുന്നു. നാവു പിഴ, തമാശയുടെ ഭാഷ എന്നിവയെക്കുറിച്ച് പറയുമ്പോൾ ഫ്രോയ്ഡ്, ഭാഷയുടെ പ്രാധാന്യം മനസ്സിലാക്കിയതായി കാണാൻ സാധിക്കും.

പക്ഷേ, അബോധത്തിൽ ഭാഷയുടെ പ്രാധാന്യം ഏറ്റവും തീവ്രമായി തിരിച്ചറിഞ്ഞത് ലക്കാനാണെന്നു മാത്രം. അതുകൊണ്ടാണ് ലക്കാൻ "ഫ്രോയ്ഡിലേക്കു മടങ്ങുക" എന്ന് എപ്പോഴും മുദ്രാവാക്യം ഉയർത്തുന്നത്. മനോരോഗിയെന്നാൽ വാക്കുകളും, പേരുകളും മറയ്ക്കുന്നവനെന്നും വാക്കിനെ തെറ്റായി വായിക്കുന്നവനും എന്നാണർത്ഥമെന്ന് ഫ്രോയ്ഡ് പറഞ്ഞത് ഈ ഘട്ടത്തിൽ ഓർക്കുന്നത് നന്നായിരിക്കും.

ഇത്രയും പറഞ്ഞത് വ്യക്തി സമൂഹത്തിലേക്കു കടക്കുന്നത് ഭാഷയിലൂടെയാണെന്ന് മനസ്സിലാക്കാനാണ്. ഭാഷയിലൂടെ സമൂഹത്തിന്റെ അബോധമെന്തെന്ന് വ്യക്തി തിരിച്ചറിയുന്നു. സമൂഹത്തിന്റെ അബോധം വ്യക്തിയുടെ അബോധ രൂപീകരണത്തെ സഹായിക്കുന്നു. ഭാഷ ഒരേ സമയം സമൂഹത്തിന്റെയും വ്യക്തിയുടെയും തിരിച്ചറിയൽ കാർഡാണ്.

## സദാചാരത്തിന് ഫ്രോയ്ഡ് നല്കിയ സംഭാവന

സദാചാരത്തെക്കുറിച്ച് ചർച്ച ചെയ്യുന്ന വേളയിൽ ലൈംഗികതയുടെ സാമൂഹ്യ പദ്ധതിയെ ഫ്രോയ്ഡ് ചർച്ച ചെയ്യുന്നുണ്ട്. മതങ്ങൾ ലൈംഗി

കതയെ ഒരു പരിധിവരെ വിലക്കായി പ്രഖ്യാപിക്കുന്നതായും, കുറ്റബോധം മനസ്സിൽ സൃഷ്ടിക്കുന്നതായും അദ്ദേഹം വിലയിരുത്തി. തലമുറ നിലനിർത്താൻ കുട്ടികളെ സൃഷ്ടിക്കുന്നതിനപ്പുറമുള്ള ലൈംഗികത പാപമാണെന്ന് മതങ്ങൾ നമ്മെ പഠിപ്പിക്കുന്നു. ലൈംഗികത പാപമാണ് എന്ന ബോധം അബോധത്തിൽ സൃഷ്ടിക്കുന്നതിൽ മതത്തിനു വളരെയധികം പങ്കുണ്ട്. കുട്ടികളെ ഉല്പാദിപ്പിക്കാൻ പ്രേരിപ്പിക്കുന്ന മതം അതിനുശേഷമുള്ള ലൈംഗികതയെ പ്രോത്സാഹിപ്പിക്കുന്നില്ല. ഒരു പങ്കാളിയിൽ മാത്രം ഒതുക്കണമെന്നും മതം പഠിപ്പിക്കുന്നുണ്ട്.

ഇവിടെ ലൈംഗികത ഒരു കുറ്റബോധമില്ലാതെ ആനന്ദിക്കപ്പെടേണ്ടതാണ് എന്നാണ് ഫ്രോയ്ഡിന്റെ വിലയിരുത്തൽ. ഈ അപഗ്രഥനം കാലത്തെ അതിജീവിക്കുന്നു. ലൈംഗികതയെ അപകർഷതയിൽനിന്ന് മോചിപ്പിക്കാൻ ഫ്രോയ്ഡിന്റെ അപഗ്രഥനങ്ങൾക്കു കഴിഞ്ഞു. ലൈംഗികത തെറ്റാണെന്ന ഒരു അബോധം എല്ലാ മതവും സംസ്കാരവും പഠിപ്പിക്കുന്നുണ്ട്. ഇത് ചെറുക്കപ്പെടേണ്ടതാണ്. സദാചാരവുമായി ബന്ധപ്പെട്ട എല്ലാ സിദ്ധാന്തങ്ങളും കെട്ടിപ്പൊക്കിയിരിക്കുന്നത് ലൈംഗികതയിൽ നിന്നാണ്. എല്ലാ സംസ്കാരവും പരിഷ്കൃതരാകാൻ ശ്രമിക്കുന്നത് ലൈംഗികതയെ ചെറുത്തു കൊണ്ടാണ്. പക്ഷേ, സദാചാരവാദികൾ അറിഞ്ഞോ, അറിയാതെയോ ലൈംഗികത തെറ്റാണെന്ന അബോധമാണ് വ്യക്തികളിൽ ഉണ്ടാക്കുന്നത്. ഇവിടെയാണ് ഫ്രോയ്ഡ് ലൈംഗികത ആനന്ദിക്കപ്പെടേണ്ടതാണ് എന്ന് പ്രഖ്യാപിക്കുന്നത്.

ഈ സദാചാരസിദ്ധാന്തങ്ങൾ ഉണ്ടാക്കുന്ന കുറ്റബോധം ഏറ്റവും കൂടുതൽ സ്വാധീനിക്കുന്നത് സ്ത്രീകളെയാണ്. പുരുഷന്മാർക്ക് ഈ വിലക്കിനെ പ്രതിരോധിക്കാൻ കഴിയുന്നത്ര ശക്തിയിൽ സ്ത്രീകൾക്ക് അതിനെ പ്രതിരോധിക്കാൻ കഴിയില്ല. ഇതിനുകാരണം, സ്ത്രീകൾക്കും പുരുഷന്മാർക്കും സംസ്കാരവും മതവും നല്കുന്ന വിദ്യാഭ്യാസം വ്യത്യസ്തമാണെന്നതുതന്നെ. അതിനാൽ ഈ കപട സദാചാരത്തെപ്പറ്റി ഏറ്റവും കൂടുതൽ തിരിച്ചറിയേണ്ടത് സ്ത്രീകൾ ആണ്. ഇവിടെ ഒരു യാഥാർത്ഥ്യം തിരിച്ചറിയേണ്ടതുണ്ട്. ലൈംഗിക തൃഷ്ണ പുരുഷന്മാരെ അപേക്ഷിച്ച് സ്ത്രീകൾക്ക് കുറവാണ്. ഇത് ദൈവികമായ ഒരു യാഥാർത്ഥ്യമാണ്. ജീവശാസ്ത്രപരമാണ് ഈ സവിശേഷത. അതിനാൽ കുറ്റബോധം ഏറ്റവും കൂടുതൽ വേട്ടയാടുന്നത് സ്ത്രീകളെയാണ്. പുരുഷൻ തന്റെ ലൈംഗികാവയവത്തെ ലൈംഗികാവയവമായി നേരത്തെ തിരിച്ചറിയുന്നു. പക്ഷേ, ഈ തിരിച്ചറിവ് സ്ത്രീകളിൽ വളരെ സാവധാനമേ നടക്കാറുള്ളൂ. ലൈംഗികാവയവത്തെ ലൈംഗികാവയവമായി തിരിച്ചറിയാനുള്ള ഈ കാലതാമസത്തിന് സ്ത്രീകളുടെ ലൈംഗികവിരക്തതയുമായി നേരിട്ട് ബന്ധമുണ്ട്. അതുകൊണ്ടാണ് ലൈംഗിക വിഷയത്തിൽ പുരുഷന്മാർ നല്കുന്ന പ്രാധാന്യം സ്ത്രീകൾ നല്കാത്തത്.

പെൺകുട്ടികൾക്കും ആൺകുട്ടികൾക്കും അമ്മയോടുള്ള സ്നേഹം വാത്സല്യവുമായി ബന്ധപ്പെട്ടതാണ്. നേരെമറിച്ച് അച്ഛൻ സംസ്കാരത്തെ

പ്രതിനിധീകരിക്കുന്ന യാഥാർത്ഥ്യവും. ഇവിടെ അച്ഛന്റെ മുന്നിൽ "നല്ല കുട്ടി." ആകാൻ പെൺകുട്ടിയും ആൺകുട്ടിയും മത്സരിക്കുന്നു. ഇതിലൂടെ സംസ്കാരത്തിന്റെയും സമൂഹത്തിന്റെയും നല്ല പിള്ളയാകാനുള്ള കുട്ടിയുടെ ആഗ്രഹമാണ് വെളിവാകുന്നത്. അമ്മ കുട്ടിക്ക് വാത്സല്യവും അച്ഛൻ സമൂഹത്തെ പരിചയപ്പെടുത്തുന്ന വഴികാട്ടിയുമാണ്. അച്ഛൻ അമ്മയിൽനിന്ന് കുഞ്ഞിനെ വേർപെടുത്തി സമൂഹം എന്താണെന്ന് കുട്ടിക്ക് ബോദ്ധ്യപ്പെടുത്തിക്കൊടുക്കുന്നു.

"നിന്റെ അച്ഛൻ വരട്ടെ ഞാൻ പറഞ്ഞു കൊടുക്കാം." എന്ന് അമ്മ കുട്ടിയെ ഭയപ്പെടുത്തുമ്പോൾ അച്ഛനോടുള്ള കുട്ടിയുടെ ഭയവും പ്രകടമാണ്. ഇത് ഒരേസമയം അച്ഛനോടും സംസ്കാരത്തോടുമുള്ള ഭയമാണ്. സമൂഹത്തിനു വഴങ്ങിയില്ലെങ്കിൽ ശിക്ഷിക്കപ്പെടുമെന്ന ഭയം കുട്ടി ആദ്യം പഠിക്കുന്നത് അച്ഛനിൽ നിന്നാണ്.

ആണിനെയും പെണ്ണിനെയും താരതമ്യംചെയ്യുന്ന വേളയിൽ ഫ്രോയ്ഡ് ഇങ്ങനെ പറയുകയുണ്ടായി. പെണ്ണിനെക്കാൾ പുരുഷൻ അക്രമാസക്തനാണ്. യുക്തിയേക്കാൾ വൈകാരികതയാണ് പെണ്ണിനെ സ്വാധീനിക്കുക, പെണ്ണ് ആണിനേക്കാൾ സംരക്ഷണം കൊടുക്കുന്നവളും തിരിച്ചാഗ്രഹിക്കുന്നവളുമാണ്. കുട്ടികളെയും പ്രായമായവരെയും സംരക്ഷിക്കുന്നത് ആണുങ്ങളേക്കാൾ കൂടുതൽ പെണ്ണുങ്ങളാണ്. ജീവിതകാലം മുഴുവൻ സംരക്ഷണം കൊതിക്കുന്നതും സ്ത്രീ എന്ന വിഭാഗം മാത്രമാണ്. ഈ അബോധം സ്ത്രീയിലും പുരുഷനിലും സൃഷ്ടിക്കുന്നതിൽ സംസ്കാരത്തിനും സമൂഹത്തിനും പങ്കുണ്ടെന്നും പ്രോയ്ഡ് മറക്കുന്നില്ല. ഓരോ സംസ്കാരവും സ്ത്രീക്കും പുരുഷനും ഓരോ ചുമതലകൾ ഏല്പിക്കുന്നുണ്ട്. ഫ്രോയ്ഡിന്റെ വ്യക്തിസിദ്ധാന്തം വ്യാവസായിക വിപ്ലവം സംജാതമായ മുതലാളിത്ത സമൂഹത്തിന്റേതായിരുന്നു. മുതലാളിത്ത സമൂഹത്തിലെ അണു കുടുംബമായിരുന്നു അദ്ദേഹത്തിന്റെ പാഠ്യപദ്ധതിയെന്നും വിമർശനമുണ്ടായിട്ടുണ്ട്. എങ്കിൽത്തന്നെയും ആണിനെയും പെണ്ണിനെയും അണുകുടുംബത്തിൽ വർഗ്ഗീകരിച്ചത് തെറ്റാണെന്ന് പറയാൻ കഴിയില്ല. കാരണം ഇന്ന് നാം ജീവിക്കുന്നത് അണുകുടുംബത്തിലാണെന്നതു തന്നെ.

ഫ്രോയ്ഡിന്റെ മറ്റൊരു കണ്ടുപിടുത്തമാണ് 'നാർസിസിസം' എന്നത്. ഇതിന് ഇന്നും പ്രസക്തിയുണ്ട്. ഒരു വ്യക്തിക്ക് തന്നോടുതന്നെയുള്ള പ്രേമമാണ് നാർസിസിസം. വ്യക്തി കണ്ണാടിയിൽ നോക്കുമ്പോഴും പ്രതിബിംബം തിരിച്ചറിയുമ്പോഴും തന്നോടു തോന്നുന്ന അനുരാഗം ആണിനെയും പെണ്ണിനെയും ഭരിക്കുന്നുണ്ട്. ഇത് ഏത് കാലത്തും പ്രസക്തമാണ്. പെണ്ണ് പെണ്ണായി തിരിച്ചറിയാനും ആണ് ആണായി തിരിച്ചറിയുന്നതിനും ഈ ഘട്ടം വ്യക്തിയെ സഹായിക്കുന്നുണ്ട്.

## ഫ്രോയ്ഡിന്റെ സാമൂഹ്യ സിദ്ധാന്തം

ഫ്രോയ്ഡിന്റെ സാമൂഹ്യ സിദ്ധാന്തം സോഷ്യോളജി പിന്തുടരുന്ന

സമൂഹത്തെ ഗ്രൂപ്പുകളായി പഠിക്കുന്ന രീതിയിലല്ല. മറിച്ച്, അബോധത്തിലൂടെ സമൂഹത്തെ പഠിക്കുന്ന രീതിയാണത്. മറ്റൊരു രീതിയിൽ പറഞ്ഞാൽ, സമൂഹത്തിന്റെ അബോധം അന്വേഷിക്കുകയാണ് അദ്ദേഹം ഇവിടെ ചെയ്യുന്നത്. തന്റെ ക്ലിനിക്കിൽവരുന്ന രോഗികളെ അപഗ്രഥിക്കുന്ന രീതിയിൽനിന്ന് വ്യത്യസ്തമായി സമൂഹത്തെ കൂടുതൽ വിശാല അർത്ഥത്തിൽ അദ്ദേഹം ഇവിടെ പഠിക്കുന്നു.

സമൂഹത്തിലെ അംഗമായ വ്യക്തിയെ രണ്ടു തരം വികാരങ്ങളാണ് ഏറ്റവും കൂടുതൽ മഥിക്കുന്നതെന്ന് ഫ്രോയ്ഡ് പറയുകയുണ്ടായി. 1. ലൈംഗികത 2. അക്രമവാസന എന്നിവയാണവ. അക്രമവാസനയും ലൈംഗികതയും അബോധത്തിലേക്ക് ചവിട്ടിത്താഴ്ത്തുന്ന വ്യക്തി തന്റെ ഏറ്റവും പ്രിയപ്പെട്ട രണ്ട് ആഗ്രഹങ്ങളെയാണ് ചവിട്ടിത്താഴ്ത്തുന്നതെന്നറിയുന്നില്ല. പക്ഷേ, ഈ രണ്ട് ആഗ്രഹങ്ങളും പുറത്തുവരാൻ വെമ്പിക്കൊണ്ടിരിക്കും. എല്ലാ വ്യക്തിക്കും കൊല്ലാനുള്ള ആഗ്രഹം പ്രബലമാണെന്നാണ് ഫ്രോയ്ഡിന്റെ വാദം. മനുഷ്യന്റെ ഉല്പത്തി മുതൽ തുടങ്ങുന്ന യുദ്ധങ്ങൾ ഇതിനുദാഹരണമാണ്.

മനുഷ്യൻ പരിഷ്കരിച്ച ജന്തുവിഭാഗമാണ്. ജന്തുക്കളുടെ രണ്ട് ജൈവിക ചോദനകളാണ് ലൈംഗികതയും, പരസ്പരം പോരാടലും. ഇത് പരിഷ്കൃത ജന്തുവായ മനുഷ്യനിലും പ്രബലമായി പ്രവർത്തിക്കുന്നു. മനുഷ്യന്റെ ഏറ്റവും പരിഷ്കൃത സമൂഹത്തിൽപ്പോലും ഈ ജന്തുസ്വഭാവം പ്രവർത്തിക്കുമെന്ന് ഫ്രോയ്ഡ് വിലയിരുത്തി. അതുകൊണ്ടുതന്നെ സമൂഹത്തിന്റെ അബോധത്തിൽ ലൈംഗിക തൃഷ്ണയ്ക്കും അക്രമവാസനയ്ക്കും മനുഷ്യനുള്ളിടത്തോളം കാലം പ്രസക്തിയുണ്ടെന്ന് ഫ്രോയ്ഡ് പറയുന്നു.

ലൈംഗിക ചോദനയും അക്രമവാസനയും രണ്ടുരീതിയിൽ മാറ്റങ്ങൾക്കു വിധേയമാക്കുന്നു. 1. ലൈംഗിക ചോദന സ്വപ്നത്തിലൂടെ സാക്ഷാൽക്കരിക്കുന്നു. 2. അക്രമവാസന മൂല്യങ്ങൾക്കും ആചാരങ്ങൾക്കും അനുഷ്ഠാനങ്ങൾക്കും വഴിയൊരുക്കുന്നു. മറ്റൊരർത്ഥത്തിൽ ലൈംഗിക തൃഷ്ണയും അക്രമവാസനയും വഴിമാറി സഞ്ചരിച്ച് സായുജ്യമടയുന്നു. സമൂഹത്തിന്റെ സംസ്കാരത്തിന് അനുസരിച്ച് ഈ രണ്ട് ആഗ്രഹങ്ങളും വഴിമാറി സായൂജ്യമടയാൻ പ്രേരിപ്പിക്കുന്നത് സൂപ്പർ ഈഗോയാണ്. മറ്റൊരർത്ഥത്തിൽ അബോധത്തെ സെൻസർ ചെയ്യുന്ന ഉപകരണമായി സൂപ്പർ ഈഗോ മാറുന്നു.

അക്രമവാസന എങ്ങനെ ആചാരങ്ങൾക്കും അനുഷ്ഠാനങ്ങൾക്കും വഴിയൊരുക്കുന്നുവെന്ന് ഫ്രോയ്ഡ് ആലോചിക്കുന്നുണ്ട്. വേട്ടയാടിക്കൊന്ന ജീവിയെ ദൈവമായി ആരാധിക്കുന്ന രീതി ചില ഗോത്രങ്ങളിൽ അദ്ദേഹം കാണുകയുണ്ടായി. പിന്നീട് ആ ജന്തുവിനെ പ്രീതിപ്പെടുത്താനുള്ള ആചാരനുഷ്ഠാനങ്ങൾ ഉണ്ടാവുന്നു. ജന്തുവിനെ പ്രീതിപ്പെടുത്തുന്നതോടെ തങ്ങൾ ചെയ്ത കുറ്റത്തിൽനിന്ന് മോചിതരാകുന്നതായി അവർ തിരിച്ചറിയുന്നു.

കരുത്ത് തെളിയിക്കുക എന്നതാണ് അക്രമവാസനയുടെ ഉദ്ദേശ്യം. അപ്പോൾ അക്രമവാസന = കരുത്ത് എന്നു വരുന്നു. കരുത്തിനോടുള്ള ആരാധന ദൈവത്തോടുള്ള ആരാധനതന്നെയാണ്. കാരണം മനുഷ്യന് ഏറ്റവും കരുത്തായി അനുഭവപ്പെടുന്നത് ദൈവമാണ്. ഇങ്ങനെ അക്രമ വാസന പിന്നീട് ദൈവത്തെ പ്രീതിപ്പെടുത്താനുള്ള ആചാരങ്ങൾക്കും അനുഷ്ഠാനങ്ങൾക്കും വഴിതുറന്നു കൊടുക്കുന്നു. സ്ത്രീകൾക്ക് സിനി മയിലെ വില്ലന്മാരോട് അബോധത്തിൽ തോന്നുന്ന ആരാധന കരുത്തി നോടുള്ള ആരാധന തന്നെയാണ്.

ഈ ഘട്ടത്തിൽ മതത്തെ അദ്ദേഹം പഠിക്കുന്നത് സദാചാരവുമായി ബന്ധപ്പെടുത്തിയാണ്. എല്ലാ മതവും സദാചാരം സൃഷ്ടിക്കുന്നു. മാത്ര വുമല്ല, ഈ സദാചാര നിയമങ്ങൾ അനുസരിച്ച് ജൈവിക ചോദനയായ ലൈംഗികതയുടെ മേൽ വിലക്കേർപ്പെടുത്തുന്നു. ലൈംഗികതയെ അശ്ലീ ലവുമായി ബന്ധപ്പെടുത്തിയത് മതമാണെന്നാണ് ഫ്രോയ്ഡിന്റെ വില യിരുത്തൽ. മാത്രവുമല്ല, ലൈംഗികതയിൽ ശ്ലീലവും അശ്ലീലവും കൊണ്ടുവന്നു. മതത്തെ മനോവിശ്ലേഷണ പദ്ധതിയിൽ പഠിച്ച ഫ്രോയ്ഡിന് ലൈംഗികതയെ അശ്ലീലതയിൽപ്പെടുത്തിയ രീതിയോട് യോജിക്കാൻ കഴിയുന്നില്ല. ലൈംഗികത അശ്ലീലമായി മാറുന്നതോടെ അത് ഒളിഞ്ഞു നോട്ടത്തിനും ഞരമ്പുരോഗത്തിനും വഴിതെളിക്കുന്നു.

ലൈംഗികതയെ ശ്ലീലാശ്ലീലങ്ങൾക്ക് പുറത്തുകൊണ്ടുവന്ന് അതിനെ പൂർണ്ണമായി ആനന്ദിക്കാൻ കഴിഞ്ഞാലേ പരിഷ്കൃത സമൂഹം സംജാ തമാവൂവെന്ന് അദ്ദേഹം വിലയിരുത്തി. ലൈംഗികതയെ പാപബോധ ത്തിൽ നിന്ന് മോചിപ്പിക്കണമെന്നായിരുന്നു അദ്ദേഹത്തിന്റെ ആഹ്വാനം. കപട സദാചാരവും സ്ത്രീകൾക്കെതിരായ അക്രമണങ്ങളും ഒളിഞ്ഞു നോട്ടവും മതങ്ങൾ കെട്ടിയ സദാചാര വേലിയിൽ വിളഞ്ഞ വിളകളാണ്. ലൈംഗികതയുടെ ഉദാരവല്ക്കരണം അനിവാര്യമാണെന്നാണ് ഫ്രോയ്ഡ് നമ്മെ ഉദ്ബോധിപ്പിക്കുന്നത്.

എല്ലാ മതങ്ങളും മനുഷ്യന്റെ മനസ്സിൽ കുറ്റബോധം സൃഷ്ടിച്ചുകൊ ണ്ടാണ് കടന്നുവരുന്നത്. “നീ പാപിയാണെന്ന്” പഠിപ്പിച്ചതിനുശേഷം പാപത്തിൽനിന്ന് കരകയറാൻ കുമ്പസാരക്കൂടുകൾ ഒരുക്കുന്നു. പാപ ബോധമില്ലാത്തവന് ദൈവത്തെ ഭയപ്പെടേണ്ട ആവശ്യമില്ല. അതു കൊണ്ട്, കുറ്റബോധം പഠിപ്പിക്കുന്ന സ്കൂളായി സദാചാര പഠനം മാറു ന്നു. ഇവിടെ മനോരോഗികളെ സൃഷ്ടിക്കുന്നതിൽ മതത്തിന് വലിയൊരു പങ്കുണ്ടെന്ന് ഭംഗ്യന്തരേണ ഫ്രോയ്ഡ് പറഞ്ഞുവയ്ക്കുന്നു.

ലൈംഗികതയുമായി ബന്ധപ്പെട്ട അക്രമവാസനകൾക്ക് വിലക്കുക ളുമായി വളരെ അടുത്ത ബന്ധമുണ്ട്. പരിഷ്കൃത സമൂഹത്തിൽ മാതാ പിതാക്കൾ കുട്ടികളോട് ലിംഗത്തിൽ തൊട്ട് കളിക്കരുതെന്ന് താക്കീത് നല്കുന്നു. ഇത് ലൈംഗികതയുടെ നേരെയുള്ള ഒരു വിലക്കാണ്. വില ക്കുണ്ടാകുമ്പോൾ വിലക്കിനെ ലംഘിക്കാനുള്ള ചോദനയും അബോധ ത്തിൽ സജീവമാകുന്നു. ആൺകുട്ടിയും പെൺകുട്ടിയും ഒരുമിച്ച് നട

ക്കുന്നതും സംസാരിക്കുന്നതും വിലക്കുന്നത് മലയാളികൾക്ക് അത്ര അപരിചിതമല്ല. ഇതോടെ ആൺകുട്ടിക്ക് പെൺകുട്ടി വിലക്കായും പെൺകുട്ടിക്ക് തിരിച്ച് ആൺകുട്ടി വിലക്കായും മാറുന്നു. ഇത് പിന്നീട് വലിയൊരു പൊട്ടിത്തെറി ആയി മാറുന്നു. ലൈംഗികത എന്ന് വിലക്കായി അംഗീകരിക്കപ്പെട്ടോ അതുമുതൽ ആ വിലക്കിനെ ലംഘിക്കാനുള്ള അക്രമവാസന മനുഷ്യനിൽ ഉടലെടുത്തു കഴിഞ്ഞു. ലൈംഗികത ഒരു വിലക്കായി അംഗീകരിക്കാത്ത ഗോത്രസമൂഹങ്ങളിൽ ലൈംഗികതയ്ക്കു വേണ്ടിയുള്ള അക്രമവാസന കുറവാണെന്ന് കണ്ടെത്തിയിട്ടുണ്ട്.

## ആൾക്കൂട്ട മനഃശാസ്ത്രം

ഇനി, ആൾക്കൂട്ട മനഃശാസ്ത്രത്തിലേക്കു കടക്കാം. ഹിറ്റ്ലറിനോട് ജർമ്മൻ ജനതയ്ക്ക് ആരാധന തോന്നാൻ കാരണമെന്തെന്നുള്ള അന്വേഷണത്തിലൂടെ അത് വ്യക്തമാകും. ഏതെങ്കിലും ഒരു ആശയത്തിൽ ആകൃഷ്ടരായാവും ആൾക്കൂട്ടം സംജാതമാവുക. ഉദാഹരണത്തിന് സമത്വത്തിനുവേണ്ടി, രാജ്യത്തിനുവേണ്ടി, മതത്തിനുവേണ്ടി ഇങ്ങനെ പോകുന്നു. ആശയത്തിൽ ആകൃഷ്ടരാകുന്ന ആൾക്കൂട്ടം പിന്നീട് വ്യക്തി താല്പര്യങ്ങളെ ബലികഴിപ്പിച്ച് ആൾക്കൂട്ടത്തോടൊപ്പം നില്ക്കുന്നു. ആൾക്കൂട്ടത്തിലെ ഓരോരുത്തർക്കും തമ്മിൽ ഒരു ഐക്യമുണ്ട്.

ഇനിയാണ് നേതാവിന്റെ പ്രസക്തി കൈവരുന്നത്. നേതാവിന് ഒരു മാസ്മര ശക്തിയുണ്ട്. അത് പ്രസംഗമാകാം. ത്യാഗമാകാം. അമിതമായ രാജ്യസ്നേഹമാകാം. അങ്ങനെ പലതുമാകാം. എന്തായാലും നേതാവ് അതിനുള്ള ഒരു ഹിപ്പ്നോട്ടിക് നിദ്രയിൽ എത്തിക്കുന്നു. അതുകൊണ്ടാണ്. പ്രസംഗമദ്ധ്യേ നേതാവ് "അവനെ കൊല്ലടാ" എന്ന് ഒരാളെ നോക്കി പറഞ്ഞാൽ ആൾക്കൂട്ടം അതിന് തുനിയുന്നത്.

ഇനി നേതാവിനോട് ആൾക്കൂട്ടത്തിന് തോന്നുന്ന ആരാധനയെന്താണെന്ന് നോക്കാം. നേതാവ് ഏറ്റവും വലിയ കണിശക്കാരനും ക്രൂരനുമായാൽ ആൾക്കൂട്ടത്തിന് അയാളോടുള്ള ആരാധന വർദ്ധിക്കും. തന്റെ നേതാവ് ശക്തനാണെന്ന് ഓരോ പ്രജയും പരസ്പരം പറഞ്ഞാനന്ദിക്കാൻ ആഗ്രഹിക്കുന്നു. ഹിറ്റ്ലർ എന്ന ക്രൂരനോട് ജർമ്മൻ ജനതയ്ക്കു തോന്നിയ ആരാധനയാണ് ഇതിനുദാഹരണം.

അയുക്തികതയാണ് ആൾക്കൂട്ടത്തിലെ ഓരോ പ്രജയെയും ഭരിക്കുന്നത്. ആൾക്കൂട്ടത്തിലെ വ്യക്തിക്കു യുക്തിപരമായി ചിന്തിക്കാൻ കഴിയില്ല. നേതാവ് എന്തു പറയുന്നുവോ അത് വേദവാക്യമാക്കുന്നു. അല്ലെങ്കിൽ ആൾക്കൂട്ടം എന്ത് തീരുമാനിക്കുന്നോ അതിനോടൊപ്പം അതിലെ ഓരോ പ്രജയും നിലകൊള്ളും.

എല്ലാ ആൾക്കൂട്ടത്തിനും നേതാവ് വേണം. നേതാവില്ലാതെ ആൾക്കൂട്ടം സംജാതമാവില്ല. ആൾക്കൂട്ടത്തിലെ ഓരോ പൗരനെക്കാൾ ശ്രേഷ്ഠനോ, കഴിവുള്ളവനോ ആവണം നേതാവ്. ആരാധനയോടല്ലാതെ ഒരു നിമിഷംപോലും നോക്കാൻ കഴിയാത്ത രീതിയിൽ ശ്രേഷ്ഠനോ,

കഴിവുള്ളവനോ ആവണം നേതാവ്.

നേതാവ് വച്ചു നീട്ടുന്ന അല്പസ്വാതന്ത്ര്യത്തെ ആൾക്കൂട്ടത്തിലെ മുഴുവൻ പൗരനും പൂർണ്ണ സ്വാതന്ത്ര്യമായി അംഗീകരിക്കുന്നു. പക്ഷേ, നേതാവ് ഒരിക്കലും പ്രജയ്ക്ക് പൂർണ്ണസ്വാതന്ത്ര്യം നല്കുന്നില്ല. നേതാവിന്റെ സംരക്ഷണയിൽ കഴിയുന്നതോടെ അല്പസ്വാതന്ത്ര്യം പൂർണ്ണ സ്വാതന്ത്ര്യമായി പ്രജ തെറ്റിദ്ധരിക്കുകയാണിവിടെ. അവിടെ സമത്വമുണ്ടെന്നും സാഹോദര്യമുണ്ടെന്നും പ്രജ തെറ്റിദ്ധരിക്കുന്നു.

വ്യക്തിയുടെ സൂപ്പർ ഈഗോ ചവിട്ടിതാഴ്ത്തിയ അബോധത്തിലെ ആഗ്രഹങ്ങൾ സാധിച്ചുകൊടുക്കുന്ന ഹീറോയാണ് ആൾക്കൂട്ടത്തെ സംബന്ധിച്ച് നേതാവ്. ആൾക്കൂട്ടത്തിന് എപ്പോൾ വേണമെങ്കിലും അക്രമാസക്തമാവാം. ആ അക്രമത്തിന്റെ മറവിൽ അടിച്ചമർത്തിയ ലൈംഗിക ചോദനകൾ സാക്ഷാൽക്കരിക്കുകയുമാവാം. അങ്ങനെ അബോധത്തിന്റെ ആഗ്രഹപൂർത്തീകരണത്തെ സഹായിക്കുന്ന ബിംബമായി ആൾക്കൂട്ടം നേതാവിനെ തിരിച്ചറിയുന്നു.

## ഫ്രോയ്ഡിന്റെ രീതിയും രീതിശാസ്ത്രവും

ഫ്രോയ്ഡിന്റെ അപഗ്രഥന രീതിയെ 'മനോവിശ്ലേഷണം' എന്നാണ് വിളിക്കുന്നത്. ഇത് ഒരു ചികിത്സാരീതിയാണ്. രോഗികളെ സ്വതന്ത്രമായി സംസാരിക്കാൻ അനുവദിച്ചുകൊണ്ട് അവരുടെ അവബോധം ചികഞ്ഞെടുക്കുന്ന രീതി. ഇതിലൂടെ മനോരോഗികളെ വേട്ടയാടുന്ന യഥാർത്ഥപ്രശ്നത്തിലേക്ക് ഫ്രോയ്ഡ് എത്തിച്ചേരുന്നു. ഈ അപഗ്രനഥരീതിയനുസരിച്ചാണ് അദ്ദേഹം സമൂഹത്തെയും സംസ്കാരത്തെയും പഠിച്ചത്. സമൂഹത്തിന്റെയും സംസ്കാരത്തിന്റെയും അബോധം തിരിച്ചറിയുന്നു ഫ്രോയ്ഡ് അതിലൂടെ സമൂഹത്തെയും സംസ്കാരത്തെയും വിലയിരുത്തുന്നു. മനോവിശ്ലേഷണത്തെ ആദ്യഘട്ടത്തിൽ ക്ലിനിക്കൽ ഒരുക്കി നിർത്തിയ ഫ്രോയ്ഡ് രണ്ടാം ഘട്ടത്തിൽ കൂടുതൽ വിശാലമായ സമൂഹത്തിൽ കൊണ്ടുചെന്നെത്തിക്കുന്നു. ഇവിടെ മനോവിശ്ലേഷണം സാമൂഹ്യശാസ്ത്രകാരന്മാർക്ക് പുതിയൊരു രീതിശാസ്ത്രം സംഭാവന നല്കുകയാണുണ്ടായത്.

പില്ക്കാല മാർക്സിയൻമാരാണ് ഫ്രോയ്ഡിനെ ഈ ഘട്ടത്തിൽ സാമൂഹ്യശാസ്ത്രത്തിലേക്ക് പ്രത്യേകിച്ച് ദർശനത്തിലേക്ക് അടുപ്പിക്കുന്നത്. മനഃശാസ്ത്രത്തിന് ക്ലിനിക്കിനപ്പുറം സമൂഹവുമായി ബന്ധമുണ്ടെന്ന് നാം തിരിച്ചറിയുന്നത് പില്ക്കാല മാർക്സിയൻമാരിൽ നിന്നാണ്. അങ്ങനെ ഫ്രോയ്ഡിനെ മാർക്സുമായി കൂട്ടി ഇണക്കി ഫ്രോയ്ഡോ-മാർക്സിസത്തിന് വിളനിലമാവുകയും അത് ദർശത്തിലെ ഒരു അപഗ്രഥനരീതിയായി മാറിത്തീരുകയും ചെയ്യുന്നു.

## റഫറൻസ്

1. Pamela Thurschwell/ Sigmund Freud.

# കാൾ മാർക്സ്

# മാർക്സിസത്തിന്റെ പിതാവ്

**ചി**ലപ്പോഴൊക്കെ ഗുരുനാഥനെ പരാമർശിക്കാതെ ശിഷ്യനെ പരിചയപ്പെടുത്തുന്നത് അപൂർവ്വമാകാറുണ്ട്. കാൾ മാർക്സിനെ സംബന്ധിച്ച് ഇത് സത്യമാണ്. കാൾ മാർക്സിന്റെ ഗുരുനാഥനാണ് ഹെഗൽ. ദർശനത്തിൽ ഒരു സാമ്രാജ്യംതന്നെ ഈ ഗുരുനാഥൻ പടുത്തുയർത്തിയിട്ടുണ്ട്. ദൂരെ നിന്ന് ഹെഗലിനെ ആരാധിച്ച ശിഷ്യനായിരുന്നു കാൾ മാർക്സ്. ചില ഘട്ടങ്ങളിലൊക്കെ ഗുരുനാഥന് തിരുത്തൽ വേണമെന്ന് ആഗ്രഹിക്കുന്നത് വ്യക്തിത്വമുള്ള ശിഷ്യന്റെ ലക്ഷണമാണ്. ഇവിടെ മാർക്സ് ഗുരുവിനെ തിരുത്തി തന്റെ സ്ഥാനം ദർശനത്തിലും ധനതത്ത്വശാസ്ത്രത്തിലുമായി വ്യാപിപ്പിച്ചു. ഇവിടെ ഗുരുവും ശിഷ്യനും ഒപ്പത്തിനൊപ്പം നില്ക്കുന്നു. അതുകൊണ്ടുതന്നെ ഹെഗലിനെ പരാമർശിക്കാതെ ശിഷ്യനായ മാർക്സിനെ പരിചയപ്പെടുത്താൻ സാദ്ധ്യമല്ല.

**ഹെഗൽ**

18-ാം നൂറ്റാണ്ടിന്റെ അന്ത്യത്തിൽ ജർമ്മനിയിൽ ജനിച്ച ജോർജ് വിൽഹെം ഫ്രെഡ്രിക് ഹെഗൽ ദർശനത്തിൽ തന്റേതായ വ്യക്തിമുദ്ര പതിപ്പിച്ച പ്രതിഭാശാലിയാണ്. ആശയവാദ (idealism)ത്തെ പരമോന്നതമായ അവസ്ഥയിലേക്കു നയിച്ച ഹെഗൽ 'ഹെഗലിയനിസം' എന്ന പ്രസിദ്ധമായ ചിന്താപദ്ധതിയുടെ ഉപജ്ഞാതാവുമാണ്. വൈരുദ്ധ്യാത്മകവാദം (Dialectics) എന്ന ചിന്തയ്ക്ക് ഉദയം നല്കിയതും അദ്ദേഹമാണ്.

പുർട്ടംബർഗിലുള്ള പ്രൊട്ടസ്റ്റന്റുകാരുടെ സെമിനാരിയായ ടുബിഞ്ചർ സ്റ്റിഫ്റ്റിലാണ് ഹെഗൽ ആദ്യകാല വിദ്യാഭ്യാസം നേടിയത്. പില്ക്കാലത്ത് പ്രശസ്ത ദാർശനികനായി മാറിയ ഫ്രെഡ്രിക്ക് ഷെല്ലിങ്, ഫ്രെഡ്രിക്ക് ഹോൾഡറിൻ എന്നിവരുമായി അടുത്ത സൗഹൃദം പുലർത്താൻ ഈ

സ്ഥാപനത്തിലെ വിദ്യാഭ്യാസം ഹെഗലിനെ സഹായിച്ചു. സെമിനാരിയിലെ കർക്കശമായ അന്തരീക്ഷത്തോടെ മൂവർക്കുമുള്ള അനിഷ്ടം അവരെ കൂടുതൽ അടുപ്പിച്ചു. മൂവരും അവരവരുടെ ആശയങ്ങൾ പരസ്പരം പങ്കുവെച്ചിരുന്നു. ഫ്രഞ്ച് വിപ്ലവത്തെ സംബന്ധിച്ച് പുറത്തുവന്ന വസ്തുതകൾ അവരെ ആകർഷിച്ചു. മാത്രമല്ല ഇമ്മാനുവൽ കാന്റിന്റെ ദർശനങ്ങളുമായി ബന്ധപ്പെട്ട് ഉയർന്നുവന്ന സംവാദങ്ങളിൽ മൂവരും പങ്കുചേർന്നു. നവോത്ഥാന മൂല്യങ്ങൾക്ക് ഊന്നൽ നല്കാനും സമകാലിക പ്രശ്നങ്ങളിൽ ഇടപെടാനും ഈ അവസരം ഹെഗൽ ഉപയോഗപ്പെടുത്തി.

1801 ൽ ഹെഗൽ ജെനയൂണിവേഴ്സിറ്റിയിൽ അദ്ധ്യാപകനായി ചേർന്നു. അക്കാലത്തെ പ്രഭാഷണങ്ങൾ വലിയ തോതിൽ ശ്രദ്ധ നേടിയെടുത്തു. പിന്നീട് അദ്ദേഹം പ്രൊഫസർ എന്ന നിലയിലേക്ക് ഉയർത്തപ്പെട്ടു. 1806 ൽ നെപ്പോളിയൻ പ്രഷ്യ ആക്രമിച്ചതിനെത്തുടർന്ന് ജെന യൂണിവേഴ്സിറ്റി അടച്ചുപൂട്ടി. തുടർന്ന് ഹെഗൽ കുറേക്കാലം പത്രപ്രവർത്തകനായി ജോലി നോക്കി. 1811 ൽ അദ്ദേഹം മേരിവോൺ താച്ചറിനെ വിവാഹം കഴിച്ചു. *The science of logic* എന്ന കൃതിയുടെ പ്രകാശനത്തെ തുടർന്ന് 1816 ൽ ഹെയ്ഡൽ ബർഗ്ഗ് യൂണിവേഴ്സിറ്റിയിൽ ജോലിയിൽ പ്രവേശിച്ചു. തന്റെ വിദ്യാർത്ഥികൾക്കായി തയ്യാറാക്കിയ കുറിപ്പുകൾ *The Encyclopedia of the philosophical sentences in outline* എന്ന പേരിൽ പ്രസിദ്ധീകരിച്ചു. 1818 ൽ അദ്ദേഹം ബർലിൻ സർവ്വകലാശാലയിൽ തത്ത്വശാസ്ത്ര വിഭാഗം പ്രൊഫസറായി. 1830 ൽ ഫ്രെഡ്രിക് വില്യം III പ്രഷ്യയുടെ പ്രസക്തിക്കുവേണ്ടി ബർലിൻ നടത്തിയ സംഭാവനകൾ കണക്കിലെടുത്ത് ഹെഗൽ സർവ്വകലാശാലയുടെ റെക്ടറായി ഹെഗലിനെ നിയമിച്ചു. 1831 ൽ ബർലിനിൽ കോളറ പടർന്നുപിടിച്ചതിനെത്തുടർന്ന് ഹെഗൽ അവിടം വിട്ടു. എന്നാൽ, അദ്ദേഹം തിരിച്ചെത്തിയത് രോഗബാധിതനായിട്ടാണ്. അധികം താമസിയാതെ 1831 നവംബർ 14 ന് അറുപത്തിയൊന്നാം വയസ്സിൽ അദ്ദേഹം അന്തരിച്ചു.

ഹെഗലിന്റെ ഏറ്റവും പ്രധാനപ്പെട്ട കൃതിയാണ് *Phenomenology of spirit അഥവാ phenomenology of mind.* ഇത് ചലനാത്മകത പ്രതിപാദിക്കുന്ന പുസ്തകമാണ്. ഈ കൃതിയെ രണ്ടു രീതിയിൽ വിശദീകരിക്കാം. 1. വ്യക്തിയുടെ അന്തർബോധത്തിന്റെ വികാസം (അനുഭവജ്ഞാനവും തത്ത്വജ്ഞാനവും തമ്മിലുള്ള ബന്ധത്തെയാണ് ഇത് പരാമർശിക്കുന്നത്) 2. മാനസിക ചരിത്രത്തിന്റെ വികാസം (പ്രാചീന ഗ്രീക്ക് മുതൽ ഹെഗലിന്റെ കാലം വരെയുള്ള തത്ത്വജ്ഞാനചരിത്രം ഇത് വിശദീകരിക്കുന്നു). അതുകൊണ്ടുതന്നെ തത്ത്വശാസ്ത്രത്തിലൂടെ നടത്തുന്ന ഒരു യാത്രാവിവരണ ഗ്രന്ഥമാണ് ഈ കൃതിയെന്നു പറയാം. അന്തർബോധം ചരിത്രത്തിലൂടെ സ്വാവബോധത്തിലേക്ക് എങ്ങനെ പ്രയാണം ചെയ്യുന്നു എന്നതിന്റെ വർണ്ണനകൂടിയാണ് ഈ കൃതി.

തത്ത്വചിന്തയെ ചരിത്രവുമായി ബന്ധിപ്പിച്ചത് ഹെഗലാണ്. ആ ചരിത്രമാവട്ടെ മാറ്റങ്ങൾക്കും ചലനങ്ങൾക്കും വിധേയമാണ്. ഇതിലൂടെ

മാത്രം നിഷ്ക്രിയമാണെന്ന വാദത്തെ തള്ളിക്കളയുകയാണ് ഹെഗൽ ചെയ്യുന്നത്. കുറച്ചുകൂടി വ്യക്തമാക്കിയാൽ, തത്ത്വചിന്തയുടെ അടിത്തറ ചരിത്രമാണെന്ന വിലയിരുത്തലാണ് ഹെഗലിനുള്ളത്. തത്ത്വശാസ്ത്രത്തിൽ ചരിത്രത്തിന്റെ പങ്ക് ഇത്രത്തോളം ശക്തമായി അവതരിപ്പിച്ച ദാർശനികൻ വേറെയില്ല. കാൾ മാർക്സ് ഹെഗലിന്റെ പിൻഗാമിയാകുന്നതിന് ഇത് ഒരു കാരണമായി ഭവിച്ചു.

ഇനി ഹെഗലിന്റെ സംഭാവനകളെക്കുറിച്ചുള്ള വിവരണമാണ്.

## വ്യക്തി എങ്ങനെ അറിവ് നേടണം?

ആത്മവികാസത്തിന് വ്യക്തികൾ ഒരുമിച്ച് (പരസ്പരം) ജീവിക്കണമെന്ന് ഹെഗൽ പറയുന്നു. അങ്ങനെ നമുക്ക് നമ്മുടെ വികാസത്തെ സ്വാംശീകരിക്കാൻ കഴിയും. വ്യക്തിയുടെ യാഥാർത്ഥ്യം വ്യക്തിത്വത്തിലേക്കുള്ള വഴി സ്വയം അവനെത്തന്നെ കണ്ടെത്തുകയാണെന്ന് ഗോയ്ഥേ പറയുന്നു. പക്ഷേ, ഹെഗലിന്റെ വീക്ഷണത്തിൽ വ്യക്തി അവനെ കണ്ടെത്തേണ്ടത് പ്രാഥമികമായി ചരിത്ര വിമർശന പുനരാലോചനകളിലൂടെയായിരിക്കണം.

അറിവിന്റെ വിവിധ രൂപങ്ങൾ വികസിക്കുന്നത് വിമർശന പദ്ധതിയിലൂടെയാണ്. ഹെഗലിനെ സംബന്ധിച്ചിടത്തോളം അറിവിന്റെ രൂപം തകരുന്നത് എങ്ങനെയാണെന്നും അത് മറ്റൊന്നിലേക്ക് വികസിക്കുന്നത് എങ്ങനെയാണെന്നും അറിയാനുള്ള പ്രാപ്തി വ്യക്തിയുടെ വിമർശന ബുദ്ധിക്കുണ്ടാവണം. വ്യക്തിയുടെ അന്തർബോധത്തിൽ സംഘർഷം ഉടലെടുക്കുമ്പോഴേ വിമർശനബുദ്ധിയുണ്ടാവുന്നുള്ളൂ. അതോടെ വ്യക്തിക്ക് മനസ്സിന്റെ നിഷ്ക്രിയത ഇല്ലാതാവുകയും 'നിഷേധത്തിന്റെ ശക്തി' (The force of negativity) വ്യക്തിയിൽ ഉടലെടുക്കുകയും ചെയ്യുന്നു. ഈ നിഷേധാത്മകതയെ 'വൈരുദ്ധ്യാത്മക സംഘർഷം' (dialectical tension) എന്ന് ഹെഗൽ വിളിക്കുന്നു.

## വൈരുദ്ധ്യാത്മകതയും സമഗ്രതയും

ഹെഗലിന്റെ വീക്ഷണത്തിൽ ചരിത്രം ഒറ്റപ്പെട്ട സംഭവങ്ങളുടെ കൂട്ടമല്ല. മറിച്ച്, അത് പുനരാലോചനകളുടെ സ്വാതന്ത്ര്യ പ്രഖ്യാപനമാണ്. ഈ പുനരാലോചനയിലൂടെ മാനവിയൻ പര്യാപ്തമായ ഒരു ചട്ടക്കൂടിലേക്ക് നയിക്കപ്പെടുന്നു. അതുകൊണ്ടുതന്നെ ഹെഗലിനെ സംബന്ധിച്ചിടത്തോളം ചരിത്രമെന്നാൽ സ്വയം ഉൾക്കാഴ്ചയിലേക്കുള്ള (self-insight) പ്രാഥമികവും പര്യാപ്തവുമായ മാർഗ്ഗമാണ്.

ഹെഗലിനെ സംബന്ധിച്ച് ചരിത്രമെന്നത് ബാഹ്യമായ ഒന്നല്ല. ചരിത്രപദ്ധതിയുടെ ആത്മപുരോഗതിക്കുള്ളിലാണ് (self-development) നാം ചിന്തിക്കുകയും പ്രവർത്തിക്കുകയും ചെയ്യുന്നത്.

ഹെഗലിന്റെ അപഗ്രഥനത്തിൽ ലോകത്തെക്കുറിച്ച് നാം സ്വാംശീക

രിക്കുന്ന വീക്ഷണങ്ങൾ ആത്യന്തിക ജ്ഞാനത്തിലേക്കുള്ള പ്രാരംഭപടിയാണ്. ഈ ആരംഭത്തിൽനിന്ന് നാം മറ്റൊരു വീക്ഷണത്തിന്റെ പാതയിലേക്ക് നയിക്കപ്പെടുന്നു. ഹെഗലിയൻ പദ്ധതിയുടെ ആദ്യഘട്ടം ഒരു ആശയത്തിന്റെ അപഗ്രഥനമാണ്. രണ്ടാമത്തെ ഘട്ടത്തിൽ അത് ചരിത്ര പദ്ധതിയിലൂടെ ആത്മ പുരോഗതിയിലെത്തുന്നു. മൂന്നാമത്തെ സ്ഥിതി മുൻപ് പറഞ്ഞ രണ്ട് ഘട്ടങ്ങളുടെയും സങ്കലിത അവസ്ഥയാണ്. അതുകൊണ്ടുതന്നെ മുൻഘട്ടങ്ങളെ അപഗ്രഥനത്തിനു വിധേയമാക്കുകയാണ് ഈ സങ്കലനത്തിൽ നാം ചെയ്യുന്നത്.

അതുകൊണ്ടുതന്നെ ചരിത്രപദ്ധതിയെയും അതിന്റെ പുനരാലോചനകളെയും ചേർത്ത് ഹെഗൽ അവയെ ഒരു നിയമത്തിൽ ബന്ധിക്കുന്നു. ഇതിനെ 'വൈരുദ്ധ്യാത്മകത' (Dialectics) എന്നു വിളിക്കുന്നു. പാഠപുസ്തകങ്ങൾ പലപ്പോഴും ഹെഗലിന്റെ വൈരുദ്ധ്യാത്മക സിദ്ധാന്തത്തെ പഠിപ്പിക്കുന്നത് അഭിപ്രായം (thesis) എങ്ങനെ നിരാകരണമായി (anti thesis) മാറുന്നുവെന്നും അത് പിന്നീട് സങ്കലനത്തിലേക്ക് (synthesis) രൂപാന്തരപ്പെടുന്നുവെന്നും പിന്നീട് വീണ്ടും നിരാകരണത്തിലേക്ക് വളരുകയും അങ്ങനെ അങ്ങനെ ആ പട്ടിക നീണ്ട് അവസാനം ആത്യന്തിക ജ്ഞാനത്തിലെത്തിച്ചേരുകയും ചെയ്യുന്നുവെന്നാണ്. (ചിത്രം കാണുക)

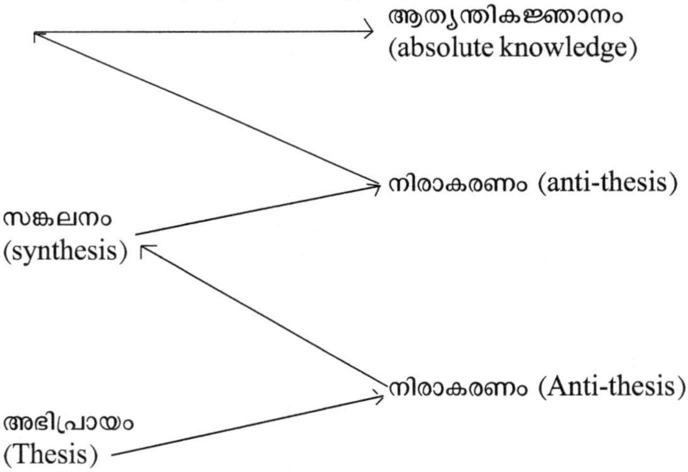


ഈ ചിത്രം താഴേ നിന്ന് മുകളിലേക്കു വേണം നോക്കി കാണാൻ.

## യജമാനനും അടിമയും - അംഗീകാരത്തിനും സാമൂഹ്യ തിരിച്ചറിവിനും വേണ്ടിയുള്ള സമരം

ഹെഗലിന് ചരിത്രപരിണാമം സൈദ്ധാന്തികമായ ഒരു വസ്തുതയല്ല. മറിച്ച്, അവയുടെ സ്ഥാനം നമ്മുടെ തലച്ചോറിലാണ്. ഹെഗൽ യജമാനനെയും അടിമയെയും സൈദ്ധാന്തികമായി വിലയിരുത്തുമ്പോൾ

ആത്മവികാസത്തിന്റെ (self development) ചരിത്രപരതയിലേക്ക് അത് നമ്മെ കൊണ്ടു ചെന്നെത്തിക്കുന്നു. ഹെഗലിനെ സംബന്ധിച്ച് രണ്ട് വ്യക്തികൾ തമ്മിൽ മുഖാമുഖം സന്ധിക്കുമ്പോൾ അവരിൽ സംഘർഷം ഉടലെടുക്കുകയും ഓരോരുത്തരും താനാണ് ആ സന്ദർഭത്തിന്റെ യജമാനനെന്ന് മറ്റേയാളെക്കൊണ്ട് അംഗീകരിച്ചുകിട്ടാൻ ആഗ്രഹിക്കുകയും ചെയ്യുന്നു. പരസ്പരമുള്ള ഈ ബന്ധം സാമൂഹ്യമായ ഒരു തിരിച്ചറിവു തന്നെയാണ്. തിരിച്ചറിവിനുവേണ്ടിയുള്ള ഈ സമരത്തിൽ ഒരാൾ മറ്റൊരാളുടെ മുന്നിൽ കീഴടങ്ങുന്നു. അങ്ങനെ ഈ ബന്ധത്തിൽ ഒരുവൻ ശ്രേഷ്ഠനും (യജമാനൻ), മറ്റേയാൾ നിമ്നനും (അടിമ) ആകുന്നു. അങ്ങനെ വരുമ്പോൾ യജമാനൻ തനിക്കുവേണ്ടി പ്രവർത്തിക്കാൻ അടിമയെ പ്രേരിപ്പിക്കുന്നു.

പ്രപഞ്ചത്തിൽ കൃഷിചെയ്യുന്ന മനുഷ്യനെ അവൻ ഏർപ്പെടുന്ന കാർഷിക വൃത്തി സംസ്കാരമുള്ള ഒരു പ്രകൃതത്തിലേക്ക് നയിക്കുന്നുവെന്ന് അദ്ദേഹം നിരീക്ഷിച്ചു. അടിമ നിലം ഉഴുമ്പോൾ ഭൗതികമിച്ചം അവൻ സൃഷ്ടിക്കുന്നു. ഈ മിച്ചം കൃഷി മെച്ചപ്പെടുത്തുവാനുള്ള ഉപകരണങ്ങൾ നിർമ്മിക്കാനും കൃഷിയെ പരിപോഷിപ്പിക്കുവാനും അവൻ (മനുഷ്യൻ) ഉപയോഗപ്പെടുത്തുന്നു. യജമാനൻ അതിന് രാസത്വരകമായി വർത്തിക്കുന്നു.

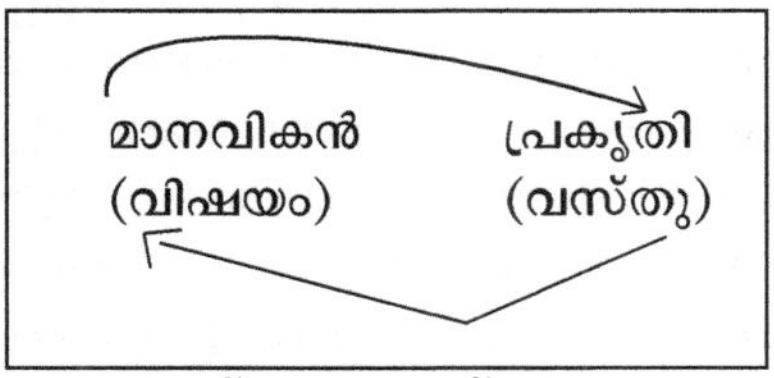


പരസ്പര സംസ്കരണം

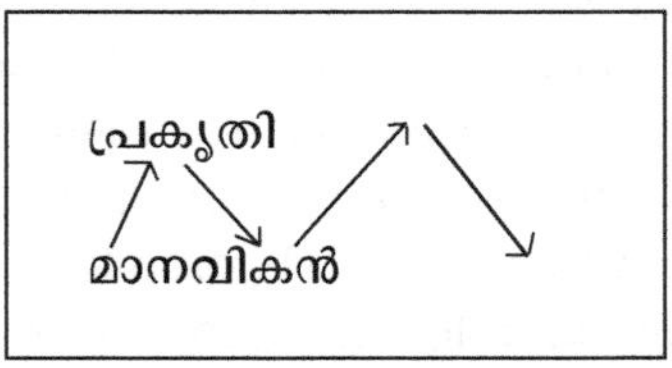


പരസ്പര രൂപാന്തരീകരണം

ഹെഗലിന്റെ യജമാനൻ-അടിമ ബന്ധം തീർത്തും ചലനാത്മകവും പരസ്പരാശ്രിതവുമാണ്. യജമാൻ യജമാനൻ ആകുന്നത് അടിമ അതിനെ അംഗീകരിക്കുന്നതുകൊണ്ടും യജമാനൻ അതിന് സമ്മതം മൂളുന്നതും കൊണ്ടാണ്. അതുപോലെ അടിമ അടിമയാകുന്നത് യജമാനൻ അടിമയെ അതായി അടയാളപ്പെടുത്തുന്നതുകൊണ്ടും അടിമ അതിന് സമ്മതം മൂളുന്നതുംകൊണ്ടാണ്. വെളുത്തവൻ കറുത്തവനെ അധമനാക്കുന്നതും, കറുത്തവൻ വെളുത്തവനെ ബഹുമാനിക്കുന്നതും ഇതേ മാനദണ്ഡത്തിലാണ്. അധമത്വം കറുത്തവന്റെ സ്വഭാവത്തിന്റെ ഭാഗമാണെന്ന് വിലയിരുത്തുന്നത് വെളുത്തവനാണ്. അത് കറുത്തവൻ അംഗീകരിക്കുന്നു. അതുകൊണ്ട് കറുത്തവൻ ഈ നിർവ്വചനത്തെ അംഗീകരിക്കുന്നു - "the black person's nature is interior."

## കുടുംബം, പൗരസമൂഹം, ഭരണകൂടം

ഹെഗൽ ആരംഭിക്കുന്നത് കുടുംബത്തിൽ നിന്നാണ്. അവിടെയാണ്

വ്യക്തി സമൂഹത്തിന്റെ ഭാഗമെന്ന നിലയിൽ തന്റെ പ്രവർത്തനം ആരംഭിക്കുന്നതും തന്റെ വ്യക്തിബോധത്തെ തിരിച്ചറിയുന്നതും മറ്റൊരു ഭാഷയിൽ വ്യക്തി സമൂഹത്തിലേക്കും പാരമ്പര്യത്തിലേക്കും നയിക്കപ്പെടുന്നു. ഹെഗലിനെ സംബന്ധിച്ച് ആധുനികതയുടെ ഏറ്റവും സങ്കീർണ്ണമായ പ്രശ്നം വ്യക്തിയെയും സമൂഹത്തെയും കൂട്ടിയോജിപ്പിക്കുകയെന്നുള്ളതാണ്.

ആധുനിക കുടുംബം പുരുഷന്റെയും സ്ത്രീയുടെയും പരസ്പരം സ്നേഹത്തെ ആധാരമാക്കിയത് നിലകൊള്ളുന്നത്. സ്നേഹത്തിൽക്കൂടി അവർ അവരെ തിരിച്ചറിയുന്നു. ഇവിടെ ഓരോ വ്യക്തിയും തിരിച്ചറിയുന്നത് അപരിചിതനിൽ നിന്നാണ്. അപരിചിതന്റെ മൂല്യബോധത്തിൽനിന്ന് വ്യക്തി സ്വയം തിരിച്ചറിവ് നേടുന്നു. വിവാഹം എന്നാൽ ഒരേസമയം രണ്ട് വ്യക്തികൾ തമ്മിലുള്ള സ്നേഹവും അതിന്റെ സമ്പ്രദായവുമാണ്. അങ്ങനെ പുരുഷനും സ്ത്രീയും തമ്മിലുള്ള വിവാഹം. സാമൂഹ്യമായ തിരിച്ചറിവും വ്യക്തികൾ തമ്മിലുള്ള പ്രണയത്തിന്റെ സാക്ഷാൽക്കാരമാകുന്നു.

കുടുംബത്തെ സാമൂഹ്യ നിർമ്മിതിയുടെ പ്രാഥമിക ഘടകമായി കാണാനാണ് ഹെഗലിന് താല്പര്യം. ഹെഗലിന് കുടുംബം എന്നാൽ ഒരേസമയം സമൂഹവും മനഃശാസ്ത്രപരവുമായ ഒരു ആവശ്യകതയാണ്.

മുതലാളിത്ത ഘടന സംഘർഷവും അസ്ഥിരതയും അവശേഷിപ്പിക്കുന്നതായി ഹെഗൽ കരുതി. ഹെഗലിനെ സംബന്ധിച്ച് ഭരണകൂടം എന്നാൽ മദ്ധ്യവർത്തി സംഘടനയുടെ ഇടപെടലും അവ തമ്മിലുള്ള പരസ്പരാശ്രിതത്വവും സ്ഥാപനങ്ങളും വർഗ്ഗങ്ങളുമാണ്. പക്ഷേ, മുതലാളിത്തത്തിന് ഒരു വിപ്ലവത്തിലൂടെ സ്ഥാനഭ്രംശം വരുമെന്ന് അദ്ദേഹം കരുതിയിരുന്നില്ല. അദ്ദേഹത്തിന്റെ വീക്ഷണം ചരിത്രത്തിന്റെ രൂപാന്തരീകരണവും തിരയിളക്കവും അവയെ നിർവ്വീര്യമാക്കുമെന്നായിരുന്നു. എന്നാൽ ഹെഗലിന്റെ ശിഷ്യനായ കാൾ മാർക്സ് പില്ക്കാല ഹെഗലിയനിസത്തെ പുനർവായിക്കുകയും കമ്യൂണിസത്തിന് അടിത്തറ പാകുകയും ചെയ്തുകൊണ്ട് വിപ്ലവത്തിലൂടെ മുതലാളിത്തത്തെ മറികടക്കാം എന്ന് തെളിയിച്ചു. അതുകൊണ്ടുതന്നെ മാർക്സിസത്തെ സൂക്ഷ്മബുദ്ധിയോടെ പഠിക്കുന്ന വിദ്യാർത്ഥിക്ക് ഹെഗലിന്റെ തത്ത്വചിന്തകൾ ഒഴിച്ചുകൂടാൻ വയ്യാത്ത പാഠ്യവിഷയമായി മാറുന്നു.

## II

### കാൾ മാർക്സ്

19-ാം നൂറ്റാണ്ടിന്റെ അന്ത്യംവരെ നിലനിന്നിരുന്ന ഒരു ചെറു യൂറോപ്യൻ രാജ്യമാണ് 'പ്രഷ്യ'. അതിന്റെ ഭാഗമായ 'റൈൻലാൻഡി' ലെ 'ത്രിയർ' എന്ന ചെറു പട്ടണത്തിലാണ് കാൾ മാർക്സിന്റെ ജനനം. 1808

മെയ് 5 ന്. അനേകം ചെറു രാജ്യങ്ങളിലായി വിഭജിക്കപ്പെട്ടിരുന്ന ജർമ്മനിയിലെ പ്രമുഖ ദേശമായിരുന്നു പ്രഷ്യ. വിപ്ലവാനന്തര ഫ്രാൻസിന്റെ ഭരണത്തിലായിരുന്നു കുറേക്കാലം റൈൻലാൻഡ്. അതിനാൽ പ്രഷ്യയിലെ മറ്റ് ഭാഗങ്ങളേക്കാൾ വ്യാപാരവും വ്യവസായവും അവിടെ വികാസം പ്രാപിച്ചിരുന്നു. ജനാധിപത്യം ഉൾപ്പെടെയുള്ള പുരോഗമന ചിന്താഗതികളും റൈൻലാൻഡിലെ ജനങ്ങളെ സ്വാധീനിച്ചിരുന്നു. അതിനാൽ വളരെ കരുതലോടെയാണ് പ്രഷ്യൻ രാജാവ് അവിടത്തെ ജനങ്ങളെ നോക്കിക്കണ്ടത്.

പ്രശസ്ത അഭിഭാഷകനും അഭിഭാഷക സംഘടനയുടെ നേതാവും ആയിരുന്ന 'ഹെൻറിച്ച് മാർക്സ്' ആണ് കാളിന്റെ അച്ഛൻ. നാട്ടുകാരുടെ ആദരപാത്രം. തത്ത്വചിന്തയിലും സാഹിത്യത്തിലും അതിയായ താല്പര്യമായിരുന്നു ഹെൻറിച്ചിന്. ഫ്രഞ്ച് വിപ്ലവാചാര്യന്മാരായിരുന്ന വോൾട്ടയറും റൂസോയുമാണ് ആരാധനാമൂർത്തികൾ. ജനാധിപത്യ വിശ്വാസിയായിരുന്നു ഹെൻറിച്ച്. അതിൽ കവിഞ്ഞ വിപ്ലവകരമായ രാഷ്ട്രീയ ദർശനങ്ങളൊന്നും അദ്ദേഹത്തിനില്ല. എങ്കിലും പ്രഷ്യയിലെ യാഥാസ്ഥിതിക ഭരണകൂടത്തിന്റെ നോട്ടപ്പുള്ളിയാകാൻ ഇത്രയൊക്കെ ധാരാളം മതിയായിരുന്നു.

17-ാം വയസ്സിൽ സ്കൂൾ വിദ്യാഭ്യാസം പൂർത്തിയാക്കിയ കാൾ ഉന്നതവിദ്യാഭ്യാസത്തിന് തെരഞ്ഞെടുത്തത് ബേൺ സർവ്വകലാശാലയാണ്. അച്ഛന്റെ ആഗ്രഹപ്രകാരം അദ്ദേഹം നിയമം പഠനവിഷയമാക്കി. എന്നാൽ ഒരുവർഷം മാത്രമേ ആ സർവ്വകലാശാലയിൽ പഠിച്ചുള്ളൂ. വിജ്ഞാനത്തിന് വിഖ്യാതമായ ബർലിൻ സർവ്വകലാശാലയിലാണ് തുടർന്നുള്ള വിദ്യാഭ്യാസം. ഇതിനിടെ മാർക്സ് ജന്നിയുമായി പ്രണയത്തിലായി.

ലോക പ്രശസ്ത ദാർശനികനായ ഫ്രെഡ്രിക്ക് ഹെഗൽ ബർലിൻ സർവ്വകലാശാലയിലെ അദ്ധ്യാപകനായിരുന്നു. എന്നാൽ മാർക്സ് അവിടെ ചേരുന്നതിനു മുമ്പേ അദ്ദേഹം ജോലിയിൽനിന്ന് വിരമിച്ചിരുന്നു. എങ്കിലും ഹെഗലിന്റെ ശിഷ്യന്മാരായിരുന്നു അവിടുത്തെ അദ്ധ്യാപകരിൽ പലരും. അങ്ങനെ ഹെഗലിന്റെ തത്ത്വചിന്തകരിൽ കാളും ആകൃഷ്ടനായി. അദ്ദേഹം നിയമപഠനം മതിയാക്കി. അച്ഛൻ മകനെ ഒരു അഭിഭാഷകനായി കാണാനാണല്ലോ ആഗ്രഹിച്ചിരുന്നത്. എങ്കിലും പുത്രവാത്സല്യവും മകന്റെ പാത തെറ്റാവില്ലെന്ന ധാരണയും അവന്റെ കഴിലുള്ള വിശ്വാസവും നിമിത്തം ഹെൻറിച്ച് തത്ത്വശാസ്ത്രപഠനത്തിന് അനുമതി നല്കി.

താൻ വളർന്ന സാഹചര്യത്തിന്റെ സ്വാധീന ഫലമായി മാർക്സ് ആശയവാദി(idealist)യായിത്തീർന്നു. എന്നാൽ എന്തിനെയും ബുദ്ധിയുടെയും യുക്തിയുടെയും ഉരകല്ലിലിട്ട് തേച്ചു മിനുക്കിയിട്ടേ അദ്ദേഹം സ്വീകരിക്കുമായിരുന്നുള്ളൂ. അങ്ങനെ നോക്കുമ്പോൾ ഒരിക്കൽ ശരിയാണെന്ന് തോന്നിയത് തെറ്റാണെന്ന് ബോദ്ധ്യമായാൽ തന്റെ തെറ്റ് ഏറ്റു പറയാനും

തിരുത്താനും അദ്ദേഹത്തിന് മടിയില്ലായിരുന്നു. അഭിമാനബോധം അതിന് ഒരിക്കലും തടസ്സമാകാറില്ല. മഹത്തായ ആ ജീവിതം മുഴുവൻ വ്യാപിച്ചു നില്ക്കുന്നതാണ് ഈ സത്യാന്വേഷണ തല്പരതയും തെറ്റുതിരുത്തലും. അങ്ങനെ യുക്തിപൂർവ്വം ചിന്തിച്ച കാളിന് ആശയവാദത്തിന്റെ (idealism) പൊള്ളത്തരം മനസ്സിലായി. അതോടെ അദ്ദേഹം ഉറച്ച ഭൗതികവാദിയായി. ഫോയർബാഗിന്റെ *ക്രിസ്തുമതത്തിന്റെ സാരം* എന്ന ഗ്രന്ഥം പഠനവിധേയമാക്കിയതോടെ ഭൗതികവാദം മാർക്സിൽ ആഴത്തിൽ വേരൂന്നി.

മാർക്സിന്റെ ഗവേഷണവിഷയം പ്രശസ്ത യവന ചിന്തകരായിരുന്ന എപ്പിക്യൂറസിന്റെയും ഡയോക്രറ്റസിന്റെയും ചിന്തകളുടെ താരതമ്യപഠനമായിരുന്നു. ഭൗതികവാദികളായിരുന്നു ഇവർ രണ്ടുപേരും. അവരുടെ ചിന്താഗതികളോട് അദ്ദേഹം യോജിച്ചു. യേന സർവ്വകലാശാലയിലാണ് മാർക്സ് ഗവേഷണ പ്രബന്ധം സമർപ്പിച്ചത്.

"പാണ്ഡിത്യത്തോടൊപ്പം കുശാഗ്രബുദ്ധിയും ഉൾക്കാഴ്ചയുമുള്ള പ്രബന്ധം" എന്നാണ് പരിശോധകന്മാർ അതിനെ വിലയിരുത്തിയത്. കൂടുതൽ പരീക്ഷകൾക്ക് വിധേയമാക്കാതെ മാർക്സിന് ഡോക്ടറേറ്റ് നല്കി. അന്ന് അദ്ദേഹത്തിന് 23 വയസ്സായിരുന്നു പ്രായം എന്ന് ഓർക്കണം.

പാരീസിൽ വച്ചാണ് മാർക്സ് എംഗൽസിനെ കാണുന്നത്. അതിനു മുമ്പ് തന്നെ അവർ കത്തുകൾ മുഖേന സൗഹൃദം പങ്കിട്ടിരുന്നു. മാർക്സ് തന്റെ ചിന്താഗതികൾക്ക് ഏറ്റവും അനുയോജ്യനായ ഒരു സഹപ്രവർത്തകനെ എംഗൽസിൽ കണ്ടെത്തി. എംഗൽസ് ആകട്ടെ തൊഴിലാളിവർഗ്ഗത്തിന്റെ മോചനത്തിന് വഴിയൊരുക്കാൻ കരുത്തുള്ള ഒരു വിപ്ലവകാരിയായി മാർക്സിനെ കണ്ടു. അവർ രണ്ടുപേരുടെയും നാലു ദശാബ്ദക്കാലത്തെ കൂട്ടായ പ്രവർത്തനമാണ് തൊഴിലാളിവർഗ്ഗത്തിന്റെ ഭാവിഭാഗധേയത്തിന് വഴിയൊരുക്കിയത്. മാർക്സിന്റെ ജീവിതാന്ത്യംവരെ നീണ്ടുനിന്ന ഈ സൗഹൃദബന്ധത്തിന് സമാനമായ ഒന്ന് ചരിത്രത്തിന്റെ ഏടുകളിൽ കാണാനാവില്ല.

മാർക്സും എംഗൽസും സഹപ്രവർത്തകരും ചേർന്ന് അക്കാലത്ത് രൂപം നല്കിയ സംഘമാണ് 'കമ്യൂണിസ്റ്റ് പ്രചാര സമിതി.' യൂറോപ്പിലെങ്ങുമുള്ള സമാന ചിന്താഗതിക്കാരെ യോജിപ്പിക്കുക, തൊഴിലാളികൾക്ക് ആശയ ഐക്യം ഉണ്ടാക്കുക, ശാസ്ത്രീയ സോഷ്യലിസത്തെക്കുറിച്ച് ചർച്ചയും പഠനവും വിമർശനവും നടത്തുക- എന്നിവയൊക്കെയായിരുന്നു അതിന്റെ ലക്ഷ്യങ്ങൾ.

മാർക്സ് നേരത്തെ ബന്ധപ്പെട്ടിരുന്ന 'നീതി സംഘ'ത്തിന് പല യൂറോപ്യൻ രാജ്യങ്ങളിലും ശാഖകൾ ഉണ്ടായിരുന്നു. എല്ലാ ശാഖകളുടെയും സംയുക്ത യോഗം 1847 ൽ ലണ്ടനിൽ ചേർന്നു. ആ സമ്മേളനം 'നീതിസംഘ'ത്തിന്റെ പേര് 'കമ്യൂണിസ്റ്റ് ലീഗ്' എന്നാക്കി മാറ്റി.

'കമ്യൂണിസ്റ്റ് ലീഗി'ന്റെ നിയമാവലിയും ഭരണഘടനയും എഴുതി

തയ്യാറാക്കിയത് മാർക്സ് ആയിരുന്നു. എങ്കിലും സാമ്പത്തിക ക്ലേശം നിമിത്തം ലണ്ടൻ സമ്മേളനത്തിൽ പങ്കെടുക്കാൻ അദ്ദേഹത്തിനു കഴിഞ്ഞില്ല. യോഗത്തിൽ സംബന്ധിച്ച എംഗൽസ് മാർക്സിന്റെ ആശയങ്ങൾ വിദഗ്ദ്ധമായി അവതരിപ്പിക്കുകയും പൊതുയോഗത്തിന്റെ അംഗീകാരം നേടിയെടുക്കുകയും ചെയ്തു. മുതലാളിത്ത വ്യവസ്ഥയെ തകർക്കുക, സ്വകാര്യ സ്വത്തുടമാ സമ്പ്രദായം അവസാനിപ്പിക്കുക, തൊഴിലാളിവർഗ്ഗ ഭരണം സ്ഥാപിക്കുക, തൊഴിലാളി-മുതലാളി വർഗ്ഗങ്ങളെ ഇല്ലാതാക്കി കമ്യൂണിസ്റ്റ് സമൂഹം പടുത്തുയർത്തുക എന്നിവയായിരുന്നു. ലീഗിന്റെ ലക്ഷ്യങ്ങൾ, സംഘടനയ്ക്ക് പ്രകടന പത്രിക തയ്യാറാക്കാൻ മാർക്സിനെയും എംഗൽസിനെയും സമ്മേളനം ചുമതലപ്പെടുത്തി. സമ്മേളനത്തിൽ മാർക്സും എംഗൽസും ചർച്ചയ്ക്ക് അവതരിപ്പിച്ചു 'കമ്യൂണിസ്റ്റ് മാനിഫെസ്റ്റോ' യോഗം അംഗീകരിക്കുകയും 1848 ഫെബ്രുവരിയിൽ അത് പ്രസിദ്ധീകരിക്കുകയും ചെയ്തു. അതാണ് ലോകപ്രശസ്തമായ *കമ്യൂണിസ്റ്റ് മാനിഫെസ്റ്റോ*

1864 ൽ 'The international working men's Association' രൂപീകൃതമായി. ആ സംഘടനയുടെ ബുദ്ധികേന്ദ്രം മാർക്സ് ആയിരുന്നു. ഒന്നാം ഇന്റർനാഷണൽ എന്ന് അറിയപ്പെടുന്ന ഈ സമ്മേളനത്തിൽ ലോകത്തിന്റെ നാനാഭാഗങ്ങളിൽനിന്നുള്ള തൊഴിലാളി നേതാക്കൾ പങ്കെടുത്തു. നിരവധി പോരാട്ടങ്ങൾക്കും ആശയസമരങ്ങൾക്കുമിടയിൽ അദ്ദേഹം തന്റെ പ്രസിദ്ധങ്ങളായ പുസ്തകങ്ങൾ എഴുതിത്തീർത്തു. *Economic and philosophical manuscripts (1844-45), The Gernman ideology (1845-46), A contribution to the critique of political Economy (1859), Thus capital (1867)* എന്നിവയായിരുന്നു അവ. 65-ാം വയസ്സിൽ തന്റെ സംഭാവനകൾ വരുംതലമുറയ്ക്ക് സമർപ്പിച്ചുകൊണ്ട് അദ്ദേഹം കാലയവനികയിലേക്ക് നടന്നു നീങ്ങി.

## വൈരുദ്ധ്യാത്മകതയും അന്യവല്ക്കരണവും

മാർക്സിന്റെ ശാസ്ത്രീയ പരിശ്രമങ്ങൾ തീർത്തും തത്ത്വചിന്താപരമല്ല. മറിച്ച്, അവ ചരിത്രത്തെയും സാമൂഹ്യശാസ്ത്രത്തെയും തത്ത്വചിന്തയെയും ഒരുമിച്ച് സംബോധന ചെയ്യുന്നു. ഹെഗലിനെ സംബന്ധിച്ച് ലോകത്തിന്റെ വികാസത്തിന് ചിന്തയും ആശയങ്ങളും അടിസ്ഥാനഘടകങ്ങളായി വർത്തിക്കുന്നു. മാർക്സ്, ഇതിന് മാറ്റം വരുത്തി. അദ്ദേഹത്തെ സംബന്ധിച്ച്, ലോകത്തിന്റെ വികാസത്തിന് അടിസ്ഥാനമേകുന്നത് ഭൗതികജീവിതമാണ്.

ഹെഗൽ ചരിത്രത്തിന് ഭൗതികവും സാംസ്കാരികവും ബൗദ്ധികവുമായ മാനം നല്കി. ഇത് വൈരുദ്ധ്യാത്മകവാദത്തിന്റെ പിൻബലത്തിലായിരുന്നു. മാർക്സ് ആശയവാദത്തെ തന്റെ പദ്ധതിയിൽനിന്ന് ഉപേക്ഷിക്കുകയും 'വൈരുദ്ധ്യാത്മക ഭൗതികവാദം' എന്ന പുതിയ സരണിക്ക്

തുടക്കമിടുകയും ചെയ്തു. മറ്റൊരർത്ഥത്തിൽ ഹെഗലും മാർക്സും വൈരുദ്ധ്യാത്മക വാദികളാണ്. പക്ഷേ, ഹെഗൽ അതിനെ താത്ത്വികമായി സമീപിക്കുമ്പോൾ മാർക്സ് അതിന് സാമ്പത്തിക-ഭൗതികമാനം നല്കുകയാണുണ്ടായത്. ഇത് മനസ്സിലാക്കാൻ വായനക്കാരൻ ഹെഗലിന്റെ രേഖാചിത്രങ്ങളിലേക്ക് ഒന്ന് കണ്ണോടിക്കുന്നത് നന്നായിരിക്കും. രേഖാചിത്രങ്ങളിലൂടെ ഹെഗൽ തന്റെ തത്ത്വചിന്തയെയും വൈരുദ്ധ്യാത്മകവാദത്തെയും അടയാളപ്പെടുത്തിയതെങ്ങനെയെന്ന് കണ്ടുകഴിഞ്ഞു. ഇനി മാർക്സ് ആ രേഖാചിത്രങ്ങളെ എങ്ങനെ പരിഷ്കരിക്കുന്നുവെന്ന് നോക്കാം.

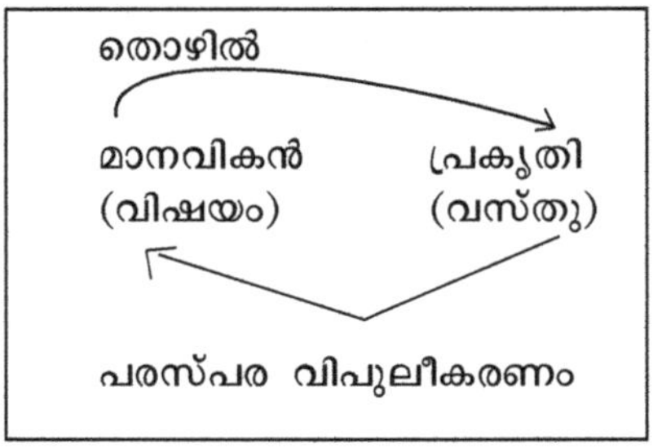

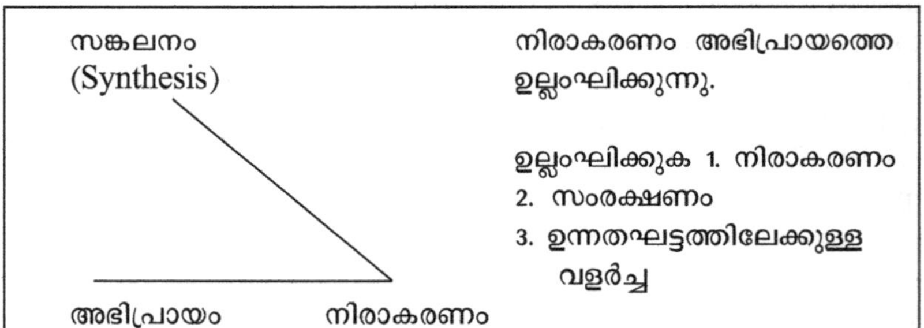


വൈരുദ്ധ്യാത്മക വാദത്തെ ദൃശ്യതരമാക്കാനാണ് മാർക്സ് അന്യവല്ക്കരണം (alienation) എന്ന സിദ്ധാന്തം നിർമ്മിച്ചത്. അദ്ദേഹം തന്റെ സൂചകപദം കൈക്കൊണ്ടത് ഇടതുപക്ഷ ഹെഗലിയനായ ലുഡ്‌വിഗ് ഫോയർബാഗിൽ (1804-72) നിന്നാണ്. അദ്ദേഹം 'മത'ത്തെ വൈരുദ്ധ്യാത്മകപരമായി വിമർശന വിധേയമാക്കിക്കൊണ്ടിരുന്ന ഘട്ടമായിരുന്നു ഇത്. മതത്തെപ്പറ്റിയുള്ള അദ്ദേഹത്തിന്റെ വിലയിരുത്തൽ താഴെപ്പറയും പ്രകാരം സംഗ്രഹിക്കാം.

1. മാനവികൻ അവന്റെ സമൂഹത്തിനു കീഴടങ്ങി നിർദോഷിത്വപരമായി ജീവിക്കുന്നു.
2. ദൈവത്തിന്റെ പ്രതിബിംബത്തിൽ മനുഷ്യൻ സൃഷ്ടിക്കപ്പെട്ടിരി

ക്കുന്നു. പക്ഷേ, മനുഷ്യർ ദൈവത്തെ സൃഷ്ടിച്ചത് തങ്ങളാണെന്ന് തിരിച്ചറിയുന്നില്ല. ദൈവത്തിന്റെ പ്രതിബിംബത്തിൽ മനുഷ്യൻ സ്വയം അടിമയായി (അന്യനായി) മാറുന്നു. അതേസമയം, ദൈവം മനുഷ്യന്റെ സൃഷ്ടിയാണെന്ന് അവൻ തിരിച്ചറിയുന്നില്ല. മനുഷ്യൻ സൃഷ്ടിച്ച ഉല്പന്നം അവനെത്തന്നെ അടിച്ചമർത്തുന്ന കാഴ്ചയാണിത്.

3. ഈ ദുരിതപൂർണ്ണമായ അന്യവല്ക്കരണത്തെ തരണം ചെയ്യാൻ മനുഷ്യൻ സ്വയം തിരിച്ചറിഞ്ഞേ മതിയാവൂ. ദൈവം എന്ന ബാഹ്യ ശക്തിയെ സൃഷ്ടിച്ചത് മനുഷ്യൻ തന്നെയാണ്. അതുകൊണ്ടുതന്നെ മനുഷ്യന്റെ ഉല്പന്നമാണ് ദൈവം. അതിനാൽ മനുഷ്യൻ തന്നെയാണ് ദൈവം.

മനുഷ്യൻ സ്വയം തിരിച്ചറിയുന്നതോടെ ദൈവവിശ്വാസത്തെ അവൻ തിരസ്കരിക്കും. ദൈവവുമായുള്ള അന്യവല്ക്കരണത്തെ അതിജീവിക്കുന്നതിലൂടെ സൂക്ഷ്മമായി അനുരഞ്ജനത്തിലേർപ്പെടുകയും ചെയ്യും. എന്നാൽ മാർക്സിനെ സംബന്ധിച്ചിടത്തോളം മതത്തേക്കാൾ മനുഷ്യന് പ്രധാനം അവന്റെ സാമൂഹ്യപരിസരങ്ങളാണ്. അതുകൊണ്ട് തന്റെ ലക്ഷ്യം സാമ്പത്തിക അന്യവല്ക്കരണത്തെ തരണം ചെയ്യുന്നതാവണമെന്ന് മാർക്സ് വിലയിരുത്തി.

ഇവിടെ മാർക്സിന്റെ 'ഭൗതികവാദ'ത്തെക്കുറിച്ചുള്ള ഭാഷ്യം വ്യക്തമായി കാണാൻ സാധിക്കും. അദ്ദേഹത്തിന്റെ അഭിപ്രായത്തിൽ മതപരമായ അന്യവല്ക്കരണം സാമൂഹ്യ അന്യവല്ക്കരണത്തിൽ നിന്നാണ് ഉടലെടുക്കുന്നത്. അവയുടെ അടിസ്ഥാനമാകട്ടെ സാമ്പത്തിക അന്യവത്ക്കരണവും. ഈയർത്ഥത്തിൽ സാമ്പത്തിക (ഭൗതിക) ഘടകമാണ് മതപരമായ ഘടനയേക്കാൾ പ്രധാനം

| | |
|---|---|
| മാർക്സ് | മതപരമായ അവസ്ഥ<br>രാഷ്ട്രീയ-സാമൂഹ്യ അവസ്ഥ<br>സാമ്പത്തിക അവസ്ഥ |

ഇവിടെ മാനവിയൻ മതപരമായ അന്യവല്ക്കരണം നേരിടുന്നവരാണെന്ന അഭിപ്രായത്തെ മാർക്സ് അംഗീകരിക്കുന്നു. അതേസമയം, ആ അന്യവല്ക്കരണം മുതലാളിത്ത സമൂഹത്തിന്റെ അന്യവല്ക്കരണത്തിന്റെ മൊത്തം സ്വഭാവത്തിന്റെ ഒരംശം മാത്രമായേ പരിഗണിക്കാൻ കഴിയൂ എന്നാണ് മാർക്സ് വീക്ഷിക്കുന്നത്.

മുതലാളിത്ത സമൂഹത്തിൽ തൊഴിൽ ആണ് അന്യവല്ക്കരണം സൃഷ്ടിക്കുന്നത്. തൊഴിൽ മിച്ച ഉല്പന്നത്തെ സൃഷ്ടിക്കുന്നു. അങ്ങനെ മനുഷ്യനും പ്രകൃതിയും തമ്മിലുള്ള ബന്ധം വൈരുദ്ധ്യാത്മകമായി പുരോഗമിക്കുന്നു. ചരിത്രവും ഈ വൈരുദ്ധ്യാത്മക ചിന്താപദ്ധതിയിലൂടെ പുരോഗമിക്കുന്നു. വൈരുദ്ധ്യാത്മകതയെ നിർണ്ണയിക്കുന്നത് മനുഷ്യന്റെ തൊഴിലാണ്. ആ മനുഷ്യനെ ക്രമീകരിക്കുന്നതാകട്ടെ അവൻ

നിർമ്മിക്കുന്ന ഉല്പന്നങ്ങളും. മുതലാളിത്ത വ്യവസ്ഥിതിയിൽ മനുഷ്യനും, അവന്റെ ശ്രമഫലമായി ഉണ്ടാകുന്ന ഉല്പന്നവും പരസ്പരം വേർതിരിയുന്നു. മനുഷ്യന് അവന്റെ ശ്രമഫലമായി ഉണ്ടായ ഉല്പന്നത്തിനു മുകളിൽ അവകാശമില്ല. ഇത് സ്വതന്ത്രമായ ഒരു ശക്തിയുടെ ആവിർഭാവത്തിനു കാരണമാകുന്നു. ആ ശക്തി ജന്മം കൊള്ളുന്നതാകട്ടെ മനുഷ്യന്റെ തൊഴിലിൽ നിന്നുമാണ്. മുതലാളിത്ത വർഗ്ഗത്തിന്റെ ഉത്ഭവം ഇങ്ങനെയാണ് സംഭവിക്കുന്നത്. അതേസമയം തൊഴിലാളി നിലനില്പിനു വേണ്ടി അദ്ധ്വാനിക്കുന്നു. യന്ത്രവും അതിന്റെ വികാസവും മനുഷ്യന് എന്ത് സംഭവിക്കും എന്നതിൽ നിർണ്ണായക ഘടകമായി വർത്തിക്കുന്നു.

മുതലാളിത്ത സമൂഹത്തിൽ മാനവികനെ ഇപ്രകാരം തരംതാഴ്ത്തുന്ന പ്രവണതയ്ക്കെതിരെ മാർക്സ് ശക്തമായി പ്രതികരിക്കുന്നത് കാണാം. മാനവികനെ തരംതാഴ്ത്തുന്ന ഈ സമീപനം മുതലാളിയെയും തൊഴിലാളിയെയും ഒരുപോലെ ബാധിക്കുമെന്ന് അദ്ദേഹം തിരിച്ചറിഞ്ഞു. കാരണം ഈ രണ്ടു കൂട്ടരും സാമ്പത്തിക ഘടനയുടെ അടിമകളാണെന്നുള്ളതുതന്നെ. ഈ തരംതാഴ്ത്തൽ തൊഴിലാളിയെ സാമ്പത്തികമായി ദാരിദ്ര്യാവസ്ഥയിലേക്ക് തള്ളിയിടുക മാത്രമല്ല മാനവികനെ മൊത്തത്തിൽ പദാർത്ഥവല്ക്കരിക്കുകയും (reification) ചെയ്യുന്നു. ഈ പദാർത്ഥവല്ക്കരണം മനുഷ്യൻ സ്വയം അവന്റെ തന്നെ സൃഷ്ടിയാണെന്ന ബോധത്തെ തകർക്കുകയും ചെയ്യുന്നു. ഈ പദാർത്ഥവല്ക്കരണം തൊഴിലാളിയെ മാത്രമല്ല മുതലാളിയെയും ബാധിക്കുന്നു. അങ്ങനെ അന്യവല്ക്കരണത്തിന് ഇരട്ട സ്വഭാവം കൈവരുന്നു.

മുതലാളിത്തത്തിന്റെ പ്രതിസന്ധിഘട്ടത്തിൽ തൊഴിലാളികൾ വിപ്ലവത്തിലേക്ക് നയിക്കപ്പെടുന്നു. ഉല്പന്നത്തിനുമേലെ അദ്ധ്വാനശക്തിയുടെ അദ്ധ്വാനമൂല്യത്തിനായി തൊഴിലാളി നടത്തുന്ന ഇടപെടലാണ് വിപ്ലവം. ഉല്പന്നത്തെപ്പോലെ യന്ത്രം, ഫാക്ടറി എന്നിവയെയും തൊഴിലാളിക്ക് തരണം ചെയ്യേണ്ടതായിട്ടുണ്ട്. വിപ്ലവത്തിലൂടെ അവർ തങ്ങളെ സ്വയം തിരിച്ചറിയുകയും താനും തന്റെ പ്രയത്നഫലമായി രൂപം കൊണ്ട ഉല്പന്നവും ഒന്നാണെന്ന ബോധത്തിൽ എത്തുകയും ചെയ്യുന്നു. മറ്റൊരർത്ഥത്തിൽ ഫോയർബാഗ് ചെയ്തതുപോലെ മനുഷ്യനും ദൈവവും ഒന്നാണെന്ന ബോധത്തിൽ എത്തുന്നതുപോലെ മനുഷ്യനും തൊഴിലും ഒന്നാണെന്ന ബോധത്തിൽ എത്തിച്ചേരുകയും ചെയ്യുന്നു. അങ്ങനെ വിപ്ലവത്തിലൂടെ തൊഴിലാളി അന്യവല്ക്കരണത്തെ തരണം ചെയ്യുന്നു.

## ചരിത്രപരമായ ഭൗതികവാദം

മാർക്സ് ഒരിക്കലും ഒരു കേവല ഭൗതികവാദിയായിരുന്നില്ല. അദ്ദേഹത്തിന്റെ വീക്ഷണത്തിൽ ഭൗതികവാദം ഇങ്ങനെയാണ്.

1. എല്ലാ മാറ്റങ്ങളും യാന്ത്രികമല്ല. ചരിത്ര-സാമൂഹ്യമാറ്റങ്ങളുടെ അളവുകോൽ വൈരുദ്ധ്യാത്മക പരമായാണ്.
2. ഘടകങ്ങളുടെ വച്ചുകെട്ടലോ പെരുപ്പമോ അല്ല ലോകം. ചരിത്ര-

സാമൂഹ്യയാഥാർത്ഥ്യങ്ങൾ പരസ്പരാശ്രിതങ്ങളാണ്.

ഇതിനൊക്കെയപ്പുറം മാർക്സിനെ 'ഭൗതികവാദി'യെന്നു വിശേഷിപ്പിക്കുന്നത് ചരിത്രപുരോഗതിയുടെ ചാലകശക്തി സാമ്പത്തിക-ഭൗതിക ഘടകങ്ങളാണെന്നുള്ള അർത്ഥത്തിലാണ്. ഇതിനെയാണ് നാം ചരിത്രപരമായ ഭൗതികവാദം എന്നു വിളിക്കുന്നത്.

സാമ്പത്തിക-ഭൗതികജീവിതത്തിന്റെ മാറ്റങ്ങൾ ചരിത്രത്തെ വികാസത്തിന്റെ ഘട്ടത്തിലേക്ക് നയിക്കും എന്നദ്ദേഹം വിശ്വസിച്ചു

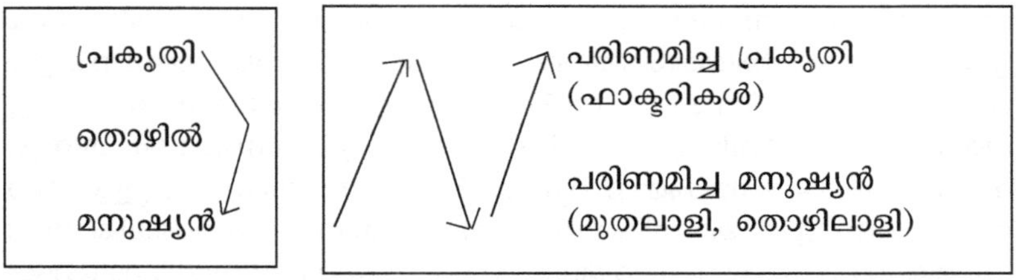


മനുഷ്യന്റെ രൂപാന്തരീകരണം സാമ്പത്തിക അവസ്ഥയിലൂടെയാണ് പുരോഗമിക്കുന്നത്. ഉദാഹരണം, പ്രാചീനസമൂഹം → അടിമ സമൂഹം → ഫ്യൂഡൽ സമൂഹം → മുതലാളിത്ത വ്യവസ്ഥ → കമ്യൂണിസം.

ഒരു സാമ്പത്തികഘട്ടം മറ്റൊന്നിലേക്ക് പരിണമിക്കുമ്പോൾ അനിവാര്യമായ ഒരു കുതിച്ചുചാട്ടം നടക്കുന്നുണ്ട്. ഗുണസംബന്ധിയായ ഈ കുതിപ്പ് വൈരുദ്ധ്യാത്മകമായാണ് സംഭവിക്കുന്നത്. ഒരു ഘട്ടം നിഷേധിക്കപ്പെടുമ്പോൾ ഉന്നത ഘട്ടം അതിനെ ഉല്ലംഘിക്കുന്നു. ഈ ഉല്ലംഘനം കൊണ്ട് ചരിത്രത്തിന് ഒന്നും നഷ്ടപ്പെടുന്നില്ല എന്ന് മാർക്സ് പറയുന്നു. കമ്യൂണിസം പ്രാചീന സമൂഹത്തിൽനിന്നുള്ള പരിപാടിയായ വളർച്ചയുടെ ഏറ്റവും വികാസം പ്രാപിച്ച രൂപമാണ്. പ്രാചീന സമൂഹം → അടിമസമൂഹം → ഫ്യൂഡൽ സമൂഹം → മുതലാളിത്ത വ്യവസ്ഥ → കമ്യൂണിസം.

മാർക്സിനെ സംബന്ധിച്ച് സാമ്പത്തികം ആണ് അടിത്തറ. സമൂഹത്തെ നിർവ്വചിക്കുന്നത് സാമ്പത്തിക-ഭൗതിക ഘടനയിലാണ്. അതുകൊണ്ടുതന്നെ സാമ്പത്തികം അടിസ്ഥാനഘടനയാണ്. മറ്റ് സാംസ്കാരിക പ്രതിഭാസങ്ങളെ മതം, തത്ത്വചിന്ത, കല, ധർമ്മ ശാസ്ത്രം - എന്നിവ ഉപരിഘടനയെന്നും വിളിക്കുന്നു.

സാമൂഹ്യ- ചരിത്ര സമഗ്രതയിൽ (socio historical totality) മാർക്സ് സാമ്പത്തിക ഘടനയ്ക്കാണ് ഊന്നൽ നല്കിയത്. എന്നാൽ അതിനപ്പുറം അദ്ദേഹം മേൽത്തട്ടിന് (ഉപരിഘടനയ്ക്ക്) അർഹമായ സ്ഥാനവും നല്കുന്നതായികാണാം. ഉപരിഘടന അടിസ്ഥാനഘടനയെ സ്വാധീനിക്കുകയും അടിസ്ഥാന ഘടയ്ക്ക് ഉപരിഘടന അനിവാര്യതയായി മാറുകയും ചെയ്യുന്നു. പക്ഷേ, ഉപരിഘടനയ്ക്ക് അടിസ്ഥാനഘടനയെ നിയന്ത്രിക്കാൻ കഴിയില്ലെന്നും അദ്ദേഹം വിശ്വസിച്ചു. മാർക്സിനെ സംബന്ധിച്ച് സാമ്പത്തിക ഘടനയുടെ നട്ടെല്ല് തൊഴിൽ ആണ്. അദ്ദേഹത്തെ

സംബന്ധിച്ച് തൊഴിൽ പൂർണ്ണമായും സാമൂഹ്യമാണ്. തൊഴിൽതന്നെയാണ് അവന്റെ സമൂഹത്തിനുള്ളിൽ അവനെ നിർണ്ണയിക്കുന്ന ഘടകവും. തൊഴിൽ പുതിയ ഉല്പന്നം സൃഷ്ടിക്കുന്നു. ആ ഉല്പന്നം പുതിയ സാമൂഹ്യപദ്ധതിക്ക് രൂപം നല്കുന്നു.

## ഉല്പാദകശക്തിയും ഉല്പാദന ബന്ധവും

അടിസ്ഥാന ഘടനയെ മാർക്സ് മൂന്നായി പരിഗണിക്കുന്നു. ഉല്പാദനശക്തി, ഉല്പന്ന ബന്ധം, പ്രാപഞ്ചിക അവസ്ഥ എന്നിവയാണ് അവ. ഉല്പാദനശക്തിയെന്നാൽ തൊഴിൽ ശക്തി, സാങ്കേതിക ജ്ഞാനം, ഉപകരണങ്ങൾ എന്നിവയാണ്. ഇത് മനുഷ്യനും പ്രപഞ്ചവും തമ്മിലുള്ള പരസ്പര ബന്ധത്തിന്റെ വികസിത രൂപമാണ്. ഉല്പന്നബന്ധം എന്നുപറയുന്നത് സംഘടനാപരമായ രൂപമാണ്. ഉല്പന്നത്തിനു മേലുള്ള ഉടമാവകാശമാണ് ഇത് കാണിക്കുന്നത്. അവസാനമായി, പ്രാപഞ്ചിക അവസ്ഥയെന്നാൽ പ്രപഞ്ച വിഭവങ്ങൾ അഥവാ പ്രപഞ്ച ജീവനോപായങ്ങൾ ആണ്.

മാർക്സിന്റെ വർഗ്ഗം എന്ന ആശയം ഉല്പന്ന ബന്ധം എന്ന ആശയവുമായി ബന്ധപ്പെട്ടിരിക്കുന്നു. വർഗ്ഗത്തെ നിർണ്ണയിക്കുന്നത് അസംസ്കൃത വസ്തുക്കൾ, ഉപകരണങ്ങൾ തുടങ്ങിയവയുമായുള്ള അവയുടെ ബന്ധത്തിൽ നിന്നാണ്. ഇവയുടെ ഉടമാവകാശം വർഗ്ഗവൈരുദ്ധ്യം സൃഷ്ടിക്കുന്നു. തങ്ങൾക്ക് സ്വന്തമല്ലെങ്കിലും ഉല്പാദനശക്തിയിൽ തങ്ങൾക്കും അവകാശം ഉണ്ടെന്ന തിരിച്ചറിവാണ് ഈ വർഗ്ഗബോധത്തിന്റെ അടിത്തറ.

ഉല്പാദനത്തിന്റെ മുതലാളിത്ത ഉല്പന്നത്തിനു മേൽ അവകാശവാദം ഉന്നയിക്കുമ്പോൾ വർഗ്ഗബോധം ഉണ്ടാവേണ്ടതും വർഗ്ഗസംഘർഷം ഉടലെടുക്കേണ്ടതും അനിവാര്യമാണെന്ന് മാർക്സ് വെളിപ്പെടുത്തി. ഈ വർഗ്ഗസംഘർഷം അവസാനിക്കണമെങ്കിൽ വിപ്ലവം കൂടിയേ തീരൂ.

അങ്ങനെ വർഗ്ഗവിപ്ലവത്തിലൂടെ സമൂഹത്തിൽ സമത്വം സ്ഥാപിക്കാൻ ശാസ്ത്രീയമായ ഒരു വഴി വെട്ടിത്തെളിച്ചത് മാർക്സാണ്. അദ്ദേഹം ഒരേസമയം ദാർശനികനും അതിന്റെ പ്രയോക്താവുമാണ്.

## റഫറൻസ്

1. പ്രവീൺ ഡാനി - *ലോകത്തിലെ മഹദ് വ്യക്തിത്വങ്ങൾ*, വിജ്ഞാന വർഷം 35.

# വിൽഹെം റീഹ്

# ഫാസിസത്തിന്റെ ആൾക്കൂട്ട മനഃശാസ്ത്രം

**വി**ൽഹെം റീഹിനെ പരിചയപ്പെടുന്നതിന് അദ്ദേഹത്തിന്റെ (The mass psychology of fasicm) എന്ന പുസ്തകത്തെ പരിഗണിക്കാം.

മനുഷ്യന്റെ സ്വഭാവത്തെ അപഗ്രഥനം ചെയ്യുന്ന തെറാപ്പിയിൽ (ചികിത്സയിൽ) മനുഷ്യന്റെ പ്രതികരണങ്ങൾ വളരെ പ്രാധാന്യത്തോടെ കണക്കിലെടുക്കണമെന്ന് വിൽഹെം റീഹ് തിരിച്ചറിയുന്നു. മനുഷ്യന്റെ പ്രതികരണങ്ങളെ കണക്കിലെടുത്തുകൊണ്ട് മനുഷ്യമനസ്സിനെ മൂന്നായി തരംതിരിക്കാമെന്ന് റീഹ് സമർത്ഥിക്കുന്നു.

1. ആദ്യത്തേത്, ഉപരിപ്ലവ- ഉപരിതല പാളിയാണ്. ഈ പാളിയിൽ വ്യക്തി സൗമ്യനും, വിശ്വസ്തനും ബോധമുള്ളവനും ആയിരിക്കും. വ്യക്തിയുടെ പ്രകൃതവുമായി ഏറ്റവും അടുത്തുനില്ക്കുന്ന പാളി ഇതാണ്. ഈ പാളിയിൽ ജൈവിക ചോദന ഏറക്കുറെ ചെറുക്കുന്നു. മൂന്നാമത്തെ അഗാധ പാളിയുമായി വ്യക്തിയെ അടുപ്പിക്കുന്നത് ഈ പാളിയാണ്. എന്നാൽ മൂന്നാമത്തെ പാളിയുമായി ലയിച്ചുചേരാൻ ഈ പാളിയെ അനുവദിക്കാത്തത് രണ്ടാമത്തെ പാളിയായ അബോധവും ദമനവുമാണ്.

2. രണ്ടാമത്തെ പാളി ഫ്രോയ്ഡ് കണ്ടുപിടിച്ച അബോധത്തിന്റെയും വികാര ദമനത്തിന്റെയും (അടിച്ചമർത്തലിന്റെയും) പാളിയാണ്. ഇവിടെ മനുഷ്യൻ ക്രൂരനും, സാഡിസ്റ്റും, ഏകാധിപതിയും അരാജകവാദിയുമാണ്. സാമൂഹ്യവിരുദ്ധതയുടെ വിളനിലമാണ് ഇവിടം. ഇതിന് ജൈവ ചോദനയുമായി അടുത്ത ബന്ധമുണ്ട്. ജൈവചോദനകളെ ലൈംഗികത, അക്രമവാസന എന്നിവ ഇവിടെ എല്ലാ കരങ്ങളും ഉയർത്തി നൃത്തം ചെയ്യുന്നു.

3. മൂന്നാമത്തേതും അവസാനത്തേതുമായ പാളിയാണ് അഗാധപാളി. സ്നേഹം, യുക്തി, സഹകരണം എന്നിവ മനുഷ്യൻ പ്രകടിപ്പിക്കുന്നത്

ഈ പാളിയിലാണ്. സാമൂഹ്യ പ്രതിബദ്ധത, സമൂഹത്തെ തിരിച്ചറിയൽ എന്നിവ ഈ പാളിയിൽ യാഥാർത്ഥ്യമാകുന്നു. സാമൂഹ്യ വിരുദ്ധ പ്രവണതയെ ചെറുത്തു തോല്പിക്കാൻ തയ്യാറെടുക്കുന്നത് ഈ പാളിയാണ്. വ്യക്തി സ്വയം തിരുത്തൽ നടത്തുന്നത് ഈ പാളിയിലാണ്. രണ്ടാം പാളിയിലെ സാമൂഹ്യ വിരുദ്ധത ചെറുത്തു തോല്പിക്കുന്നതും ഈ പാളിയിലാണ്. വ്യക്തിയെ സമൂഹത്തിന്റെ ഉല്പന്നമാക്കുന്ന ജോലി മൂന്നാം പാളി സ്വയം ഏറ്റെടുത്തു നടപ്പിൽ വരുത്തുന്നു. അതുകൊണ്ടുതന്നെ ജൈവിക ചോദനകളെ തടയാൻ ഈ പാളി കച്ചകെട്ടി ഒരുങ്ങുന്നു.

ഇനി കുറച്ച് മാർക്സിസം പറയേണ്ടിയിരിക്കുന്നു. മാർക്സിന്റെ അഭിപ്രായത്തിൽ സാമൂഹ്യഘടനയെ മൂന്നായി തരംതിരിക്കാം.

| | |
|---|---|
| മാർക്സ് | പ്രത്യയശാസ്ത്രം (ഉപരിഘടന<br>രാഷ്ട്രീയ ഘടന<br>സാമ്പത്തികം (അടിസ്ഥാനഘടന) |

കല, മതം, തത്ത്വചിന്ത, മാധ്യമം, ആശയം എന്നിവ പ്രത്യയശാസ്ത്രത്തിന്റെ പരിധിയിൽ വരുന്നു. രാഷ്ട്രീയ ഘടനയിൽ രാഷ്ട്രീയ പരിസരത്തിനും സാമ്പത്തിക ഘടനയിൽ സമ്പത്തിനും തൊഴിലിനും സ്ഥാനം ലഭിക്കുന്നു. ആദ്യകാല മാർക്സിയൻ സമീപന പ്രകാരം സാമ്പത്തിക ഘടനയ്ക്കാണ് ഇവയിൽ ഏറ്റവും പ്രാധാന്യം കണക്കാക്കപ്പെട്ടിരുന്നത്. എന്നാൽ ഗ്രാംഷിയുടെ വരവിനുശേഷം ഉപരിഘടനയായ പ്രത്യയശാസ്ത്രം മാർക്സിയൻ ചിന്തയിൽ പരമപ്രാധാന്യം നേടി. ഇവിടെ അൽത്തൂസറിന്റെ സംഭാവന നിർണ്ണായകമായി. മാർക്സിസം=പ്രത്യയശാസ്ത്രപഠനം എന്ന് അൽത്തൂസർ മാർക്സിസത്തെ തിരുത്തിയെഴുതി. ഇന്ന് ജീവിച്ചിരിക്കുന്ന മിക്കവാറും എല്ലാവരും മാർക്സിസത്തെ പ്രത്യയശാസ്ത്രപഠനമായി വിലയിരുത്താനാണ് ആഗ്രഹിക്കുന്നതെന്ന് തിരിച്ചറിയണം. എന്നാൽ ഈ രീതി അക്കാദമിക പണ്ഡിതന്മാരുടെ ചാരുകസേര സമീപനമാണെന്നും വിലയിരുത്തലുണ്ട്. എല്ലാ രാജ്യങ്ങളിലുമുള്ള മാർക്സിസ്റ്റു പാർട്ടികളുടെ ഔദ്യോഗിക വിലയിരുത്തൽ കൂടിയാണിത്. ഔദ്യോഗിക പക്ഷത്തിന്റെ സമീപനം ഇപ്പോഴും മാർക്സിസത്തെ സാമ്പത്തിക ഘടനയുമായി അടുപ്പിക്കാനുള്ള വെപ്രാളമാണ് എന്നാൽ ഈ പഠനം പ്രത്യയശാസ്ത്രത്തിന്റെ പ്രാധാന്യം തിരിച്ചറിയുന്നു.

ഇനി, വിൽഹെം റീഹിലേക്ക് മടങ്ങിവരാം. അദ്ദേഹം മനസ്സിനെ മൂന്നായി അപഗ്രഥിച്ചതിനുശേഷം ഫാസിസത്തെപ്പറ്റി സംസാരിച്ചുതുടങ്ങുന്നു. ഇവിടെ ഫാസിസം രണ്ടാമത്തെ പാളിയെ പിന്തുടരുന്ന പ്രസ്ഥാനമാണെന്ന് അദ്ദേഹം വിലയിരുത്തുന്നു. വികാരത്തിന്റെ അരാജകത്വത്തെ പ്രതിനിധാനം ചെയ്യുന്ന ഫാസിസം അബോധ മനസ്സിന്റെ നേർക്കാഴ്ചയാണ്. ഫാസിസത്തെ ഒരിക്കലും ഒരു രാഷ്ട്രീയ പാർട്ടിയായി വിലയിരു

ത്താൻ റീഹ് ആഗ്രഹിക്കുന്നില്ല. അത് ഒരു വർണ്ണവെറിയൻ പ്രസ്ഥാനം മാത്രമാണ്. ഒരു കൂട്ടം റിബലുകളുടെ പ്രസ്ഥാനം. ഒരു സാമൂഹ്യവ്യവസ്ഥയോടും പൊരുത്തപ്പെടാത്തവരാണ് റിബലുകൾ. ഇവർക്ക് അതുകൊണ്ടുതന്നെ ഫാസിസം ആകർഷണീയമായി തോന്നി. ലോകത്ത് വിവിധ തരം ഫാസിസമുണ്ട്. ജർമ്മൻ, ഇറ്റാലിയൻ, സ്പാനിഷ്, ആംഗ്ലോ-സാക്സൺ, ജൂതൻ, അറേബ്യൻ, ഫാസിസങ്ങൾ ഇവയിൽ പ്രധാനങ്ങളാണ്. ഇവയെ ഭരിക്കുന്ന പ്രത്യയശാസ്ത്രം തീർത്തും വർണ്ണവെറി മാത്രമാണ്. ഈ വർണ്ണവെറിയന്മാർക്കും വകതിരിവില്ല. ഒരുകൂട്ടം വകതിരിവില്ലാത്തവന്മാരുടെ കൂട്ടായ്മയായി ഒരിക്കൽക്കൂടി ഫാസിസം മാറുന്നു. ഇവരെ ഭരിക്കുന്നത് വിവേകമല്ല. മറിച്ച്, വികാരമാണ്. മാവോയിസ്റ്റ് സമീപനം പുലർത്തുന്ന തങ്ങളുടെ മതവിശ്വാസത്തെ സാഡിസത്തിലേക്ക് വകതിരിച്ചുവിടുകയാണ് ഫാസിസ്റ്റുകൾ ചെയ്യുന്നത്.

ഫാസിസ്റ്റായ ആ കുറുകിയ മനുഷ്യൻ (ഹിറ്റ്ലർ) കപട ഉദാരവല്ക്കരണം സമൂഹത്തിൽ അവതരിപ്പിച്ചു. യഥാർത്ഥ അർത്ഥത്തിലുള്ള ഉദാരവല്ക്കരണവുമായി അതിനു ബന്ധമില്ല. രണ്ടാമത്തെ പാളിയുടെ ഉദാരവല്ക്കരണമാണ് അയാൾ അവതരിപ്പിച്ചത്. റിബലുകളുടെ ആൾക്കൂട്ടത്തിന് ഇത് സ്വീകാര്യമായിത്തീർന്നു. മനുഷ്യന്റെ യഥാർത്ഥ പ്രശ്നങ്ങളെ പരിഹരിക്കുന്നതിനുപകരം യാഥാർത്ഥ്യവുമായി ബന്ധമില്ലാത്ത കേവല ആശയങ്ങളെ ഫാസിസം ഉയർത്തിപ്പിടിച്ചു. അതിലൊന്നാണ് (1) അമിത ദേശീയവാദം. മനുഷ്യനെ പരസ്പരം ബഹുമാനിക്കുക എന്ന ശരിയായ രീതി കൈവിട്ട് മനുഷ്യനേക്കാൾ ദേശത്തെ സ്നേഹിക്കുക എന്ന തെറ്റായ രീതി ഫാസിസം കൈക്കൊണ്ടു. മാനുഷിക ബന്ധത്തെക്കാൾ രാജ്യസ്നേഹം ഒരു പ്രത്യയശാസ്ത്രമായി ഫാസിസം അവതരിപ്പിച്ചു. (2) കുലീന കുടുംബത്തെയും വർഗ്ഗത്തെയും ബഹുമാനിക്കുകയും സംരക്ഷിക്കുകയും ചെയ്യുക എന്നത് മറ്റൊരു നിലപാടായി. തൊഴിലാളികളെയും സമൂഹത്തെയും സംരക്ഷിക്കുന്നതിനു പകരം വർണ്ണവെറിയൻ ആശയസംഹിതയ്ക്കു പുറമെ പോകുന്നതാണ് ഫാസിസത്തിന്റെ നിലപാട്. കുലീനരെ സംരക്ഷിക്കാൻ സ്വയം ജീവൻ വെടിയണമെന്ന കാഴ്ചപ്പാട് ഫാസിസത്തിന്റെ മുദ്രാവാക്യമായി മാറുകയായിരുന്നു. തീർത്തും യുക്തിഹീനമായ മുദ്രാവാക്യം!!

ഫാസിസത്തെ ഒരിക്കലും രാഷ്ട്രീയ തന്ത്രങ്ങളിലൂടെ പ്രതിരോധിക്കാൻ കഴിയില്ലെന്ന് പറയുന്ന വിൽഹെം റീഹ് ദേശാന്തര (international) ബന്ധം കൂടുതൽ സഹിഷ്ണുതയും സ്നേഹപൂർവ്വവുമായാൽ ഒരളവു വരെ തടഞ്ഞുനിർത്താൻ കഴിയുമെന്ന് വിശ്വസിക്കുന്നു. 1930 മുതൽ 1933 വരെ ജർമ്മനിയെ ബാധിച്ച പ്രതിസന്ധി ഘട്ടമാണ് *ഫാസിസത്തിന്റെ ആൾക്കൂട്ട മനഃശാസ്ത്രം* എന്ന ഈ പുസ്തകം ചർച്ച ചെയ്യുന്നത്. 1933 ലാണ് പുസ്തകം പ്രസിദ്ധീകരിക്കുന്നത്. 1933 സെപ്തംബറിൽ ആദ്യ എഡിഷനും, 1934 ഏപ്രിലിൽ രണ്ടാം എഡിഷനും പുറത്തുവന്നു. 1935 ൽ ഫാസിസ്റ്റ് ഭരണകൂടം രാഷ്ട്രീയ മനഃശാസ്ത്രം അപഗ്രഥിക്കുന്ന ഈ

പുസ്തകത്തെ നിരോധിച്ചു. പിന്നീട് ഇത് ഫ്രാൻസിൽ പുനഃപ്രസിദ്ധീകരിച്ചു. അമേരിക്ക, ചെക്കോസ്ലോവാക്കിയ, സ്കാന്റിനേവിയ എന്നീ രാജ്യങ്ങളിലും പതിപ്പുകൾ ഇറങ്ങി. വിവിധ രാജ്യങ്ങളിലെ കമ്യൂണിസ്റ്റ് പാർട്ടികൾ ഈ പുസ്തകം ഏറ്റെടുത്തു. ഡെൻമാർക്ക്, നോർവേ എന്നീ രാജ്യങ്ങൾ ഉദാഹരണം. റീഹ് ഫാസിസത്തിന്റെ മനഃശാസ്ത്രം അപഗ്രഥനം ചെയ്തത് കമ്യൂണിസ്റ്റുകാരെ ആകർഷിച്ചു എന്നുവേണം പറയാൻ. 1942 ൽ ഇംഗ്ലണ്ടുകാരുടെ അഭ്യർത്ഥന പ്രകാരം ഇംഗ്ലീഷിൽ പതിപ്പിറക്കാൻ അനുമതി നല്കി. 10 വർഷത്തിനിടെയായിരുന്നു ഇത്രയും സംഭവവികാസങ്ങൾ അരങ്ങേറിയത്. ഫാസിസം ഒരു ആഗോള പ്രശ്നമായി ലോകം തിരിച്ചറിഞ്ഞതും ഈ കാലത്തായിരുന്നു. അതിനാലാണ് ഈ പുസ്തകത്തിന് വ്യാപകമായ സ്വീകാര്യത ലഭിച്ചത്. ഈ പത്തു വർഷത്തിൽ ഫാസിസത്തിനും മാറ്റം സംഭവിച്ചു. ഒളിഞ്ഞും തെളിഞ്ഞും ഫാസിസം ഇന്നും ലോകത്തിൽ ഇപ്പോഴും നിലനില്ക്കുന്നു. ഈ 2018 ൽ ഇന്ത്യ ബി ജെ പിയുടെ ഭരണത്തിൽ ഫാസിസത്തെ തിരിച്ചറിയുന്നതായി നാം കാണുന്നു. ഇതുതന്നെയാണ് ഈ പുസ്തകത്തിന്റെ സമകാലിക പ്രസക്തി.

ജർമ്മനിയിലുള്ള കമ്യൂണിസ്റ്റ് പാർട്ടി ഫാസിസത്തെ വിലയിരുത്തിയതിൽ നിന്ന് വ്യത്യസ്തമായാണ് വിൽഹെം റീഹ് ഫാസിസത്തെ വിലയിരുത്തിയത്. ജർമ്മൻ കമ്യൂണിസ്റ്റ് പാർട്ടിയുടെ വിശകലനത്തിന് ഇന്ന് പ്രസക്തി നഷ്ടപ്പെട്ടു കഴിഞ്ഞിരിക്കുന്നു. വികലമായ അവരുടെ വിലയിരുത്തൽ തെറ്റായിരുന്നുവെന്ന് അവർ ഇന്ന് സമ്മതിക്കുന്നു. അങ്ങനെ അവർ വിൽഹെം റീഹിന്റെ വിലയിരുത്തലിനെ സ്വാംശീകരിക്കാൻ തയ്യാറായി. ഫാസിസത്തെ റീഹ് സെക്സ്-ഇക്കോണമിയുടെ വെളിച്ചത്തിലാണ് വിലയിരുത്തിയത്. ആ വിലയിരുത്തൽതന്നെയാണ് കാലത്തെ അതിജീവിച്ചതും. അതുകൊണ്ടുതന്നെ ജർമ്മൻ കമ്യൂണിസ്റ്റ് പാർട്ടി സെക്സ്-ഇക്കോണമിയെ ഇന്ന് തങ്ങളുടെ വിശകലനരീതിയായി അംഗീകരിക്കുന്നു. മറ്റൊരർത്ഥത്തിൽ, കേവല സാമ്പത്തിക വാദത്തെ കൈവെടിഞ്ഞ് ജർമ്മൻ കമ്യൂണിസ്റ്റ് പാർട്ടി സെക്സ്-ഇക്കോണമിയെ ഫാസിസത്തെ വിലയിരുത്താനുള്ള അളവുകോലായി തെരഞ്ഞെടുത്തു എന്ന് ചുരുക്കം.

ഫാസിസത്തെ മാർക്സിന്റെ സാമ്പത്തികശാസ്ത്രംകൊണ്ട് വിലയിരുത്താൻ കഴിയില്ലെന്നാണ് വിൽഹെം റീഹ് ഇതിലൂടെ പറയുന്നത്. മാർക്സിന്റെ സാമ്പത്തിക ശാസ്ത്രം 19-ാം നൂറ്റാണ്ടിന്റെ വ്യവഹാരങ്ങളെ സംബോധന ചെയ്യുന്ന അപഗ്രഥനമായിരുന്നു. എന്നാൽ 20-ാം നൂറ്റാണ്ടിലെ ഫാസിസം ഈ ചട്ടക്കൂടിൽ വിലയിരുത്താൻ കഴിയില്ല. അതുകൊണ്ട് അതിനെ വിലയിരുത്താൻ പുതിയ അപഗ്രഥനരീതി വന്നേ മതിയാവൂ. അതാണ് റീഹിന്റെ സെക്സ് ഇക്കോണമി എന്ന വിശകലനരീതി. ഇത് ഫാസിസത്തെ തുറന്നു കാട്ടുന്ന വിശകലനരീതിയാണ്. ഫാസിസം കാലഹരണപ്പെട്ടില്ലെന്ന് വിശ്വസിക്കുന്ന വിൽഹെം റീഹ് പക്ഷേ, അതിന്

പുതിയ വിശകലനം ആവശ്യമാണെന്നും വിശ്വസിക്കുന്നു. പുതിയ സാമൂഹ്യ പരിസരത്തിന് പുതിയ മാർക്സിസം അനിവാര്യമാണെന്ന് ചുരുക്കം. ഇവിടെ മാർക്സിന്റെ സാമ്പത്തികശാസ്ത്രം റീഹിന്റെ സെക്സ്-ഇക്കോണമിക്ക് വഴിമാറി കൊടുക്കേണ്ടതിന്റെ അനിവാര്യത യാണ് കാണുന്നത്. ഫാസിസം തൊഴിലാളിവർഗ്ഗത്തെയോ, വർഗ്ഗസമര ത്തെയോ അല്ല സംബോധന ചെയ്യുന്നത്. മറിച്ച്, ഒരിക്കലും റിബലുക ളുടെ ലോകമാണ് ഫാസിസം. അതുകൊണ്ടുതന്നെ വർഗ്ഗസമരത്തിന്റെ സാമ്പത്തിക ശാസ്ത്രം കൊണ്ട് ആ സാമൂഹ്യപദ്ധതിയെ വിശകലനം ചെയ്യാൻ കഴിയില്ല. അതുകൊണ്ടാണ് പുതിയ വിശകലന രീതിയുമായി വിൽഹെം റീഹ് രംഗപ്രവേശനം ചെയ്യുന്നത്.

ഫാസിസം എന്നത് ഒരു രാഷ്ട്രീയ പാർട്ടിയല്ല എന്നു പറഞ്ഞുക ഴിഞ്ഞു. നേരെമറിച്ച്, ഇത് ഒരു ജീവിതശൈലിയാണ്. ഒരുകൂട്ടം റിബലു കളുടെ ജീവിതരീതിയെ ഫാസിസം എന്നു വിളിക്കാം. സെക്സ്- ഇക്കോ ണമി ഈ ജീവിതരീതിയുടെ നട്ടെല്ലാണ്. സെക്സ്- ഇക്കോണമിയെ ചെറുക്കുന്ന യാഥാസ്ഥിതിക കമ്യൂണിസ്റ്റ് പാർട്ടികൾ അവരുടെ നിലനി ല്പിന്റെ നട്ടെല്ല് തല്ലി ഒടിക്കുകയാണ് ചെയ്യുന്നത്. സെക്സ്-ഇക്കോണമി ഒരു സാമ്പത്തിക ശാസ്ത്രത്തിനുപരി മനഃശാസ്ത്രത്തെയും സംബോ ധന ചെയ്യുന്നു. ഫ്രോയ്ഡിന്റെ അഗാധ മനഃശാസ്ത്രവും മാർക്സിന്റെ സാമ്പത്തികശാസ്ത്രവും തമ്മിലുള്ള ലയനമാണ് സെക്സ്-ഇക്കോണമി. ഫ്രോയ്ഡിന്റെ മനോവിശ്ലേഷണം സോഷ്യോളജിയുടെ പിതാവും, സെക്സ്-ഇക്കോണമിയുടെ മാതാവുമാണെന്ന് വിൽഹെം റീഹ് വില യിരുത്തുന്നു. ഇവർക്ക് രണ്ടുപേർക്കുമുണ്ടായ കുട്ടി ഇവരെ രണ്ടുപേ രെയും കടത്തിവെട്ടുന്നു. അതുകൊണ്ടുതന്നെ ഈ കുട്ടി നാളെയുടെ സ്വതന്ത്രനാണ്. അതിന് സ്വതന്ത്രമായ ഭാവിയുമുണ്ട്.

സെക്സ്-ഇക്കോണമി മാർക്സിയൻ സാങ്കേതിക വാക്കുകളെ തിരു ത്തിയെഴുതാൻ ശ്രമിക്കുന്നതായി റീഹ് വിശദീകരിക്കുന്നു. തൊഴിൽ, കമ്യൂണിസം, സോഷ്യലിസം, വർഗ്ഗബോധം എന്നീ മാർക്സിയൻ സാങ്കേ തികവാക്കുകളെ വിപ്ലവാത്മകം, ശാസ്ത്രീയം എന്നിങ്ങനെ തിരുത്തി എഴു തുന്നു. മനഃശാസ്ത്രപരമായി സമീപിക്കുമ്പോൾ ഈ പുതിയ വാക്കുക ളുടെ അർത്ഥം മൗലികമായ മാറ്റം, യുക്തിപരമായ ചിന്ത, വേരുകളിൽ ആഴ്ന്നിറങ്ങുക എന്നിങ്ങനെയായിത്തീരുന്നു. മനഃശാസ്ത്രം സാമ്പത്തിക ശാസ്ത്രത്തിൽ ആഴ്ന്നിറങ്ങിയതിന് ഉദാഹരണമായി റീഹ് ഇതിനെ വില യിരുത്തുന്നു. മാർക്സിയൻ സാങ്കേതിക നാമങ്ങളുടെ അർത്ഥത്തിന് വ്യത്യാസം കൈവന്നത് സാമൂഹ്യമാറ്റം മൂലമാണ്. 19-ാം നൂറ്റാണ്ടിലെ തൊഴിലാളിയല്ല, 20-ാം നൂറ്റാണ്ടിലെ തൊഴിലാളി. ഫാക്ടറികളുടെ രൂപീ കരണവും പുതിയ തൊഴിലുകളും സാങ്കേതിക വിദ്യയുടെ വികാസവും 20-ാം നൂറ്റാണ്ടിലെ തൊഴിലാളികളെ 19-ാം നൂറ്റാണ്ടിലെ തൊഴിലാളി യിൽനിന്നും തീർത്തും വ്യത്യസ്തനാക്കി. ഇതുകാരണം, 19-ാം നൂറ്റാ ണ്ടിന്റെ ഉല്പന്നമായ മാർക്സിസത്തിന്റെ സാങ്കേതികനാമങ്ങൾക്ക്

പുതിയ സാഹചര്യത്തിൽ പുതിയ അർത്ഥം നല്കേണ്ടതായി വന്നു. വർഗ്ഗബോധം എന്ന ആശയം തന്നെ പുതിയ തൊഴിലാളി തള്ളിക്കളഞ്ഞു. ഇന്ന് വർഗ്ഗബോധത്തിന്റെ സ്ഥാനത്ത് 'സാമൂഹ്യപ്രതിബദ്ധത', 'തൊഴിൽ ബോധം' എന്നീ സാങ്കേതിക നാമങ്ങളാണ് ഉപയോഗിക്കേണ്ടത്. ഇത് മാറിയ സാഹചര്യത്തിന്റെ മാറിയ അപഗ്രഥനമായി വിൽഹെം റീഹ് വിലയിരുത്തുന്നു.

19-ാം നൂറ്റാണ്ടിലെ മാർക്സിസം മുന്നോട്ടുവച്ച 'തൊഴിലാളി' എന്ന വർഗ്ഗം അതിന്റെ വ്യാപ്തിയിൽ ചുരുങ്ങിപ്പോയതായി വിൽഹെം റീഹ് തിരിച്ചറിയുന്നു. ഫാക്ടറി തൊഴിലാളിയും, കായിക അദ്ധ്വാനം മാത്രം മൂലധനമായുള്ള തൊഴിലാളിയും മാത്രമായി മാർക്സിന്റെ തൊഴിലാളി വർഗ്ഗം ചുരുങ്ങിപ്പോയി. ബുദ്ധിജീവി വർഗ്ഗം, പെറ്റിബൂർഷ്വാ എന്നീ വർഗ്ഗങ്ങളെ തൊഴിലാളി വർഗ്ഗത്തിന്റെ പരിധിയിൽ കൊണ്ടുവരാത്തത് വലിയൊരു പരാജയമായി മാർക്സിസം തിരിച്ചറിയുന്നു. അതുകൊണ്ടുതന്നെ ഡോക്ടർ, അദ്ധ്യാപകർ, സാങ്കേതിക തൊഴിലാളികൾ, ലബോറട്ടറി ജോലിക്കാർ, എഴുത്തുകാർ ഭരണയന്ത്രം തിരിക്കുന്നവർ, കൃഷിക്കാർ, ശാസ്ത്രജ്ഞന്മാർ എന്നിവർ തൊഴിലാളിവർഗ്ഗത്തിനു പുറത്തായി. മാർക്സിസം കാട്ടിയ ഈ മണ്ടത്തരം മുതലാക്കിയതാണ് ഫാസിസത്തിന്റെ ഏറ്റവും വലിയ വിജയം. തൊഴിലാളിവർഗ്ഗം എന്ന മാർക്സിയൻ ആശയത്തിനു പുറത്തുള്ള തൊഴിലെടുക്കുന്നവരെയും ബുദ്ധിജീവികളെയും പെറ്റിബൂർഷ്വാകളെയും ഫാസിസ്റ്റുകൾ സംബോധന ചെയ്യുകയും അവരെ തങ്ങളുടെ മുന്നണി പടയാളികളായി തെരഞ്ഞെടുക്കുകയും ചെയ്തു. അതുകൊണ്ടുതന്നെ ഹിറ്റ്ലറിന്റെ ഫാസിസത്തിന് ബദലാകാൻ ജർമ്മൻ കമ്യൂണിസ്റ്റ് പാർട്ടിക്ക് കഴിയാതെ വന്നു. തൊഴിലാളി എന്ന വർഗ്ഗം അതിന്റെ അർത്ഥവ്യാപ്തിയിൽ ചുരുങ്ങിപ്പോയതാണ് ഇതിനു കാരണം.

മാത്രമല്ല, 20-ാം നൂറ്റാണ്ടിൽ മുതലാളിത്തം = പിന്തിരിപ്പൻ ശക്തി, തൊഴിലാളി= പുരോഗമനവാദി എന്ന ആശയത്തിന് ഇടിവ് സംഭവിച്ചു. മുതലാളിവർഗ്ഗത്തിന് പുരോഗമന സ്വഭാവത്തിലേക്ക് കടക്കാനും, തൊഴിലാളി വർഗ്ഗത്തിന് പിന്തിരിപ്പൻ സ്വഭാവത്തിലേക്ക് കടക്കാനും ആവുമെന്ന് ചരിത്രം സാക്ഷ്യം വഹിച്ചു. ഇത് 19-ാം നൂറ്റാണ്ടിൽ മാർക്സ് മുന്നോട്ടുവച്ച ശരി - തെറ്റുകളെ തിരുത്തിക്കുറിച്ചു.

കമ്യൂണിസ്റ്റുകാർ സോഷ്യലിസം എന്ന ആശയം മുന്നോട്ടുവച്ചപ്പോൾ സ്വകാര്യവല്ക്കരണം തകർക്കപ്പെടേണ്ടതാണെന്ന് അവർ പ്രഖ്യാപിച്ചു. എന്നാൽ, സ്വകാര്യവല്ക്കരണം പൂർണ്ണമായി ചെറുക്കാൻ സാദ്ധ്യമല്ലെന്നതാണ് സത്യം. ഇത് പിന്നീട് തെളിയിക്കപ്പെട്ടു. സോഷ്യലിസം എന്ന ആശയം മാർക്സിസത്തിന്റെ നട്ടെല്ലാവുമ്പോൾ 'ദേശീയവാദം' ഫാസിസത്തിന്റെ നട്ടെല്ലായി മാറുന്നത് അങ്ങനെയാണ്. ദേശീയത ഒരു വികാരമായതിനാൽ അതിന് മനഃശാസ്ത്രപരമായ അടിത്തറയുമുണ്ട്. അതുകൊണ്ടുതന്നെ സമത്വത്തേക്കാൾ ദേശീയത മനുഷ്യ മനസ്സിൽ വേരോടും. വൈകാരികതയോടുള്ള ആത്മബന്ധമാണ് ഇതിനു കാരണം.

ഈ വൈകാരികതയെ വേണ്ടവിധത്തിൽ ഉപയോഗപ്പെടുത്തിയതിന്റെ പരിണത ഫലമാണ് ഫാസിസത്തിന്റെ വിജയമെന്ന് വിൽഹെം റീഹ് വിലയിരുത്തുന്നു.

17-ാം നൂറ്റാണ്ടുമുതൽ 19-ാം നൂറ്റാണ്ടുവരെയുള്ള സാമ്പത്തിക അവലോകനമാണ് മാർക്സിസം. ഫാസിസം ആകട്ടെ 20-ാം നൂറ്റാണ്ടിന്റെ ഉല്പന്നവും. ഇവിടെ സാമ്പ്രദായിക മാർക്സിസത്തിന് 3 നൂറ്റാണ്ടുകൾ മാത്രം ആയുസ്സുള്ളപ്പോൾ 20-ാം നൂറ്റാണ്ടിന്റെ ഫാസിസത്തിന് ആയിരക്കണക്കിനു വർഷം പിറകോട്ട് പോകാൻ കഴിയുമെന്ന് വിൽഹെം റീഹ് വാദിക്കുന്നു. മാർക്സിസം സാമ്പത്തിക ശാസ്ത്രത്തിൽ തങ്ങളുടെ വേരുകൾ കണ്ടപ്പോൾ ഫാസിസത്തിന്റെ സെക്സ്-ഇക്കോണമി സംസ്കാരത്തിൽ തങ്ങളുടെ വേരുകൾ തിരിച്ചറിഞ്ഞു. പിതൃദായക-ആധികാരിക സംസ്കാരത്തിൽ ഫാസിസം തങ്ങളുടെ അസ്തിത്വം അന്വേഷിച്ചു. അതുകൊണ്ടുതന്നെ അവയ്ക്ക് ആയിരക്കണക്കിനു വർഷങ്ങൾ പുറകോട്ടു പോകാൻ കഴിയും. മറ്റൊരർത്ഥത്തിൽ മാർക്സിസം സാമ്പത്തിക വായന നടത്തിയപ്പോൾ ഫാസിസം സംസ്കാരവായനയിലേക്കു തിരിഞ്ഞു. ഇവിടെ ഫാസിസ്റ്റ് സംസ്കാരം കുലീനതയുടെ വേരുകൾ അന്വേഷിച്ച് അഗാധതയിലേക്കു പോകുന്നത് കാണാമെന്ന് റീഹ് വാദിക്കുന്നു. അനേകവർഷങ്ങൾ പഴക്കമുള്ള സംസ്കാരത്തെ മനഃശാസ്ത്രത്തിന്റെ വികാരങ്ങളുമായി കൂട്ടിയിണക്കി സമൂഹത്തിൽ അവതരിപ്പക്കാൻ കഴിഞ്ഞത് ഫാസിസത്തിന്റെ വിജയത്തിന് കാരണമായി ഭവിച്ചു.

## പ്രത്യയശാസ്ത്രത്തിൽനിന്ന് വഴിപിരിഞ്ഞുപോകുന്ന സാമ്പത്തിക ഘടന

മാർക്സിന്റെയും എംഗൽസിന്റെയും ശ്രമഫലമായി വികസിപ്പിച്ച മാർക്സിസം ജർമ്മൻ രാഷ്ട്രീയത്തെ വിശകലനത്തിനു വിധേയമാക്കിയിരുന്നു. എന്നാൽ 20-ാം നൂറ്റാണ്ടിൽ പൊട്ടിപ്പുറപ്പെട്ട ഫാസിസത്തെ അവർ അഭിമുഖീകരിക്കാത്തതിനാൽ അവയെ അവർ അപഗ്രഥിച്ചില്ല. വിൽഹെം റീഹിന്റെ അഭിപ്രായത്തിൽ മാർക്സിസത്തിന്റെ സാമൂഹ്യഘടനയായ പ്രത്യയശാസ്ത്രം, രാഷ്ട്രീയഘടന, സാമ്പത്തികഘടന എന്നിവയിൽ മാർക്സും എംഗൽസും സാമ്പത്തിക ഘടനയ്ക്ക് കൂടുതൽ പ്രാധാന്യം നല്കി. അതുകാരണം മാർക്സിസം ഒരു സാമ്പത്തിക ശാസ്ത്രം മാത്രമായി ചുരുങ്ങിപ്പോയി. എന്നാൽ ഗ്രാംഷിക്കു ശേഷം വന്ന പില്ക്കാല മാർക്സിയൻമാരാണ് പ്രത്യയശാസ്ത്രത്തിന്റെ പ്രസക്തി തിരിച്ചറിയുകയും അതിനെ വികസിപ്പിച്ചതും. ജർമ്മൻ രാഷ്ട്രീയത്തെ വിശകലനം ചെയ്ത മാർക്സ് ജർമ്മൻ സാമ്പത്തിക ഘടനയെ അടിമുടി പരിശോധിക്കുകയും പ്രത്യയശാസ്ത്രത്തെ വിട്ടു കളയുകയും ചെയ്തു. അതുകാരണം ജർമ്മൻ ജനതയുടെ പ്രത്യയശാസ്ത്രബോധം വിലയിരുത്താൻ മാർക്സിസത്തിനു കഴിയാതെ പോയി. പ്രത്യയശാസ്ത്രത്തിൽ

നിന്ന് വഴിപിരിഞ്ഞുപോകുന്ന സാമ്പത്തിക പഠനമായി മാർക്സിന്റെ പഠനം അധഃപതിച്ചതായി റീഹ് വിലയിരുത്തുന്നു. മാർക്സിന്റെയും എംഗൽസിന്റെയും ലെനിന്റെയും കാലത്തിനു ശേഷമായിരുന്നു. ഫാസിസം രംഗപ്രവേശനം ചെയ്തത്. അതിനാൽ മാർക്സിയൻ ആചാര്യന്മാർക്ക് അവയെ വിശദീകരിക്കാൻ കഴിയാതെ പോയി. ഇറ്റാലിയൻ മാർക്സിസ്റ്റായ അന്റോണിയോ ഗ്രാംഷി പിന്നീട് ഫാസിസത്തെ സമഗ്രമായി വിലയിരുത്തി. ഫ്രോയ്ഡോ-മാർക്സിസത്തിൽ വിൽഹെം റീഹും ഫാസിസത്തെ വിലയിരുത്തി. എന്നാൽ ഗ്രാംഷിയിൽ നിന്നും വ്യത്യസ്തമായി റീഹ് മനഃശാസ്ത്രപരമായിട്ടാണ് ഫാസിസത്തെ അപഗ്രഥിച്ചത്. ഗ്രാംഷിയാകട്ടെ രാഷ്ട്രീയ പ്രത്യയശാസ്ത്ര അവലോകനരീതിയാണ് കൈക്കൊണ്ടത്. മനസ്സിനെ പ്രത്യയശാസ്ത്രമായി കണക്കാക്കുന്ന ഒരു രീതി ഇന്ന് മാർക്സിസത്തിൽ സജീവമാണ്. അതിനാൽ വിൽഹെം റീഹിന്റെ മനഃശാസ്ത്ര വായന പ്രത്യയശാസ്ത്ര വായനകൂടിയാണെന്ന് വായനക്കാർ തിരിച്ചറിയണം. ചുരുക്കത്തിൽ കേവല സാമ്പത്തിക സിദ്ധാന്തത്തിനപ്പുറം പ്രത്യയശാസ്ത്രത്തെ വീണ്ടെടുത്താലേ ഫാസിസത്തെ വിലയിരുത്താൻ മാർക്സിസത്തിനു കഴിയൂവെന്ന് വിൽഹെം റീഹ് വാദിക്കുന്നു. ഇതിനുവേണ്ടിയുള്ള പടപ്പുറപ്പാടാണ് *ഫാസിസത്തിന്റെ ആൾക്കൂട്ട മനഃശാസ്ത്രം* എന്ന ഈ പുസ്തകം.

ഇനി, 1928–1933 കാലയളവിലെ ജർമ്മൻ സമൂഹത്തിന്റെ രാഷ്ട്രീയ-പ്രത്യയശാസ്ത്രവിശകലനമാണ് പ്രതിപാദിക്കുന്നത്.

ഈ കാലയളവിൽ ക്ലാസിക്കൽ മാർക്സിസത്തെ പകർത്തി ജർമ്മൻ കമ്യൂണിസ്റ്റുകാർ സാമ്പത്തിക ഘടനയ്ക്ക് പ്രാധാന്യം നല്കി. സാമ്പത്തിക ഘടനയ്ക്ക് പ്രത്യയശാസ്ത്രത്തെയും രാഷ്ട്രീയ ഘടനയെയും സ്വാധീനിക്കാൻ കഴിയുമെന്ന് ഈ ഘട്ടത്തിൽ ജർമ്മൻ കമ്യൂണിസ്റ്റുകാർ വിശ്വസിച്ചു. ഈ പരിസരം മുതലാക്കി ഫാസിസം പ്രത്യയശാസ്ത്രത്തെ അപഗ്രഥനരീതിയായി സ്വീകരിച്ചു. ഇതുകാരണം മാർക്സിസത്തേക്കാൾ കൂടുതൽ സ്വീകാര്യത ഫാസിസത്തിനു ലഭിച്ചു. ഇതുവഴി ഫാസിസത്തിന് പുതുമയുടെ പരിവേഷം ലഭിച്ചു. സാഹിത്യത്തിലും രാഷ്ട്രീയത്തിലും സാമ്പത്തിക ശാസ്ത്രത്തിലും നേരത്തേതന്നെ വരവറിയിച്ച മാർക്സിസം അതിന്റെ സാങ്കേതിക പദങ്ങൾ കൊണ്ട് സ്വയം വിരസമായി മാറിയപ്പോൾ 20-ാം നൂറ്റാണ്ടിന്റെ പ്രത്യയശാസ്ത്രമായി അവതരിപ്പിക്കപ്പെട്ട ഫാസിസത്തിന് സ്വാഭാവികമായി കൂടുതൽ പ്രാധാന്യം കൈവന്നു. ഇത് ഫാസിസത്തിനു പുതുമയുടെ മുഖം ലഭിക്കാൻ കാരണമായി. ഈ കാലയളവ് മാർക്സിസത്തിന്റെ സാങ്കേതികപദങ്ങൾ ആവർത്തന വിരസമായി മാറിയതിന് സാക്ഷ്യം വഹിച്ചു. അങ്ങനെ പുതിയ സാമൂഹ്യ വിലയിരുത്തലുമായി രംഗപ്രവേശം ചെയ്ത ഫാസിസത്തിന് പുതുമയുടെ മുഖം ലഭിച്ചു ഇത് ജനങ്ങളെ കൂടുതൽ ഫാസിസത്തിലേക്കാകർഷിക്കാൻ കാരണമായി മാറി. ഫാസിസം സംസ്കാര വായനയായിരുന്നുവെങ്കിലും ഒരു പ്രസ്ഥാനമെന്ന നിലയിൽ അതിന് ദീർഘകാ

ലത്തെ ചരിത്രമില്ലായിരുന്നു. ഇറ്റലിയിലും ജർമ്മനിയിലുമായി പൊട്ടിമുളച്ച ഫാസിസം പുതുമയുടെ പ്രസ്ഥാനമായിരുന്നു. 20-ാം നൂറ്റാണ്ടിൽ പൊട്ടിമുളച്ച ജർമ്മൻ രാഷ്ട്രീയ ജീവിതമെന്ന് ഫാസിസത്തെ ചുരുക്കിവിളിക്കാം. അതുകൊണ്ടുതന്നെ ആ പ്രസ്ഥാനത്തിന് ഒരു പാരമ്പര്യം അവകാശപ്പെടാനില്ല. ഈ പുതുമയാണ് ഫാസിസത്തെ ജർമ്മനിയിൽ കൂടുതൽ ജനപ്രിയമാക്കിയതും. ഫാസിസത്തെ ജനപ്രിയമാക്കിയത് അതിന്റെ പ്രത്യയശാസ്ത്ര വായനയായിരുന്നുവെന്ന് വിൽഹെം റീഹ് വിലയിരുത്തുന്നു. സാമ്പത്തിക ഘടനയെ കാട്ടിലെറിഞ്ഞ് ഫാസിസം പ്രത്യയശാസ്ത്ര വായനയെ പുണർന്നുവെന്ന് ചുരുക്കം.

ഫാസിസത്തിന് ഒരു മനഃശാസ്ത്ര വായനയുടെ മുഖവും ഉണ്ടായിരുന്നു. എന്നാൽ മനസ്സിനെ 'അതിഭൗതിക'മായി കണക്കാക്കുന്ന ക്ലാസിക്കൽ മാർക്സിസം, തങ്ങളുടെ പഠനത്തിൽനിന്ന് മനഃശാസ്ത്രത്തെ അകറ്റി നിർത്തി. പില്ക്കാല മാർക്സിയൻമാരാണ് ഫ്രോയ്ഡോ-മാർക്സിസത്തിലൂടെ മാർക്സിസത്തെ മനഃശാസ്ത്രവുമായി അടുപ്പിച്ചത്. മാർക്സിസത്തെ മനഃശാസ്ത്രത്തോട് അടുപ്പിച്ച മാർക്സിയന്മാരാണ് 20-ാം നൂറ്റാണ്ടിലെ യഥാർത്ഥ മാർക്സിയന്മാരെന്ന് ചുരുക്കം. ഇത് മാർക്സിസത്തിന്റെ വളർച്ചയെയാണ് കാണിക്കുന്നത്.

അങ്ങനെ മാർക്സിസത്തെ മനഃശാസ്ത്രപരമായി വിലയിരുത്തുവാൻ 'രാഷ്ട്രീയമനഃശാസ്ത്രത്തി'ന് തുടക്കമാവുകയും അത് പിന്നീട് ആൾക്കൂട്ട മനഃശാസ്ത്രത്തിന് വഴിമാറിക്കൊടുക്കുകയും ചെയ്യുമെന്ന് വിൽഹെം റീഹ് വിലയിരുത്തുന്നു. അങ്ങനെയാണ് ഈ പുസ്തകം ഫാസിസത്തിന്റെ ആൾക്കൂട്ട മനഃശാസ്ത്രമായി മാറുന്നത്.

മാർക്സിന്റെ കാലത്ത് 'സോഷ്യോളജി' എന്ന പഠനശാഖ രംഗത്തു വന്നിരുന്നില്ല. അതിനാൽ കേവല സാമൂഹ്യശാസ്ത്ര പഠനമായി 'മാർക്സിസം' മാറുകയായിരുന്നു. പില്ക്കാലത്ത് 20-ാം നൂറ്റാണ്ടിൽ സൊഷ്യോളജിയെ സാമ്പത്തിക ശാസ്ത്രവുമായി ബന്ധിപ്പിച്ച് സെക്സ്-ഇക്കോണമി രംഗപ്രവേശം ചെയ്തു. ഇത് ഫാസിസത്തെ വായിക്കാനുള്ള രീതിശാസ്ത്രമായി പിന്നീട് മാറിത്തീർന്നു. ഒരു വ്യക്തിയുടെ സാമ്പത്തിക ഘടനയെപ്പോലെ മാനസികതലത്തിനും തുല്യപ്രാധാന്യം നല്കണമെന്ന് സെക്സ്- ഇക്കോണമി വിലയിരുത്തുന്നു. അതുകൊണ്ടുതന്നെ, ഇത് ഒരേസമയം സാമ്പത്തിക-മനഃശാസ്ത്ര അപഗ്രഥനരീതിയാണ്. മനസ്സിനെ പ്രത്യയശാസ്ത്ര ഉപകരണമായി വിലയിരുത്തുന്ന പുതിയ മാർക്സിയൻ വായനയുടെ പ്രവാചകനായ വിൽഹെം റീഹ് അതിനാൽത്തന്നെ ഈ വായനയെ പ്രത്യയശാസ്ത്ര വായന എന്ന് വിലയിരുത്തുന്നു. അങ്ങനെ സെക്സ്-ഇക്കോണമി പ്രത്യയശാസ്ത്രവായനയായും പരിണമിക്കുന്നു.

മാർക്സിയൻ സിദ്ധാന്ത പ്രകാരം മുതലാളി-തൊഴിലാളി ബന്ധം വർഷങ്ങൾ നീണ്ടുനില്ക്കുന്ന വിരുദ്ധ പ്രവർത്തനങ്ങൾക്കുശേഷം വിപ്ലവത്തിലേക്ക് കടക്കുന്നു. ഈ വിപ്ലവത്തിൽ തൊഴിലാളി മുതലാളി

വർഗ്ഗത്തെ പരാജയപ്പെടുത്തി സോഷ്യലിസത്തിന് വളക്കൂറുണ്ടാക്കുന്നു. തുച്ഛമായ വേതനം, തൊഴിലാളിയെ ആഹാരം മോഷ്ടിക്കേണ്ട ഗതികേടിൽ വരെ കൊണ്ടുചെന്നെത്തിക്കുമെന്ന് മാർക്സിന്റെ സാമ്പത്തിക വിശകലനം വിലയിരുത്തിയിരുന്നു. എന്നാൽ തുച്ഛമായ വേതനം മോഷണമോ, വിപ്ലവമോ ഉണ്ടാക്കുന്നില്ലെന്നത് ഒരു മനഃശാസ്ത്ര സത്യമായി അവശേഷിക്കുന്നു. ഈ രീതി എല്ലായ്പ്പോഴും ആവർത്തിക്കില്ലെന്നതാണ് സത്യം. ഈ കാരണം കൊണ്ടുതന്നെ മാർക്സിസ്റ്റുകളുടെ ഈ അപഗ്രഥനരീതി തെറ്റാണെന്ന് ഫാസിസ്റ്റുകൾക്ക് പ്രചരിപ്പിക്കാൻ കഴിഞ്ഞു. ആ അപഗ്രഥനം ഒരേ സമയം സാമ്പത്തിക മനഃശാസ്ത്ര അപഗ്രഥനരീതിയാണ്. മനസ്സിനെ പ്രത്യയശാസ്ത്ര ഉപകരണമായി വിലയിരുത്തുന്ന പുതിയ മാർക്സിയൻ വായനയുടെ പ്രവാചകനായ വിൽഹെം റീഹ് അതിനാൽത്തന്നെ ഈ വായനയെ പ്രത്യയശാസ്ത്ര വായനയെന്നും വിലയിരുത്തുന്നു. അങ്ങനെ സെക്സ് ഇക്കോണമി പ്രത്യയശാസ്ത്ര വായനയായും സാമൂഹ്യ ശാസ്ത്രവായനയായും വിലയിരുത്താം.

## ജർമ്മൻ ഇടത്തരകുടുംബങ്ങളുടെ പ്രത്യയശാസ്ത്രവും, ഫാസിസത്തിന്റെ ആൾക്കൂട്ട മനഃശാസ്ത്രവും

ഹിറ്റ്ലർ ജർമ്മൻ സമൂഹത്തെ ആകർഷിച്ചത് ഒരേ സമയം പ്രത്യയശാസ്ത്രപരവും, മനഃശാസ്ത്രപരവുമായിട്ടാണ്. നാഷണൽ സോഷ്യലിസത്തിൽനിന്ന് നാസി ഫാസിസത്തിലേക്കുള്ള വളർച്ച തീർത്തും മനഃശാസ്ത്രപരവും പ്രത്യയശാസ്ത്രപരവുമായിരുന്നു. നിലവിലുള്ള നാഷണൽ സോഷ്യലിസം ജർമ്മൻ ജനതയെ മടുപ്പിക്കുമെന്നും, നാസി ഫാസിസത്തിനു മാത്രമേ ജർമ്മൻ ജനതയെ രക്ഷിക്കാനാവൂവെന്നും അദ്ദേഹം (ഹിറ്റ്ലർ) പ്രഖ്യാപിച്ചു. ഇതിനായി താൻ ജർമ്മൻ ജനതയുടെ നേതാവാകേണ്ടത് അനിവാര്യമാണെന്ന് അദ്ദേഹം വിലയിരുത്തി. *മീൻ കാഫിൽ* വരേണ്യ ജന്മകുലത്തിനു മാത്രമേ ജർമ്മനിയെ ശരിയായി മുന്നിലേക്ക് നയിക്കാൻ കഴിയൂവെന്ന് അദ്ദേഹം വിശദീകരിച്ചു. ഈ ഘട്ടത്തിൽ വരേണ്യകുലത്തിന്റെ സംരക്ഷകനായും പടനായകനായും ഹിറ്റ്ലർ *മീൻകാഫിൽ* തന്നെ സ്വയം അവതരിപ്പിക്കുന്നത് കാണാം. നാഷണൽ സോഷ്യലിസത്തിൽനിന്ന് ഫാസിസത്തിലേക്കുള്ള ഹിറ്റ്ലറിന്റെ സ്ഥാനമാറ്റം എങ്ങനെ വിജയിച്ചുവെന്ന് അന്വേഷിക്കുമ്പോൾ ജർമ്മനിയുടെ ഇത്തരം സമൂഹത്തിന്റെ മനസ്സ് തിരിച്ചറിയാനാകുമെന്നും റീഹ് വ്യക്തമാക്കി. 20-ാം നൂറ്റാണ്ടിന്റെ ജർമ്മൻ ആൾക്കൂട്ട മനഃശാസ്ത്രത്തിന്റെ അന്തസ്സത്ത കൂടിയാവും ഈ തിരനോട്ടം. അതുകൊണ്ടുതന്നെ ഈ പഠനത്തിന് പ്രാധാന്യമേകുന്നു.

ഒരേ സമയം മുതലാളിത്തത്തെയും സോഷ്യലിസത്തെയും എതിർത്ത ഹിറ്റ്ലർ തന്റെ സ്ഥാനം ഫാസിസത്തിലേക്കാണെന്ന് തിരിച്ചറിഞ്ഞു. കുലീന വർഗ്ഗവാദം ഫാസിസത്തിന്റെ കാതലാണ്. അതുപോലെ

അതിദേശീയ വാദവും ഫാസിസത്തെ മുന്നോട്ടു നയിക്കുന്നു. അതുകൊണ്ടുതന്നെ ഫാസിസത്തെ വിലയിരുത്താൻ പഴയ മുതലാളിത്ത വിശദീകരണങ്ങൾക്കോ, സോഷ്യലിസ്റ്റ് ചിന്താഗതികൾക്കോ ആവില്ല. അതുകൊണ്ടുതന്നെ പുതുമയുടെ രാഷ്ട്രീയമാണ് തങ്ങളുടേതെന്ന് ഹിറ്റ്ലർ ആഹ്വാനം ചെയ്യുന്നു. പുതുമയുടെ ഭാഗമായ തങ്ങൾ ചരിത്രത്തിൽ ഇടം നേടുകയല്ല ആഗ്രഹിക്കുന്നതെന്നും മറിച്ച് ചരിത്രത്തെ നിർമ്മിക്കാനാണ് ആഗ്രഹിക്കുന്നതെന്നും ഓരോ ഫാസിസ്റ്റും തിരിച്ചറിയുന്നു. ചരിത്രത്തിലെ എല്ലാ വിപ്ലവവും രാഷ്ട്രീയപരവും സാമ്പത്തിക പരവുമായി അടയാളപ്പെടുത്തുമ്പോൾ ഫാസിസം മനഃശാസ്ത്രപരമായാണ് അടയാളപ്പെടുത്തുന്നതെന്ന് വിൽഹെം റീഹ് വാദിക്കുന്നു. ഫാസിസം അതുകൊണ്ടുതന്നെ ആൾക്കൂട്ട മനഃശാസ്ത്രമെന്ന് ഇടത്തട്ടിലെ സാധാരണക്കാരെ (മദ്ധ്യവർഗ്ഗത്തെ) ഏറ്റവും കൂടുതൽ സംബോധന ചെയ്ത പ്രസ്ഥാനമാണ് ഫാസിസം. കമ്യൂണിസ്റ്റുകാർ പെറ്റിബൂർഷ്വാ എന്നും ഇടത്തട്ടിൽപ്പെട്ട വർഗ്ഗമെന്നും സംബോധനചെയ്യുന്ന അതേ മദ്ധ്യവർഗ്ഗത്തെയാണ് ഫാസിസ്റ്റുകാർ തങ്ങളുടെ മുന്നണി പടയാളികളായി കണ്ടത്. സമൂഹത്തിന്റെ ഭൂരിപക്ഷം വഹിക്കാൻ കഴിയുന്ന ഇവർ പെട്ടെന്ന് ഒരു പ്രസ്ഥാനത്തിന്റെ മുന്നണി പടയാളിയാവുകയായിരുന്നു. ഇവരുടെ ഈ കുതിപ്പിനെ ചെറുക്കാൻ കമ്യൂണിസ്റ്റുകാർക്കായില്ല. തൊഴിലാളി/ മുതലാളിവർഗ്ഗത്തിൽ തൊഴിലാളിയുടെയോ മുതലാളിയുടെയോ വർഗ്ഗത്തിൽ ഇവരെ പെടുത്താതിരുന്നത് കമ്യൂണിസത്തിന്റെ മണ്ടത്തരങ്ങളിൽ ഒന്നായി മാറുകയായിരുന്നു. അതേസമയം, മദ്ധ്യവർഗ്ഗത്തെ തങ്ങളുടെ മുന്നണി പടയാളികളാക്കി ഫാസിസം തങ്ങളുടെ ആൾക്കൂട്ട മനഃശാസ്ത്രം ഉറപ്പിക്കുകയും ചെയ്തു.

ഇവിടെ ഒരു കാര്യം പരാമർശിക്കേണ്ടിയിരിക്കുന്നു. ഹിറ്റ്ലർ തന്റെ ആദ്യനാളുകളിൽ നാഷണൽ സോഷ്യലിസത്തിൽ പ്രവർത്തിച്ചിരുന്നു. എന്നാൽ പെറ്റിബൂർഷ്വാ വർഗ്ഗത്തെ തിരിച്ചറിഞ്ഞ അദ്ദേഹം പെട്ടെന്ന് കുലീനവർഗ്ഗത്തിലും അതിദേശീയവാദത്തിലും ആകൃഷ്ടനാകുകയായിരുന്നു. ഇത് ജർമ്മനിയെ ഫാസിസത്തിലേക്കാകർഷിച്ച ചരിത്രം കൂടിയായും മാറി.

ജർമ്മൻ മദ്ധ്യവർഗ്ഗത്തിന്റെ റിബെലിയൻ മനസ്സാണ് ഫാസിസത്തിന്റെ അടിസ്ഥാനമെന്ന് ഇവിടെ തിരിച്ചറിയേണ്ടിയിരിക്കുന്നു. ജീവിതത്തിൽ അച്ഛനെന്ന അധികാരസ്ഥാപനത്തെ എതിർക്കുന്ന റിബൽ സമൂഹം ഉദയം ചെയ്യുന്നത് കൗമാരത്തിലാണ്. ഈ റിബലുകൾക്ക് പ്രത്യേകിച്ച് കൗമാരത്തിന് സ്വർഗ്ഗഭൂമി ഒരുക്കി ഫാസിസം ഒരിക്കൽക്കൂടി തങ്ങളുടെ പ്രത്യയശാസ്ത്രം ഉറപ്പിച്ചു. അങ്ങനെ കൗമാരക്കാർക്ക് തങ്ങളുടെ റെബലിയൻ ജീവിതം ആസ്വദിക്കാൻ ഒരു പ്രതലം ഒരുക്കാനും ഫാസിസം തയ്യാറായി. ഇത് കൗമാരക്കാർക്കിടയിൽ ഫാസിസത്തിന് സ്വീകാര്യത വർദ്ധിപ്പിച്ചു. ഇവിടെയാണ് കൗമാരവും ഫാസിസവും ഒന്നിക്കുന്ന കാഴ്ച കാണാൻ കഴിയുന്നത്.

ഇവിടെ മദ്ധ്യവർഗ്ഗവും (പെറ്റിബൂർഷ്വാ), കൗമാരക്കാരും എങ്ങനെ ഫാസിസത്തിലേക്ക് ആകൃഷ്ടരായെന്ന് കാണാൻ സാധിച്ചു. കൗമാരക്കാരുടെ പ്രത്യയശാസ്ത്രം അടഞ്ഞുകിടക്കുന്നത് റിബലിയൻ ജീവിതത്തിലാണെന്ന വിലയിരുത്തലാണ് ഇവിടെ ഉണ്ടായിട്ടുള്ളതെന്ന് പ്രത്യേകം ശ്രദ്ധിക്കുമല്ലോ! അതുകൊണ്ടുതന്നെ റിബലുകളെയും മദ്ധ്യവർഗ്ഗത്തെയും സംബോധന ചെയ്യാൻ ഫാസിസ്റ്റുകൾക്കായി എന്ന് ചുരുക്കം.

ഹിറ്റ്ലർ തന്റെ സിദ്ധാന്തങ്ങളിൽ 'അമ്മ ദൈവം' എന്ന സങ്കല്പത്തിന് അമിതമായ പ്രാധാന്യം നല്കി. എല്ലാ രാഷ്ട്രീയ പാർട്ടികളും പ്രസ്ഥാനങ്ങളും അച്ഛനെ പ്രതിനിധീകരിക്കുമ്പോൾ ഹിറ്റ്ലർ അമ്മയെ ദൈവമായി കണക്കാക്കുകയും അമ്മയെ ആദരിക്കാൻ ആഹ്വാനം ചെയ്യുകയും ചെയ്തു. അമ്മദൈവ ആരാധന ഒരു വിധത്തിൽ ഫാസിസത്തിന്റെ രീതിയായി മാറുന്നത് അങ്ങനെയാണ്. കൗമാരത്തിനും റിബൽ ജീവിതത്തിനും അമ്മ സങ്കല്പം സ്വീകാര്യമായതും കാര്യങ്ങളെ കൂടുതൽ വേഗതയിൽ അടുപ്പിച്ചു. "താൻ ജീവിതത്തിൽ ഒരിക്കലേ കരഞ്ഞിട്ടുള്ളൂ.... അത് തന്റെ അമ്മ മരിച്ചപ്പോഴാണെന്ന് ഹിറ്റ്ലർ പ്രഖ്യാപിച്ചു." പിതൃദായകത്വത്തെക്കാൾ മാതാവ്= ദൈവം എന്ന സത്യത്തെയാണ് ഹിറ്റ്ലർ മുന്നോട്ടുവച്ച സാമൂഹ്യസത്ത. ഇത് ഫാസിസ്റ്റുകൾക്ക് കൂടുതൽ സ്വീകാര്യമാവുകയും ചെയ്തു. അമ്മയെ വിഗ്രഹവല്ക്കരിച്ചതോടെ സമൂഹത്തിൽ ഫാസിസത്തിന് കൂടുതൽ പേര് ലഭിക്കുകയും മനഃശാസ്ത്രപരമായി സമൂഹത്തിൽ മുന്നേറാനും ഫാസിസത്തിനു കഴിഞ്ഞു. ഇതാണ് ഹിറ്റ്ലറിന്റെ അമ്മ സങ്കല്പം. അച്ഛനോടുള്ള മകന്റെ വിരോധം (ഈഡിപ്പസ് കോംപ്ലക്സ്) ഇവിടെ ഫാസിസത്തിന്റെ ആൾക്കൂട്ട മനഃശാസ്ത്രത്തിൽ യാഥാർത്ഥ്യമായിത്തീരുകയായിരുന്നുവെന്ന് വിൽഹെം റീഹ് പ്രസ്താവിക്കുന്നു.

ഇനി ജർമ്മനിയിലെ ഇടത്തരക്കാരെപ്പറ്റി പരാമർശിക്കുകയാണ്. അവരുടെ മനഃശാസ്ത്രവും ഇവിടെ ചർച്ച ചെയ്യുന്നു. നേരത്തെ സൂചിപ്പിച്ചതുപോലെ, കമ്യൂണിസ്റ്റുകാർ വർഗ്ഗബോധത്തോടെയാണ് സമൂഹത്തെ വിഭജിക്കുന്നത്. അങ്ങനെ വരുമ്പോൾ തൊഴിലാളി, മുതലാളി എന്നീ രണ്ടു വർഗ്ഗങ്ങൾ മാത്രമേ പ്രബലമായി നിലനില്ക്കുന്നുള്ളൂ. എന്നാൽ ജനങ്ങളിൽ ഭൂരിപക്ഷമായ ഇടത്തരക്കാരെ അവർ തൊഴിലാളി വർഗ്ഗത്തിൽ കൂട്ടാത്തത് മണ്ടത്തരമായിപ്പോയി. ഈ ഇടത്തരക്കാരെ ആദ്യകാലങ്ങളിലൊക്കെ സംരക്ഷിച്ചിരുന്നത് ബൂർഷ്വാ ഡെമോക്രാറ്റിക് പാർട്ടികളായിരുന്നു. കാലം മാറിയ ക്രമത്തിൽ അവർ ഫാസിസ്റ്റുകളോട് ചേർന്നു. അവർക്കുവേണ്ടി വാദിക്കാൻ തങ്ങളുണ്ടെന്ന് ഫാസിസ്റ്റുകാർ പ്രഖ്യാപിക്കുകയും ചെയ്തു. ഇടത്തരക്കാരുടെ റിബലിയൻ ജീവിതത്തെ പ്രോത്സാഹിപ്പിക്കാനും ഫാസിസ്റ്റുകൾ തയ്യാറായി. ഇത് ഇടത്തരക്കാരെ ഫാസിസത്തിലേക്ക് ആകർഷിക്കാൻ കാരണമായിത്തീർന്നു. കമ്യൂണിസത്തിന് തൊഴിലാളിയാണ് വർഗ്ഗസമൂഹമെങ്കിൽ ഫാസിസത്തിന് ഇടത്തരം ആൾക്കൂട്ടം, സമൂഹമാണ് വർഗ്ഗമായി പ്രവർത്തിക്കുന്നത്. ആൾക്കൂ

ട്ടത്തിന്റെ ഒരു പ്രത്യേകതയാണ് അരാജകത്വം. അതുകൊണ്ടുതന്നെ യുക്തിക്കോ വിവേകത്തിനോ അവിടെ സ്ഥാനമില്ല. റെബലിയൻ ചിന്തയുടെ പ്രതിലോമകതയാണ് ആൾക്കൂട്ടത്തെ ഭരിക്കുന്നതെന്ന് വ്യക്തം. എന്നാൽ ഒരു കാര്യത്തിൽ മാത്രം അവർ ഒന്നിക്കുന്നു. അല്ലെങ്കിൽ ഒരു കാര്യത്തിൽ മാത്രം അവരെ ഒന്നിച്ചു നിർത്തുന്നു. അത് ദേശീയതാവാദമാണ്. ഈ അമിത ദേശീയതാ വാദമാണ് ഫാസിസത്തിന്റെ കാതൽ.

കമ്യൂണിസത്തിന്റെ സാർവ്വദേശീയവാദം തൊഴിലാളിവർഗ്ഗത്തിന്റേതാണെങ്കിൽ, ദേശീയ വാദമാണ് ഫാസിസത്തിന്റെ കാതൽ. സാർവ്വദേശീയ വാദത്തേക്കാൾ അതുകൊണ്ടുതന്നെ ഏറ്റവും സ്വീകാര്യമായി തോന്നാവുന്നത് ദേശീയ വാദമാവാം. പിതൃദായ സമ്പ്രദായം ഉത്ഭവിക്കുന്നതുമുതൽ ഉടലെടുത്ത ദേശീയവാദത്തിന് അതുകൊണ്ടുതന്നെ ചരിത്രവും ഏറെയാണ്. മാത്രമല്ല സ്വീകാര്യതയും ഏറെയുണ്ട്. അതുകൊണ്ടാണ്, സാർവ്വദേശീയത എന്ന ആശയത്തെ ഇടത്തരക്കാർ കാട്ടിലെറിഞ്ഞിട്ട് ദേശീയവാദത്തെ പുല്കുന്നത്. ഇത് കമ്യൂണിസത്തെ തള്ളിക്കളഞ്ഞ് ഫാസിസത്തെ പുല്കുന്നതിന് ഒരു ഉദാഹരണമാണ്.

ഇടത്തരക്കാർക്ക് ആദ്യകാലങ്ങളിൽ ഏറ്റവും കൂടുതൽ സംരക്ഷണം നല്കിയത് മുതലാളിത്തമായിരുന്നു. എന്നാൽ 19-ാം നൂറ്റാണ്ടിന്റെ ഉത്തരാർദ്ധത്തിൽ (ലെനിന്റെ കാലം) മുതലാളിത്തം കുത്തകമുതലാളിത്തത്തിലേക്ക് പരിണമിച്ചു. അതോടെ ചെറുകിട ഉല്പാദകർക്കും വ്യാപാരികൾക്കും ദാരിദ്ര്യത്തിലേക്ക് കൂപ്പുകുത്തേണ്ടിവന്നു. ഈ ഇടത്തര സമൂഹത്തെ ഈ ഘട്ടത്തിൽ മുതലാളിത്തം കൈയൊഴിയുകയും അവരുടെ സംരക്ഷണം ഫാസിസം ഏറ്റെടുക്കുകയും ചെയ്തു. ഇതാണ് ഇടത്തരക്കാരെ ഫാസിസത്തിലേക്കാകർഷിച്ച മറ്റൊരു ഘടകം.

മാത്രമല്ല, ഈ ഇടത്തരക്കാരെ സംരക്ഷിക്കാൻ അവർക്ക് സൈനിക സഹായവും നല്കാൻ ഫാസിസം തയ്യാറായി. ഇത് അവരുടെ നിലനില്പിനെ അനുകൂലമായി സഹായിച്ചു. തങ്ങളെ സംരക്ഷിക്കാൻ ഫാസിസ്റ്റുകളുണ്ടെന്ന ബോധം അവർക്ക് മറ്റൊരു നട്ടെല്ല് പ്രധാനം ചെയ്തു.

മാത്രമല്ല, സാമൂഹ്യജീവിതത്തിൽ ഇടത്തരക്കാരുടെ സാമൂഹ്യമാനം ഫാസിസം ഉയർത്തി. സമൂഹത്തിൽ അവരുടെ പദവി ഉയർത്തിയ ഫാസിസത്തോട് അവർ ഐക്യദാർഢ്യം പ്രകടിപ്പിച്ചു. ഇതാണ് ഫാസിസവും ഇടത്തരവർഗ്ഗവും തമ്മിലുള്ള മറ്റൊരു ബന്ധം. തങ്ങളുടെ മുതലാളിയുടെ ജീവിതരീതിയെ അനുകരിച്ച് അതുപോലെയാകാൻ ശ്രമിക്കുന്ന ഇടത്തരം വർഗ്ഗം അതോടെ രൂപം കൊണ്ടു താനും മുതലാളിയാണെന്ന ബോധം ഇടത്തരം പൗരൻ സ്വന്തമാക്കി. ഇതോടെ “ഞാനാണ് അധികാരം, ഭരണകൂടം, രാജ്യം” എന്ന മുദ്രാവാക്യം ഇടത്തരക്കാർ ഉയർത്തി. ഈ മുദ്രാവാക്യത്തിന്റെ കപടത മനസ്സിലാക്കാതെ ഇത് സത്യമാണെന്ന് ഇടത്തരക്കാർ വിശ്വസിച്ചു. ഇതൊരു കപടമായ തിരിച്ചറിവായിരുന്നു. പക്ഷേ, ഇതുതന്നെയായിരുന്നു ഫാസിസത്തിനും വേണ്ടിയിരുന്നത്. ഇതോടെ ഇടത്തര സമൂഹം പൂർണ്ണമായി ഫാസിസത്തിന്റെ വക്താക്കളായി മാറി.

ഇനി ജർമ്മൻ ജനതയുടെ കുടുംബഘടനയും ദേശീയവികാരവും എന്തായിരുന്നുവെന്ന് നോക്കാം.

ജർമ്മനിയിലെ താഴ്ന്ന ഇടത്തരം കുടുംബം പിതൃദായകമാണ്. ഈ കുടുംബങ്ങളിൽ ലൈംഗികതയെ നിയന്ത്രിക്കുന്നത് ആണുങ്ങളാകുന്നു. ആൺകുഞ്ഞിന് ജന്മം നല്കുകയാണ് ഒരു അമ്മയുടെ ജോലി. അമ്മ എന്നത് പവിത്ര പദവിയുമായി. ഫാസിസത്തിന്റെ തുടക്കം സോഷ്യലിസത്തിൽ നിന്നുമായിരുന്നു. എന്നാൽ സോഷ്യലിസത്തെ കാട്ടിലെറിഞ്ഞ് ഫാസിസം തന്റെ അസ്തിത്വം തിരിച്ചറിഞ്ഞു. സ്ത്രീകളെ പവിത്രവല്ക്കരിക്കുന്നതോടെ അവരുടെ മുഴുവൻ സ്വാതന്ത്ര്യത്തെ ഹനിക്കുകയായിരുന്നു ഫാസിസ്റ്റുകൾ. അമ്മ ദൈവമാണെന്നു പറയുന്നതോടെ അവർക്ക് ചില സ്വാതന്ത്ര്യങ്ങൾ നഷ്ടപ്പെടുന്നതായി കാണാം. അമ്മ രാഷ്ട്രമാകുന്നു എന്ന് പറയുന്നതോടെ ദേശീയതയുടെ മുഖമാണ് സ്ത്രീക്ക് ലഭിക്കുന്നത്. ദേശീയത = സ്ത്രീ (അമ്മ) എന്നതാണ് ഫാസിസം മുന്നോട്ടുവച്ച പുതിയ നിർവ്വചനം. ചുരുക്കത്തിൽ ജർമ്മൻ കുടുംബഘടനയിൽ അമ്മയ്ക്ക് ഫാസിസം കേന്ദ്രപദവി നല്കി. പക്ഷേ, ഇതൊരു കപട അസ്തിത്വമാണെന്ന് സ്ത്രീകളും ജനങ്ങളും തിരിച്ചറിഞ്ഞില്ല.

സ്ത്രീയെ (അമ്മയെ) ദേശത്തിനോട് ഉപമിച്ചതോടെ ദേശസ്നേഹത്തിന് ആഴവും വ്യാപ്തിയും വർദ്ധിച്ചു. ഇതു കൂടുതൽ മനഃശാസ്ത്രപരമായിരുന്നു. അമ്മയോടുള്ള മക്കളുടെ സ്നേഹം നിർവ്വചനാതീതമാണ്. അതുകൊണ്ടുതന്നെ ദേശസ്നേഹത്തിന്റെ ആഴവും പരപ്പും വർദ്ധിച്ചു. ഇത് ഫാസിസത്തിന്റെ വിജയമായി മാറുകയായിരുന്നു.

കമ്യൂണിസം (മാർക്സിസം) അന്തർദ്ദേശീയ (ദേശാന്തര) സ്വഭാവമുള്ള ഒരു പ്രസ്ഥാനമാണ്. എന്നാൽ ഫാസിസം സ്വദേശിവാദത്തിന്റെ വക്താവാണ്. അതുകൊണ്ടുതന്നെ സ്വന്തം ദേശത്തിന്റെ പേരും പെരുമയിലും അമിതമായി ആഹ്ലാദിക്കുന്നവരാണ് ഫാസിസ്റ്റുകൾ. ജർമ്മൻ ഫാസിസം ജർമ്മനിയുടെ അമിത ദേശീയവാദത്തെ പ്രതിഫലിപ്പിക്കുന്നു.

ഈ പരിസരത്തെ കൂടുതൽ വ്യക്തമാക്കാൻ ഹിറ്റ്ലർ പറഞ്ഞ ഉദാഹരണം നോക്കാം. "നങ്ങളുടെ അമ്മയെ മുഖത്തടിച്ചവനെ നിങ്ങൾ എന്തു ചെയ്യും? നിങ്ങൾ നന്ദി പറയുമോ? അങ്ങനെ ചെയ്താൽ നിങ്ങൾ മൃഗമാണെന്നു പറയേണ്ടിവരും? രാജ്യത്തെ വൃത്തികേടാക്കിയതിൽ ജർമ്മൻകാർക്കുള്ള പങ്കിനെക്കുറിച്ച് നിങ്ങൾക്ക് വ്യക്തതയുണ്ടോ?" ഹിറ്റ്ലറിന്റെ ഈ വാക്കുകൾ വ്യക്തമാക്കുന്നത് ജർമ്മനി എന്ന രാജ്യത്തോടുള്ള അദ്ദേഹത്തിന്റെ അമിതസ്നേഹവും ജർമ്മൻകാർക്കെതിരെയുള്ള നിലപാടുകളാണ്. ഇതുതന്നെയാണ് ഫാസിസ്റ്റുകളുടെ നിലപാടും.

ഹിറ്റ്ലർ ചെയ്ത അടുത്ത നടപടി വ്യക്തി സ്വയം രാജ്യമാണെന്ന് പഠിപ്പിക്കുകയായിരുന്നു. അമിത ദേശസ്നഹം വളർത്താനായിരുന്നു ഈ നടപടി. അതിനുശേഷം അച്ഛനെ ശിശുവിന്റെ സംരക്ഷകനാക്കി. ഹിറ്റ്ലർ സ്വയം അച്ഛനായിക്കൊണ്ട് വ്യക്തിക്കുവേണ്ടി എല്ലാം നിർവ്വഹിക്കുന്ന

സംരക്ഷകനായി മാറി. ഇതിനായി ദേശ നാർസിസിസം ജനങ്ങളുടെ ആത്മവിശ്വാസമാക്കി. ഇതിലൂടെ തങ്ങളുടെ രാജ്യം സ്വയം ശ്രേഷ്ഠമാണെന്ന് ജർമ്മൻകാർ ചിന്തിച്ചുവശായി. തങ്ങലെ സംരക്ഷിക്കുന്ന ബിംബമായി ഹിറ്റ്ലർ സ്വയം ജനങ്ങളെ ബോദ്ധ്യപ്പെടുത്തി.

## വംശീയ സിദ്ധാന്തം

ജർമ്മൻ ഫാസിസമെന്നാൽ ജർമ്മൻ വംശീയതയാണെന്ന് വിൽഹെം റീഹ് അഭിപ്രായപ്പെടുന്നു. വംശീയ കൂടിച്ചേരലിനെതിരായ വംശീയ ചെറുത്തുനില്പാണത്. സോഷ്യലിസ്റ്റ് മതേതര പൗരന് എതിരായി ശുദ്ധവംശത്തിന്റെയും ശുദ്ധരക്തത്തിന്റെയും ഇടമാണ് ജർമ്മൻ ഫാസിസം. ഈ ശുദ്ധവംശത്തെ സംരക്ഷിക്കാനുള്ള അർപ്പണമാണ് ഫാസിസം. ജൂതൻകാരെ വൃത്തിഹീനരായി കരുതിക്കൊണ്ട് ജർമ്മൻകാരെ അവരിൽനിന്ന് അകറ്റുകയാണ് ഹിറ്റ്ലർ ചെയ്തത്.

ജർമ്മനിയിലെ ശുദ്ധരക്തത്തെക്കുറിച്ചും വംശീയതയെക്കുറിച്ചും ഹിറ്റ്ലർ പറയുന്നത് ഇങ്ങനെയാണ്.

> മനുഷ്യനെ വംശീയമായി മൂന്നായി തരംതിരിക്കാം. സംസ്കാരം സൃഷ്ടിക്കുന്നവനെയും, സംസ്കാരം സംരക്ഷിക്കുന്നവനെയും സംസ്കാരം നശിപ്പിക്കുന്നവനെയും മുൻനിർത്തിയാണ് ഈ വിഭജനം. സംസ്കാരത്തിന്റെ സ്രഷ്ടാവായ ആര്യന്മാരാണ് ഏറ്റവും ശുദ്ധരക്തമുള്ളവർ. ഹിറ്റ്ലർക്ക് ആദർശ സമൂഹമായിട്ടുള്ളത് ഈ ആര്യന്മാരാണ്. ഏഷ്യാറ്റിക് സമൂഹത്തിൽ ജപ്പാൻ, ചൈന എന്നീ രാജ്യങ്ങൾ മാത്രമാണ് ആര്യന്മാരെ പ്രതിരോധിച്ച് സ്വന്തം അസ്തിത്വം അന്വേഷിക്കുന്നത്. ബാക്കിയെല്ലാ സമൂഹത്തിലും ആര്യന്മാർ നേതൃസ്ഥാനത്തുതന്നെ ഉണ്ട്. ജർമ്മൻകാർ സംസ്കാരത്തെ നശിപ്പിക്കുന്ന വംശമായിട്ടാണ് ഹിറ്റ്ലർ വിലയിരുത്തിയിട്ടുള്ളത്. അതിനാൽ അവരെ ഉന്മൂലനാശം ചെയ്യണമെന്ന് ഹിറ്റ്ലർ വാദിക്കുന്നു. മനുഷ്യന്റെ ചരിത്രം പരിശോധിച്ചാൽ മനുഷ്യജന്മത്തിന്റെ ആദിമ മനുഷ്യൻ താണജാതിക്കാരാണെന്ന് മനസ്സിലാകും. ആര്യന്മാരുടെ വരവോടെ ഈ താണജാതിക്കാർ പിന്നിലേക്ക് വലിഞ്ഞു. ബുദ്ധിപരമായി അവരെ നേരിടാൻ ശക്തിയില്ലാത്തതായിരുന്നു ഇതിന് കാരണമെന്ന് ഹിറ്റ്ലർ അഭിപ്രായപ്പെടുന്നു. വളരെ താമസിയാതെ ആര്യന്മാർ യജമാനന്മാരും താണജാതിക്കാർ അടിമകളുമായി മാറി.

ചാൾസ് ഡാർവിന്റെ പരിണാമ സിദ്ധാന്തം തെറ്റാണെന്ന് വാദിക്കുന്ന ഫാസിസം സംസ്കാരം സൃഷ്ടിച്ചതും സൃഷ്ടിക്കുന്നതും ആര്യന്മാരാണെന്ന് വാദിക്കുന്നു. ഡാർവിന്റെ സിദ്ധാന്തത്തെ പ്രതിലോമസിദ്ധാന്തമായിട്ടാണ് ഹിറ്റ്ലർ വിലയിരുത്തുന്നത്. കുരങ്ങനിൽനിന്നാണ് മനുഷ്യ

വർഗ്ഗം ഉണ്ടായതെന്ന വാദത്തെയാണ് ഇവിടെ വിർശന വിധേയമാക്കുന്നത്. വംശീയതയിൽ ഏറ്റവും ഉപരിവർഗ്ഗമായ സമൂഹം സമൂഹത്തിൽ ന്യൂനപക്ഷമായിരിക്കുമെന്നും അധമവർഗ്ഗം എപ്പോഴും ഭൂരിപക്ഷമായിരിക്കുമെന്നും ഫാസിസം വാദിക്കുന്നു. ലോകസമൂഹത്തിന്റെ മൊത്തം സ്ഥിതിയും ഇതായിരിക്കുമെന്ന് ഹിറ്റ്ലർ പറയുന്നു. ബുദ്ധിയാണ് സമൂഹത്തെ ഉപരിവർഗ്ഗം അധമവർഗ്ഗം എന്ന വിഭജനത്തിൽ കൊണ്ടുചെന്നെത്തിക്കുന്നത്. യുക്തിപരമായി കാര്യങ്ങളെ കൈകാര്യം ചെയ്യാൻ ഉപരിവർഗ്ഗത്തിനേ കഴിയൂ എന്നും ഹിറ്റ്ലർ വാദിക്കുന്നു. അധമവർഗ്ഗം അയുക്തികതയുടെ കൂടാരമാണെന്നും അദ്ദേഹം പറയുന്നു.

പുരാതന ആസ്ത്രിയയിലെ 'ദേശീയവാദം' വംശീയതയുമായി ബന്ധപ്പെട്ടല്ല വികസിച്ചത്. എന്നാൽ ജർമ്മനിയിലെ 'ദേശീയവാദം' വംശീയതയുമായി ബന്ധപ്പെട്ടാണ് വികസിച്ചത്. ആര്യന്മാരെ സംബോധന ചെയ്ത ഫാസിസം ജർമ്മനിയിലെ ഓരോ വ്യക്തിയും സ്വയം കുട്ടിഹിറ്റ്ലർ ആണെന്ന് ചിന്തിച്ചുവശായി. ശ്രേഷ്ഠവാദമായിരുന്നു ഈ വംശീയതയ്ക്കു പിന്നിൽ.

മിശ്രജാതി സംബന്ധത്തെ ഹിറ്റ്ലർ എതിർക്കുകയാണ് ഇനി. ആര്യന്മാർക്ക് താണജാതിയിൽ ബന്ധമുണ്ടാവുന്നതും അതിൽ കുട്ടിയുണ്ടാവുന്നതും തെറ്റാണെന്ന് അദ്ദേഹം വാദിക്കുന്നു. ഇത് ശുദ്ധരക്തത്തെ വിഷമയമാക്കുന്നു. ജൂതന്മാരുമായിട്ടുള്ള ആര്യന്മാരുടെ ബന്ധത്തെ 'പ്ലേഗ്' എന്നാണ് അദ്ദേഹം വിലയിരുത്തുന്നത്. അതിനാൽ ആര്യന്മാർ ഇത്തരം ബന്ധത്തിൽനിന്ന് അകന്നു നിക്കണം.

ആത്മാവിന്റെ പുറംലോകമാണ് വംശം എന്നതാണ് വംശീയ സിദ്ധാന്തത്തിന്റെ കാതലായി ഫാസിസം അവതരിപ്പിക്കുന്നത്. ആത്മാവുമായി ബന്ധപ്പെടുത്തുന്നതിനാൽ അതിന് മിസ്റ്റിസിസവുമായി ബന്ധമുണ്ട്. മാത്രമല്ല, അതിന് മതവുമായി ബന്ധമുണ്ടായതിനാൽ മതത്തിന്റെ നീണ്ട ചരിത്രബന്ധവുമുണ്ട്.

മിശ്രജാതിവിവാഹത്തിനും ജൂതമതത്തിനും എതിരായിട്ടായിരുന്നു ഫാസിസം ഏറ്റവും കൂടുതൽ നിലകൊണ്ടത്. ജൂതന്മാരെ താഴ്ന്ന ജാതിക്കാരായും അവരെ ലോകത്തിലെ പ്ലേഗ് എന്നും ഹിറ്റ്ലർ വിലയിരുത്തി. കുളിക്കാത്തവരും വൃത്തിയില്ലാത്തവരുമായിട്ടായിരുന്നു ജൂതന്മാരെ ഹിറ്റ്ലർ കണക്കാക്കിയിരുന്നത്. മലവുമായി ജൂതന്മാരെ താരതമ്യം ചെയ്യുന്ന രീതിയും ഹിറ്റ്ലർ കൈക്കൊണ്ടിരുന്നു. അതിനാലാണ് ജൂതന്മാർ താഴ്ന്ന ജാതിക്കാരായി അടയാളപ്പെട്ടുപോയത്.

മതവും, രക്തവും മാത്രമല്ല ലൈംഗിക പരിശുദ്ധിയും ഫാസിസം ആവശ്യപ്പെടുന്നു. ശുദ്ധ വംശീയതയ്ക്ക് ലൈംഗിക പരിശുദ്ധിയും ആവശ്യമാണെന്ന് അവർ ആവശ്യപ്പെടുന്നു.

## സ്വസ്തിക എന്ന ബിംബം

ജർമ്മൻ ഫാസിസത്തിന്റെ ചിഹ്നമായിരുന്നു സ്വസ്തിക. ഫാസിസമെന്നാൽ ഹിറ്റ്ലറുടെ മാത്രം ഒരു പ്രശ്നമല്ല. അത് സമൂഹത്തിലെ ഒരു ആൾക്കൂട്ടത്തിന്റെ മൊത്തം പ്രശ്നമായിരുന്നു. ഒരു പ്രതിലോമ ശക്തിയായി ജർമ്മനിയിൽ വളർന്നതാണ് ഫാസിസം.

നാഷണൽ സോഷ്യലിസം തൊഴിലാളികൾക്കുവേണ്ടി നല്ല കാര്യങ്ങൾ ചെയ്യാറുണ്ടെന്നതിനാൽ അത് പുരോഗമനപരമാണ്. എന്നാൽ മറ്റ് പെറ്റിബൂർഷ്വാ വിഭാഗത്തെയും തൊഴിലില്ലാത്തവരെയും കൗമാരക്കാരെയും സംബോധന ചെയ്യുന്നതിനാൽ അത് പ്രതിലോമപരമാവുന്നു. ഈ വിഭാഗത്തെ സംബന്ധിച്ച് നാഷണൽ സോഷ്യലിസ്റ്റുകൾക്ക് വൈരുദ്ധ്യപരമായ കാഴചപ്പാടാണുള്ളത്.

സോഷ്യലിസ്റ്റുകാർ തള്ളിക്കളഞ്ഞ വർഗ്ഗത്തെ ഫാസിസ്റ്റുകൾ സംഘടിപ്പിച്ച് അവരുടെ മുന്നണി പടയാളികൾ ആക്കുന്നു. ജർമ്മനിയിലെ ഫാസിസത്തിന്റെ പടയാളികളായ (SA) എസ് എ ഈ ഘട്ടത്തിൽ ഹിറ്റ്ലറെ 'ജർമ്മൻ ലെനിനാ'ണെന്ന് അപഗ്രഥിക്കുകയുണ്ടായി. ഇത് സോഷ്യൽ ഡെമോക്രസിയിൽനിന്ന് നാഷണൽ സോഷ്യലിസത്തെ വേർതിരിച്ചതും മറ്റ് ചെറുകിട ലിബറൽ പാർട്ടികളെ തങ്ങളോട് അടുപ്പിച്ചതും ഹിറ്റ്ലറാണെന്ന തെറ്റിദ്ധാരണയിലാണ് ഈ നിർവ്വചനം അദ്ദേഹത്തെ തേടിയെത്തിയത്.

ഈ ഘട്ടത്തിൽ കമ്യൂണിസ്റ്റ് പാർട്ടിയിൽ പ്രവർത്തിക്കുന്നവർ പ്രതിലോമ ചിന്താഗതിക്കാരാണെന്നും കമ്യൂണിസ്റ്റ് പാർട്ടിയിൽനിന്ന് വേർപിരിയുന്നവർ വിപ്ലവ സ്വഭാവമുള്ളവരാണെന്നും ഫാസിസം പ്രചരിപ്പിച്ചു. മാർക്സിസം മുന്നോട്ടുവച്ച സാങ്കേതിക നാമങ്ങൾ എല്ലാംതന്നെ ആവർത്തന വിരസമായി മാറിയതായും ഫാസിസം പ്രചരിപ്പിച്ചു. ജർമ്മൻ ജനത താമസിയാതെ ഹിറ്റ്ലറുടെ പാർട്ടിയുടെ പുറംമോടിയിലും അതിന്റെ പട്ടാള സ്വഭാവത്തിലും കഴിവിലും വിശ്വാസമുള്ളവരായി മാറി.

ഇവിടെയാണ് പതാകയിൽ പുത്തൻ ചിന്തയുമായി സ്വസ്തിക കടന്നുവരുന്നത്. അതിന് ഒരേസമയം വികാരത്തിന്റെയും വിപ്ലവത്തിന്റെയും സ്വഭാവമുണ്ടായിരുന്നു. ജർമ്മൻ ഫാസിസത്തിന്റെ പതാകയെ ഇവിടെ അപഗ്രഥിക്കേണ്ടിയിരിക്കുന്നു.

> പതാകയിലെ ചുവപ്പ് നിറം പ്രസ്ഥാനത്തിന്റെ സാമൂഹ്യബോധത്തെയും, വെള്ളനിറം ദേശീയവാദത്തെയും സ്വസ്തിക ആര്യന്മാരുടെ വിജയത്തെയും അതുപോലെ സർഗ്ഗാത്മക ആശയത്തിന്റെ വിജയത്തെയും സെമിറ്റിക് വംശത്തിനെതിരായും നിലകൊള്ളുന്നു. (*മീൻ കാഫ്,* പേജ് 496)

ഈ ഘട്ടത്തിൽ സ്വസ്തിക ചിഹ്നത്തെ വിലയിരുത്തേണ്ടതുണ്ട്. സ്വസ്തികതയ്ക്ക് വൈകാരികമായ ഒരു തലമുണ്ട്. അത് ആന്റി സെമി

റ്റിക്കാണ്. (സെമിറ്റിസത്തിനെതിര്). അയുക്തികതയുടെ പടനിലമാണ്. സെമിറ്റിസം. മാത്രമല്ല അത് രൂപം കൊണ്ടിട്ട് അധികകാലവും ആയി ട്ടില്ല. ഈ സെമിറ്റിക് വംശം ലൈംഗികതയെ തെറ്റായി വ്യാഖ്യാനിക്കു കയും ചെയ്തതായി ഹിറ്റ്ലർ വാദിക്കുന്നു. ഇക്കാരണത്താൽ ജൂതന്മാരും നീഗ്രോകളും ഫാസിസത്തിന്റെ ഒരേ ശത്രുക്കളാണ് അമിത ലൈംഗിക ആസക്തിയാണ് ഇവർക്കുള്ളതെന്നാണ് ഫാസിസ്റ്റുകൾ വാദിക്കുന്നത്.

ഇവിടെ ഹിറ്റ്ലർ ജൂതന്മാരെ മീൻകഫ്രിൽ വിലയിരുത്തുന്നുണ്ട്.

> ഫ്രാൻസിലെ ജൂതന്മാർ സ്റ്റോക്ക് എക്സ്ചേഞ്ചുകളെ നിയന്ത്രി ക്കുന്ന സമ്പന്നരും ഷോവനിസ്റ്റുകളുമാണ്. ഫ്രാൻസിലാണ് ഇന്ന് ഏറ്റവും കൂടുതൽ ജൂതന്മാരുള്ളതും. എന്തായാലും ജർമ്മൻകാ രുടെ നാസിസത്തെ ഏറ്റവും കൂടുതൽ അഭിമുഖീകരിക്കുന്നതും അവരാണ്. ജൂതന്മാരെപ്പോലെ ഇത്രയും വൃത്തികെട്ട ഒരു സമൂഹം വേറെയില്ല. അതുകൊണ്ടുതന്നെ ജൂതന്മാരെ ഉന്മൂല നാശം ചെയ്യണം. (*മീൻ കാഫ്* പേജ് 624)

എങ്ങനെയാണോ ജർമ്മൻകാർക്ക് ജൂതന്മാർ നികൃഷ്ടരായത് അതു പോലെ അമേരിക്കക്കാർക്ക് നീഗ്രോകൾ നികൃഷ്ടരാണ്. ഈ സെമിറ്റിക്കു കളാണ് ആര്യവംശത്തിന്റെ ശുദ്ധരക്തത്തെ വിഷമയമാക്കുന്നത്. അതു കൊണ്ടുതന്നെ ഈ ചിഹ്നത്തിന് വൈകാരികമായ ഒരു അസ്തിത്വമുണ്ട്.

സെമിറ്റിക് വംശത്തിനിടയിലും സ്വസ്തികയ്ക്ക് സമാനമായ ചിഹ്നം നിലവിലുണ്ട്. ഗ്രാനഡയിലെ അൽഹാംബ്രയിലും എഡ് ഡിക്കിലെ ഹെർട്ട ഹീൻറിച്ചിലും സ്വസ്തിതയ്ക്കു സമാനമായ ചിഹ്നം കണ്ടെത്തി യിട്ടുണ്ട്. അവ ചുവടെ ചേർക്കുന്നു.

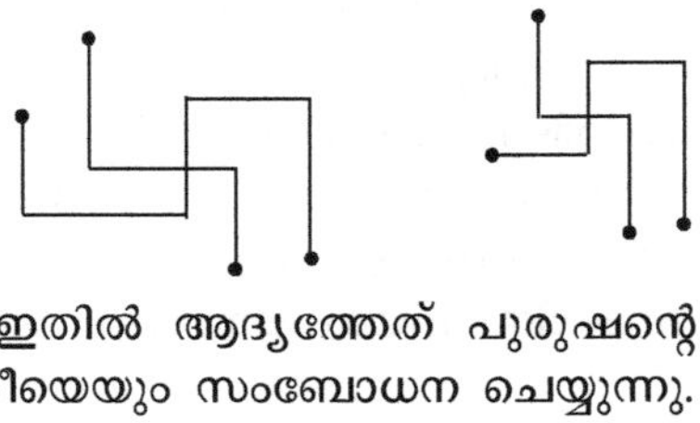

ഇതിൽ ആദ്യത്തേത് പുരുഷന്റെ ധർമ്മത്തെയും രണ്ടാമത്തേത് സ്ത്രീയെയും സംബോധന ചെയ്യുന്നു.

അതേപോലെ ജർമ്മൻ ഫാസിസ്റ്റ് പതാകയിലെ സ്വസ്തിക ചിഹ്നം ലൈംഗികതയെയും പ്രതിഫലിപ്പിക്കുന്നു. അമ്മ എന്ന ഭൂമിയും ദൈവം എന്ന അച്ഛനും തമ്മിലുള്ള ലൈംഗിക ബന്ധത്തിൽ ഉത്തമരായ കുട്ടി കൾ സംജാതമാവണമെന്ന് സ്വസ്തിക സൂചിപ്പിക്കുന്നു. സ്വസ്തികയുടെ ഘടനയെടുത്താൽ ലൈംഗിക ബന്ധത്തിൽ ഒരാൾ കുനിഞ്ഞു നില്ക്കു ന്നതിനെയും മറ്റെയാൾ നിവർന്നു നില്ക്കുന്നതിനെയും സൂചിപ്പിക്കുന്നു. ജർമ്മൻകാർക്കു സ്വസ്തിക വികാരത്തിന്റെ അബോധപൂർവ്വമായ സാക്ഷാൽക്കാരമാണ്. ഫാസിസത്തിന്റെ വിജയമാണ് ആ സാക്ഷാൽ ക്കാരം.

വിൽഹെം റീഹിന്റെ *The Mass Psycology of Fascism* എന്ന പുസ്തകം പരിചയപ്പെടുത്തുകയായിരുന്നു ഇതുവരെ. ഇതിലൂടെ നാം ഫ്രോയ്ഡോ-മാർക്സിസത്തിലേക്ക് പ്രവേശിച്ചുകഴിഞ്ഞു.

ഇതി ഫ്രോയ്ഡോ മാർക്സിസം 'വിമർശനാത്മക സൈദ്ധാന്തിക'തയിലേക്ക് വികസിക്കുന്ന കാഴ്ച കാണാം. ഇവിടെ എറിക് ഫ്രോമും ഹെർബർട്ടും മാർക്യൂസും തങ്ങളുടെ സാന്നിദ്ധ്യം ഉറപ്പിക്കുന്നു.

**റഫറൻസ്**

1. Wilhem Reich - *The Mass Psychology of Fascism.*

# എറിക്ക് ഫ്രോം

# ഒന്നാമത്തെ വിമർശനാത്മക സൈദ്ധാന്തികൻ

*പ്രണയം എന്ന കല* (The art of loving) എന്ന പുസ്തകത്തിലൂടെയാണ് എറിക് ഫ്രോമിനെ ഇവിടെ പരിചയപ്പെടുത്തുന്നത്.

സ്നേഹത്തെക്കുറിച്ച് രണ്ട് വ്യത്യസ്തങ്ങളായ നിലപാടുകളാണ് നിലവിലുള്ളതെന്ന് എറിക്ക് ഫ്രോം വാദിക്കുന്നു. 1. സ്നേഹം ഒരു കലാവിദ്യയാണ്. അതിന്റെ പ്രയോഗത്തിന് അറിവും, പരിശീലനവും ആവശ്യമാണ്. 2. സ്നേഹം സന്ദർഭവശാൽ വന്നുഭവിക്കുന്ന ആഹ്ലാദാനുഭൂതി മാത്രമാണ്. അതും ഭാഗ്യമുണ്ടെങ്കിൽ മാത്രം. ഈ ലഘുപഠനം ഇതിലെ ആദ്യത്തെ സമീപനത്തെയാണ് അടിസ്ഥാനപരമായി നവീകരിച്ചിരിക്കുന്നത്. എന്നാൽ ഭൂരിപക്ഷംപേരും ഇന്നു സ്വീകരിക്കുന്നത് രണ്ടാമതു പറഞ്ഞ സമീപനമാണ്.

സ്നേഹബന്ധങ്ങളിലുണ്ടാവുന്ന പരാജയത്തെ മറികടക്കാൻ ഒരേ ഒരു മാർഗ്ഗമേ അവശേഷിക്കുന്നുള്ളൂ. പരാജയത്തിന്റെ കാരണങ്ങളെ പരിശോധിക്കുക. സ്നേഹത്തിന്റെ അർത്ഥമെന്തെന്ന് പഠിക്കുക.

ഇതിലേക്കുള്ള ആദ്യപടി സ്നേഹം ഒരു കലയാണെന്ന കാര്യം അംഗീകരിക്കുക എന്നുള്ളതാണ്. സ്നേഹം മാത്രമല്ല ജീവിതവും ഒരു കലയാണ്. സ്നേഹമെന്ന കലാവിദ്യ അഭ്യസിക്കണമെങ്കിൽ സംഗീതമോ പെയിന്റിങ്ങോ മരപ്പണിയോ, ഔഷധവിദ്യയോ ഒക്കെ പരിശീലിക്കുന്നതുപോലെതന്നെ സ്നേഹവും പരിശീലിക്കണം. ഏതൊരു വിദ്യയും അഭ്യസിക്കുന്നതിനുള്ള പ്രാരംഭ നടപടികൾ എന്തൊക്കെയാണ്? ഇവയെ മുഖ്യമായും രണ്ടായി തരംതിരിക്കാം. 1. സിദ്ധാന്തത്തിലുള്ള വൈദഗ്ദ്ധ്യം 2. പ്രയോഗത്തിലുള്ള വൈദഗ്ദ്ധ്യം. വൈദ്യശാസ്ത്രത്തിൽ എനിക്കു പ്രായോഗിക പരിജ്ഞാനം നേടണമെന്നുണ്ടെങ്കിൽ ഞാൻ ആദ്യം മനുഷ്യശരീരത്തിന്റെ ഘടനയെക്കുറിച്ചും സ്വഭാവത്തെക്കുറിച്ചും അറിവ്

നേടണം. ഇത്രയുംകൊണ്ട് മാത്രമാകുന്നില്ല. ഈ രംഗത്തുള്ള പ്രായോഗിക പ്രവർത്തനം ആവശ്യമാണ്. എന്നാൽ സ്നേഹത്തിന്റെ സിദ്ധാന്തവും പ്രയോഗവും പരിശീലിക്കുന്നവർ വളരെ അപൂർവ്വമാണ്. സ്നേഹത്തിന് വേണ്ടിയുള്ള ശക്തമായ അഭിവാഞ്ഛ നിലനില്ക്കുമ്പോൾതന്നെ താരതമ്യേന അപ്രധാനങ്ങളായ സ്ഥാനമാനങ്ങൾ, ധനസമ്പാദനം, അധികാര പ്രാപ്തി ഇവയ്ക്കൊക്കെ വേണ്ടി നമ്മൾ നമ്മുടെ ശക്തിയത്രയും ചെലവഴിക്കുന്നു. എന്നാൽ സ്നേഹത്തിന്റെ സിദ്ധാന്തവും പ്രയോഗവും പരിശീലിക്കുന്നതിൽ നമ്മൾ ഒരു ശ്രദ്ധയും ചെലുത്തുന്നില്ല.

"പണവും സ്ഥാനങ്ങളും നേടിത്തരാൻ കഴിയുന്ന വിദ്യകൾ മാത്രമേ അഭ്യസിക്കേണ്ടതായുള്ളൂ. സ്നേഹത്തിന് നമുക്ക് ദൈനംദിന നേട്ടങ്ങളൊന്നും നേടിത്തരാൻ ആവില്ലല്ലോ! അത് നേടിത്തരുന്നത് ആത്മീയ ഔന്നത്യം മാത്രമാണ്. അതിനുവേണ്ടി എന്തിന് ശക്തിയും സമയവും ചെലവഴിക്കണം." ഈ സംശയമാണ് പലർക്കുമുള്ളത്. ഈ സംശയനിവാരണത്തിന് പ്രയോജനപ്പെടുന്ന കാര്യങ്ങളാണ് ഇനി പറയാനുള്ളത്. അതിനായി ആദ്യം സ്നേഹത്തിന്റെ സിദ്ധാന്തം എന്തെന്ന് ചർച്ച ചെയ്യുന്നു. പിന്നീട് അതിന്റെ ശരിയായ പ്രയോഗരീതികളെക്കുറിച്ച് പരാമർശിക്കുന്നു.

## സ്നേഹത്തിന്റെ സൈദ്ധാന്തിക അടിത്തറ

ഭൂതകാലത്തെക്കുറിച്ചല്ലാതെ ഭാവിയെക്കുറിച്ചൊന്നും കൃത്യമായി സങ്കല്പിക്കുവാൻ കഴിയാത്ത സാഹചര്യത്തിലാണ് മനുഷ്യൻ തന്റെ ജീവിതം നയിക്കുന്നത്. ഭാവിയെക്കുറിച്ച് നിശ്ചയമുള്ള ഒരേ ഒരു കാര്യം താനൊരിക്കൽ മരിക്കും എന്നതാണ്.

മനുഷ്യൻ യുക്തി കൊണ്ടനുഗൃഹീതനായിരിക്കുന്നു. തന്നെക്കുറിച്ചും തന്റെ സഹജീവികളെക്കുറിച്ചും അവൻ ചില അറിവുകൾ നേടിയിരിക്കുന്നു. ഭൂതകാലത്തെക്കുറിച്ചുള്ള അറിവ് പോലെ തന്നെ ഭാവികാലത്തെ സാദ്ധ്യതകളെക്കുറിച്ചും അവൻ നിഗമനങ്ങൾ രൂപീകരിക്കുന്നു. തന്നെക്കുറിച്ച് തന്നെയുള്ള ഈ അറിവ് തനിക്കീ ലോകത്തിൽ വേറിട്ടൊരുഅസ്തിത്വമുണ്ടെന്ന ബോധം മനുഷ്യനിൽ ഉളവാക്കുന്നു. തന്റെ ഹ്രസ്വമായ ജീവിതകാലഘട്ടത്തെയവൻ വിലയിരുത്തുമ്പോൾ തന്നെ ഇച്ഛയ്ക്ക് വിരുദ്ധമായി താനീ ലോകത്തിൽ ജനിക്കുകയും, ഇച്ഛയ്ക്ക് വിരുദ്ധമായി മരിക്കേണ്ടിവരുമെന്നും അവൻ മനസ്സിലാക്കുന്നു. താൻ സ്നേഹിക്കുന്നവരുടെ മുന്നിൽവച്ച് തനിക്ക് മരിക്കേണ്ടി വരിക, അല്ലെങ്കിൽതന്നെ സ്നേഹിക്കുന്നവരുടെ മുന്നിൽ വച്ച് തനിക്ക് മരിക്കേണ്ടിവരിക ഏതൊരു വ്യക്തിയെ സംബന്ധിച്ചും അതൊരു ദുരന്തം തന്നെ. വ്യക്തിയുടെ ഏകാന്തതയും അന്യവല്ക്കരണവും പ്രകൃതിശക്തികളുടെ മുന്നിലെ നിസ്സഹായാവസ്ഥയും, ആകെക്കൂടി ഭേദിക്കാനാവാത്ത ഒരു തുറുങ്കിൽ അടയ്ക്കപ്പെട്ട അവസ്ഥ മനുഷ്യന് അനുഭവപ്പെടുന്നു. ഈ അവസ്ഥയിൽ അവന്റെ മനസ്സിന്റെ സമനില നഷ്ടപ്പെട്ടെന്ന് വരാം. ഈ

അവസ്ഥയിൽ നിന്നുള്ള മോചനത്തിന് വേണ്ടി മനുഷ്യൻ നടത്തുന്ന പരിശ്രമങ്ങളാണ്. അവൻ രൂപം കൊടുക്കുന്ന സ്നേഹബന്ധങ്ങൾ. അവൻ തന്റെ തുറങ്ക് ഭേദിക്കുന്നു. സഹജാതർക്കായി തന്നെ സമർപ്പിക്കുന്നു. ആ സ്നേഹത്തിലൂടെയവൻ പുറം ലോകവുമായി ഐക്യപ്പെടുന്നു.

അപ്പോൾ മനുഷ്യന്റെ ആഴമേറിയ ആവശ്യം സ്വന്തം ഒറ്റപ്പെടലിനെ കീഴ്പ്പെടുത്തുകയെന്നതാണ്. ഏതൊരു കാലഘട്ടത്തിലെ മനുഷ്യനും, ഈ പ്രശ്നത്തിന് പരിഹാരം ആരാഞ്ഞിരുന്നു. തനിക്കുള്ളിലെ ഏകാന്തതയെ എങ്ങനെ മറികടക്കും? തന്റെ മുന്നിലുള്ള ലോകവുമായുള്ള വിയോജിപ്പിനെ എങ്ങനെ നേരിടാം? എങ്ങനെ ലോകവുമായി ഐക്യം കൈവരിക്കാം? ഗുഹകളിൽ ജീവിച്ചിരിക്കുന്ന പ്രാകൃത മനുഷ്യനും നാടോടിയായി കഴിഞ്ഞിരുന്ന മനുഷ്യനും, പരിഷ്കൃതനായിക്കഴിഞ്ഞ ആധുനിക മനുഷ്യനും ഈ ചോദ്യത്തെ തുല്യനിലയിൽ അഭിമുഖീകരിക്കുന്നുണ്ട്. ഈ ചോദ്യത്തിന്റെ ഉത്ഭവ പശ്ചാത്തലം ഏതു കാലത്തും ഏതു സംസ്കാരത്തിലും ഒന്നുതന്നെയാണ്. എന്നാൽ കാലദേശ സംസ്കാര സവിശേഷതകൾക്കനുസരിച്ച് ഈ ചോദ്യത്തിന്റെ ഉത്തരം മാറിക്കൊണ്ടിരിക്കും മൃഗങ്ങളെ ബലികഴിക്കുന്നതു കൊണ്ടോ, മനുഷ്യനെത്തന്നെ ബലിയർപ്പിക്കുന്നതുകൊണ്ടോ, സൈനികമായ ആക്രമണത്തിലൂടെയോ, സുഖഭോഗങ്ങളിൽ മുഴുകുന്നതുകൊണ്ടോ, കലാസൃഷ്ടിയിൽ വ്യാപരിക്കുന്നതുകൊണ്ടോ, ദൈവസ്നേഹത്തിലൂടെയോ ഒക്കെ മനുഷ്യൻ ഈ പ്രശ്നത്തിന് പരിഹാരം കണ്ടുപിടിക്കാൻ പരിശ്രമിക്കാനും ചരിത്രത്തിന്റെയും തത്ത്വശാസ്ത്രത്തിന്റെയും ചരിത്രംതന്നെ മനുഷ്യന്റെ ഇത്തരം പരിശ്രമങ്ങളുടെ ചരിത്രമാണ്.

ശിശുവിന് അമ്മയുടെ സാന്നിദ്ധ്യം സംരക്ഷിതബോധം പ്രദാനം ചെയ്യുന്നു. അമ്മയുടെ സാന്നിദ്ധ്യംകൊണ്ട് മാത്രം താനനുഭവിക്കുന്ന ഏകാന്തതയ്ക്ക് പരിഹാരമാകുന്നില്ലെന്ന അറിവാണ് മറ്റു മാർഗ്ഗങ്ങളാരായുവാൻ വ്യക്തിയെ പ്രേരിപ്പിക്കുന്നത്. വ്യക്തിക്കെന്നപോലെ മനുഷ്യവംശത്തിനും അതിന്റെ ശൈശവമുണ്ടായിരുന്നു. ആ ഘട്ടത്തിൽ ശിശു തന്റെ അമ്മയോടെന്നപോലെ, മനുഷ്യർ പ്രകൃതിയോട് ഒട്ടിനിന്നുകൊണ്ട് തങ്ങളുടെ ഏകാന്തതയ്ക്ക് പരിഹാരം കണ്ടെത്തിയിരുന്നു. മണ്ണും, മൃഗങ്ങളും, ചെടികളുമൊക്കെ അന്നു മനുഷ്യന്റെ ലോകങ്ങളായിരുന്നു. അവയോടൊക്കെ മനുഷ്യൻ താദാത്മ്യം പ്രാപിച്ചിരുന്നു. മൃഗങ്ങളും മരങ്ങളുമൊക്കെ മനുഷ്യന്റെ ആരാധനാമൂർത്തികളായി ഭവിച്ചതിങ്ങനെയാണ്. എന്നാൽ അതിൽപ്പിന്നെ മനുഷ്യവംശം ആ പ്രാഥമിക ബന്ധങ്ങളിൽ നിന്ന് ഉദ്ഗ്രഥിക്കുന്നു. പക്ഷേ, എത്രത്തോളം പ്രകൃതിയിൽ നിന്നവൻ അകലുന്നോ അത്രത്തോളം തന്നെ തീക്ഷ്ണമായിരിക്കും ഈ അന്യതയെ മറികടക്കാനുള്ള ശ്രമങ്ങൾ.

സ്നേഹത്തെക്കുറിച്ച് പരാമർശിക്കുമ്പോൾ ഏത് തരത്തിലുള്ള ഐക്യമാണ് നമ്മൾ വിഭാവനം ചെയ്യുന്നത്? അസ്തിത്വത്തിന്റെ ഏതു പ്രശ്നത്തിനുള്ള പരമമായ ഉത്തരം എന്നോ, പരസ്പരാശ്രിതത്വത്തിൽ

അധിഷ്ഠിതമായ ഐക്യം എന്നോ രണ്ടുതരത്തിൽ നമുക്ക് സ്നേഹത്തെ വ്യവഹരിക്കാം. ഇതിൽ രണ്ടാമത്തെ ഐക്യത്തെ രണ്ടായി വേർതിരിക്കാം. ഇവ രണ്ടും സ്നേഹത്തിന്റെ പ്രതിലോമ സ്വഭാവമാണ് കാണിച്ചുതരുന്നത്.

1. പരസ്പരാശ്രിത ഐക്യത്തിന്റെ ഇതരമാതൃക
2. (Passive form)

ഏതെങ്കിലും ഒന്നിന്റെ സമ്പൂർണ്ണ കീഴടങ്ങൽ വ്യക്തിയെ ആത്മപീഡാരതി (Masochist)ക്കാരനാകുന്നു. ആത്മപീഡാരതിക്ക് വിധേയനായ വ്യക്തി ഒറ്റപ്പെടൽ എന്ന അസ്സഹനീയമായ അവസ്ഥയെ നേരിടുന്നത് താൻ മറ്റൊരു വസ്തുവിന്റെ ഭാഗമാണെന്ന തോന്നൽ വളർത്തിയെടുത്തുകൊണ്ടാണ്. തന്നെ നയിക്കാനും നിയന്ത്രിക്കാനും സംരക്ഷിക്കാനും പറ്റിയ ഒരാളെന്ന നിലയിൽ പങ്കാളിയെ കാണുന്നതിലാണ് അയാൾക്ക് രസം. തന്റെ ജീവന്റെ ജീവനായി പങ്കാളിയെ അയാൾ കാണുന്നു. ഇപ്രകാരം താനാർക്ക് കീഴ്പ്പെടുന്നുവോ ആ വ്യക്തിയെ ദൈവമോ മനുഷ്യനോ ആരും തന്നെയാകട്ടെ അയാളുടെ കഴിവുകൾ ഊതി വീർപ്പിച്ചവതരിപ്പിക്കുന്നതിൽ കീഴ്പ്പെടുന്ന വ്യക്തി വ്യാപാരിക്കും. ആത്മപീഡാരതിക്കാരന് സ്വന്തം നിലയിൽ ഒരു തീരുമാനം എടുക്കാൻ കഴിയില്ല. അയാൾ ഒരിക്കലും തനിച്ചല്ലാത്തതുപോലെ സ്വതന്ത്രനുമല്ല. ഒരുകാര്യത്തിലും സമഗ്രത പുലർത്താൻ അയാൾക്ക് കഴിയാതെ വരും. മതപരമായ പശ്ചാത്തലത്തിൽ ആരാധനാപാത്രമാവുന്ന വസ്തു വിഗ്രഹം അഥവാ പ്രതീകം എന്നറിയപ്പെടുന്നു. മതേതര പശ്ചാത്തലത്തിൽ പ്രകടമാകുന്ന ആത്മപീഡാരതിക്കും മതപശ്ചാത്തലത്തിലെ വിഗ്രഹാരാധനയും യഥാർത്ഥത്തിൽ ഒന്നുതന്നെയാണ്. ആത്മപീഡാരതിയോട് താദാത്മ്യമുള്ള വ്യക്തിബന്ധങ്ങൾ ശാരീരികവും ലൈംഗികവുമായ ആഗ്രഹങ്ങൾക്ക് വഴിയൊരുക്കും. ഇതിന്റെ പിന്നിൽ മനസ്സു മാത്രമല്ല ശരീരവും പങ്കെടുക്കുന്നു. വിധി, രോഗം, താളബദ്ധമായ സംഗീതം ഇവയ്ക്കൊക്കെ ആത്മപീഡാസക്തിയോടെ കീഴടങ്ങുന്നവരുണ്ട്. മയക്കുമരുന്നുപയോഗിച്ചോ, ഭക്തി പാരവശ്യത്താലോ, മോഹനിദ്രയ്ക്ക് വിധേയനാകുന്ന വ്യക്തി തന്റെ വ്യക്തിത്വത്തിന്റെ സമഗ്രതയ്ക്കു അപഭ്രംശം സംഭവിക്കുന്നുവെന്ന കാര്യം ഓർമ്മിക്കാറില്ല. കുറേ സമയത്തെക്കെങ്കിലും തനിക്ക് വെളിയിലുള്ള ഒരു ശക്തിയാൽ നിയന്ത്രിക്കപ്പെടുകയാണ് ചെയ്യുന്നത്. പ്രത്യുല്പന്നപരമായ പ്രവൃത്തികളാൽ ജീവിതത്തിന്റെ പ്രശ്നങ്ങളെ പരിഹരിക്കുവാൻ അയാൾക്ക് കഴിയാതെ വരുന്നു.

**2. പരസ്പരാശ്രിത സ്നേഹത്തിന്റെ മറ്റൊരു സജീവമാതൃക:**

പരസ്പരാശ്രിത സ്നേഹബന്ധത്തിന്റെ മറ്റൊരു സജീവമാതൃക പങ്കാളികളിൽ ഒരാൾ പുലർത്തുന്ന ആധിപത്യസ്വഭാവമാണ്. അതായത് ആത്മപീഡാരതിയുടെ മറുപുറമായ പരപീഡാരതി (Sadism)ക്ക് ഈ കൂട്ടർ വിധേയരാകുന്നു. പരപീഡാതല്പരരും ആത്മപീഡാരതി തല്പര

രെപ്പോലെതന്നെ മറ്റൊരാളിന്റെ അവിഭാജ്യ ഘടകമായി സ്വയം കരുതുന്നവരാണ്. ഇവർ തങ്ങളുടെ ഏകാന്തതയ്ക്ക് പരിഹാര്യമായിട്ടാണ് ഇങ്ങനെ കരുതുന്നത്. അയാൾ സ്വയം ഊതിവീർപ്പിക്കുകയുംതന്നെ ആരാധിക്കുന്ന മറ്റൊരു വ്യക്തിയോടു ബന്ധപ്പെടുത്തി തന്റെ വലുപ്പം പ്രകടിപ്പിക്കുകയും ചെയ്യുന്നു.

ആധിപത്യം ചെലുത്താൻ ആഗ്രഹിക്കുന്നവനും കീഴടങ്ങാൻ ആഗ്രഹിക്കുന്നവനെപ്പോലെതന്നെ അന്യോന്യാശ്രയം കൂടാതെ ജീവിതം അസാദ്ധ്യമായി തീർന്നവരായിരിക്കും. സാഡിസ്റ്റ് ആജ്ഞാപിക്കുകയും ചൂഷണം നടത്തുകയും ചെയ്യുമ്പോൾ; മവോക്കിസ്റ്റുകൾ അനുസരിക്കുകയും ചൂഷണത്തിന് വിധേയരാകുകയും അപമാനം സഹിക്കുകയും ചെയ്യുന്നവരുമാണ്. പൊതുവിലുള്ള സ്വഭാവ വിശേഷണങ്ങളുമായി താരതമ്യപ്പെടുത്തുമ്പോൾ ഇവർ തമ്മിലുള്ള വ്യത്യാസം നിസ്സാരമാണ്. സമഗ്രത കൂടാതെയുള്ള ഏകീഭാവം ഇവരുടെ സ്നേഹത്തിൽനിന്ന് ഉരുത്തിരിയുന്നു. ചിലപ്പോൾ ഒരേ വ്യക്തിതന്നെ പരപീഡാരതിപരമായും ആത്മപീഡാരതിപരമായും പ്രതികരിച്ചുവെന്ന് വരാം. ഉദാഹരണത്തിന് ഹിറ്റ്ലർ ജനങ്ങളോടുള്ള പെരുമാറ്റത്തിൽ പരപീഡാരതിയുടെ സ്വഭാവമാണ് അവലംബിച്ചിരുന്നത്. എന്നാൽ വിധി, ചരിത്രം, പ്രകൃതി, ശക്തി ഇവയുടെ കാര്യത്തിൽ അയാൾ പ്രകടിപ്പിച്ചിരുന്ന സ്വഭാവവിശേഷണം ആത്മപീഡാരതിക്കാരന്റേതായിരുന്നു.

ഇനി, പരസ്പരാശ്രിത ഐക്യത്തിന് വിപരീതമായി ആദ്യം പറഞ്ഞ പക്വമായ സ്നേഹം ഒരുവന്റെ വ്യക്തിത്വത്തിന്റെ സമഗ്രതയെ സംരക്ഷിക്കുന്ന തരത്തിലായിരിക്കും. സ്നേഹം മനുഷ്യനിലെ സജീവമായ ഒരു ശക്തിയാണ്. ഒരുവനെ തന്റെ സഹജീവിയിൽനിന്നു വേർതിരിക്കുന്ന ഏതു മതിൽക്കെട്ടിനെയും ഭേദിക്കുവാൻ സ്നേഹത്തിനു കരുത്തുണ്ട്. അത് നമ്മളെ മറ്റുള്ളവരുമായി ഐക്യപ്പെടുത്തുന്നു. ഒറ്റപ്പെടലിന്റെ ഭീതിയിൽനിന്ന് സ്നേഹം നമ്മെ രക്ഷപ്പെടുത്തുന്നു.

സ്നേഹം നിഷ്ക്രിയത്വമല്ല; അതു സജീവമായ പ്രവൃത്തിയാണ് അത് നിവർന്ന് നില്ക്കുന്നു. ഒരിക്കലും ചരിഞ്ഞ് വീഴുന്നില്ല. അടിസ്ഥാനപരമായി സ്നേഹത്തിന്റെ സ്വഭാവ വിശേഷം കൊടുക്കുന്നതിൽ തൃപ്തി കണ്ടെത്തുകയാണ്, അല്ലാതെ കിട്ടുന്നതിൽ തൃപ്തിപ്പെടലല്ല. കൊടുക്കുക എന്നാലെന്താണ്? ഇതിന്റെ ഉത്തരം തികച്ചും സങ്കീർണ്ണവും അർത്ഥവ്യക്തതയില്ലാത്തതുമാണ്. കൊടുക്കുക എന്നതിന് വളരെ വ്യാപകമായി പ്രചരിച്ചിട്ടുള്ള ഒരർത്ഥം എന്തോ ചിലതുപേക്ഷിക്കുക എന്നതാണ്. സ്വീകരിക്കൽ, ഉപയോഗപ്പെടുത്തൽ– ഇതിനപ്പുറം വളരാത്ത ഒരു മാനസികാവസ്ഥയുടെ ഉടമസ്ഥന് മാത്രമേ കൊടുക്കുക എന്നതിനെ ഈ അർത്ഥത്തിൽ കാണാൻ കഴിയൂ. ഈ അർത്ഥത്തിലുള്ള കൊടുക്കലിന് തയ്യാറാകുന്നവൻ തീർച്ചയായും വ്യാപാരദൃഷ്ടിയുള്ളവനാണ്. ഇയാൾ തികഞ്ഞ വ്യാപാരിയാണ്. മെച്ചപ്പെട്ട ഏതെങ്കിലും പകരം കിട്ടിയാൽ മാത്രമേ തനിക്കുള്ളതെന്തെങ്കിലും ത്യജിക്കാൻ ഇയാൾ തയ്യാറാകൂ.

പകരം കിട്ടാതെന്തെങ്കിലും കൊടുക്കേണ്ടിവരികയെന്നാൽ താൻ കബളിപ്പിക്കപ്പെട്ടുവെന്നാണയാൾ ധരിക്കുക. കൊടുക്കുന്നതിലൂടെ താൻ ദരിദ്രനാകുന്നുവെന്നു ധരിക്കുന്നവൻ തീർത്തും പ്രത്യുല്പാദനക്ഷമതയില്ലാത്തവനാണ്. ഇത്തരത്തിലുള്ള വ്യക്തികൾ എന്തെങ്കിലും കൊടുക്കുന്നതിന് വിസമ്മതിക്കുന്നു. ചിലർ ഒരു ത്യാഗമെന്ന നിലയിൽ ചിലത് കൊടുക്കുകയും അതിനെ ഒരു പുണ്യപ്രവൃത്തിയായി കണക്കാക്കുകയും ചെയ്യുന്നു. ഇവിടെയും ത്യജിക്കുകയെന്നത് അവർക്ക് വേദനാജനകമാണ്. അവർക്ക് കൊടുക്കുന്നതിനേക്കാൾ ആഹ്ലാദപ്രദം കിട്ടുന്നതാണ്.

പ്രത്യുല്പാദനപരമായ സ്വഭാവവിശേഷത്തിൽ കൊടുക്കുക എന്നതിന് വളരെ വ്യക്തമായ ഒരർത്ഥമാണുള്ളത്. കഴിവിന്റെ പാരമ്യത്തെ കൊടുക്കുന്നതിലൂടെ ആവിഷ്കരിക്കുകയാണെന്ന് പറയാം. കൊടുക്കുന്നതിലൂടെ ഞാനെന്റെ കഴിവിനെ അനുഭവിക്കുകയാണെന്ന് പറയാം. ഈ അനുഭവം എന്റെ ആഹ്ലാദത്തെ ഉത്തേജിപ്പിക്കുന്നു. നല്കുന്നതാണ് ലഭിക്കുന്നതിലും ആഹ്ലാദപ്രദം. കൊടുക്കൽ ഒരു തരത്തിലും അപകർഷത്തിനും കാരണമാകുന്നില്ല. മറിച്ച്. എന്റെ സജീവതയെക്കുറിച്ച് എന്നെ ബോദ്ധ്യപ്പെടുത്തുന്നു. ഇതിന്റെ അടിസ്ഥാനപരമായ ഉദാഹരണം ലൈംഗികതയുടെ മേഖലയിലാണ് പ്രകടമായിക്കാണുന്നത്. പുരുഷലൈംഗികതയുടെ പാരമ്യാവസ്ഥ പ്രകടമായിക്കാണുന്നത് കിട്ടുന്നതിലല്ല. കൊടുക്കുന്നതിലാണ്. പുരുഷൻ ലൈംഗിക ബന്ധത്തിലൂടെ തന്നെത്തന്നെ സ്ത്രീക്ക് നല്കുകയാണ് ചെയ്യുന്നത്. അതിന്റെ പ്രതീകമെന്നോണം പുരുഷലിംഗം സ്ത്രീയിലേക്ക് ആഴ്ന്നിറങ്ങുന്നു. രതിമൂർച്ഛയെത്തുടർന്ന് തന്റെ ബീജം അവനവൾക്ക് സമ്മാനിക്കുന്നു. ഇങ്ങനെ നല്കാൻ കഴിയാത്തവൻ ഷണ്ഡനായിരിക്കും. അഥവാ ലൈംഗികശേഷി ഇല്ലാത്തവനായിരിക്കും. സ്ത്രീയെ സംബന്ധിച്ചും ഈ പ്രതിഭാസം വ്യത്യസ്തമല്ല. രതിവേഴ്ചയിൽ അവൾ തന്നെത്തന്നെ പുരുഷനു സമർപ്പിക്കുന്നു. തന്റെ സ്ത്രൈണതയുടെ കവാടം അവൾ അവനായി തുറക്കുന്നു. തനിക്കു നല്കാൻ കഴിയുന്നതത്രയും അവൾ അവനു നല്കുന്നു. ഇപ്രകാരം ചെയ്യാൻ കഴിയാത്ത സ്ത്രീ ലൈംഗിക മരവിപ്പിന് വിധേയമായവളായിരിക്കും. സ്ത്രീയിലെ പ്രധാന പ്രാപ്തി ഇതോടെ വർദ്ധിക്കുന്നുവെന്നതും ശ്രദ്ധിക്കണം. കാമിനി എന്ന അവസ്ഥയിൽനിന്ന് അമ്മ എന്ന അവസ്ഥയിലേക്കുയരുന്ന സ്ത്രീയെയാണ് ഫ്രോം ഉദ്ദേശിക്കുന്നത്. തന്റെയുള്ളിൽ വളർന്നുകൊണ്ടിരിക്കുന്ന ശിശുവിന് അവൾ തന്നെത്തന്നെ സമർപ്പിക്കുന്നു. ജനിച്ച് വീഴുമ്പോൾ മുതൽ അവൾ കുട്ടിയെ പാലൂട്ടുന്നു. തന്റെ ശരീരത്തിന്റെ ചൂടു പകർന്നു കൊടുത്തവൾ തന്റെ ശിശുവിനെ ഉറക്കുന്നു. ഇതെന്താണ് കാണിക്കുന്നത്? ആദാനത്തേക്കാൾ സുഖം പ്രദാനം കൊണ്ടുണ്ടാകുന്നുവെന്നല്ലേ?

ഭൗതികഭൂമിയിൽ നിന്നുകൊണ്ടു പര്യാലോചിക്കുമ്പോൾ, കൊടുക്കുക എന്നതും സമ്പത്ത് വർദ്ധിപ്പിക്കുക, എന്നതും ഒരുമിച്ചാണ് വിവക്ഷിക്കുന്നത്. യഥാർത്ഥത്തിൽ ആരാണ് സമ്പന്നൻ? കൂടുതൽ ഉള്ളവ

നല്ല. കൂടുതൽ കൊടുക്കുന്നവനാണ്. എന്തെങ്കിലും നഷ്ടപ്പെടുത്തുന്നതിനെക്കുറിച്ച് സദാ വ്യാകുലപ്പെട്ടുകൊണ്ടിരിക്കുന്നത് ലുബ്ധനാണ്. യഥാർത്ഥത്തിൽ അവരാണ് ദാരിദ്ര്യം അനുഭവിക്കുന്നത്. നമ്മുടെ സമ്പന്നന്മാരിൽ അധികംപേരും ഈ അർത്ഥത്തിൽ സമ്പത്തിന്റെ മദ്ധ്യത്തിലും ദാരിദ്ര്യം അനുഭവിക്കുന്നവരാണ്. തന്നെത്തന്നെ മറ്റുള്ളവർക്കായി നല്കാൻ തയ്യാറുള്ളവനാണ് സാക്ഷാൽ സമ്പന്നൻ.

നല്കുന്നതിൽനിന്ന് ലഭിക്കുന്ന ആനന്ദം ഭൗതിക വസ്തുക്കളുടെ കൊള്ളക്കൊടുക്കലിൽ മാത്രം ഒതുങ്ങിനില്ക്കുന്നില്ല. അതിന് മാനവികതയുടെ പല മേഖലകളുണ്ട്. ഒരു വ്യക്തി മറ്റൊരു വ്യക്തിക്ക് പരമാവധി നല്കുന്നതെന്താണ്? സ്വയം നല്കാം. തനിക്ക് സ്വന്തമായുള്ള വിലപ്പെട്ടതെന്തും നല്കാം. സ്വന്തം ജീവൻപോലും ത്യജിക്കാൻ തയ്യാറായെന്നുവരാം. ഇങ്ങനെ നല്കുന്നതിലൂടെ ഒരുവൻ അപരന്റെ ജീവിതകാമനകളെ ഉത്തേജിപ്പിക്കുന്നു. ഇരുവരും അതിൽനിന്ന് ആഹ്ലാദം അനുഭവിക്കുന്നു. ഈ ആദാന പ്രദാനത്തിൽ പങ്കെടുക്കുന്ന രണ്ടു വ്യക്തികളും ഇതിന്റെ സന്തോഷം പങ്കുവയ്ക്കുന്നു. ഈ ആശയത്തിന്റെ മനോഹരമായ ഒരാവിഷ്കരണം കാൾ മാർക്സ് നടത്തിയിട്ടുണ്ട്. അദ്ദേഹം പറയുന്നു.

> മനുഷ്യൻ എന്ന നിലയിൽ അവന് ലോകത്തോടുള്ള ബന്ധം; സ്നേഹത്തിനുപകരം സ്നേഹവും, വിശ്വാസത്തിനു പകരം വിശ്വാസവും തിരികെ ലഭിക്കുന്നതിലൂടെയാണ് ആവിഷ്കരിക്കപ്പെടുന്നത്. കല ആസ്വദിക്കണമെന്ന് ആഗ്രഹമുണ്ടെങ്കിൽ നിങ്ങൾ തീർച്ചയായും അതിനാവശ്യമായ പരിശീലനം നേടേണ്ടതുണ്ട്. നിങ്ങൾക്ക് മറ്റുള്ളവരുടെ മേൽ സ്വാധീനം നേടണമെന്നുണ്ടെങ്കിൽ അതിനും പരിശീലനം അത്യാവശ്യമാണ്. മനുഷ്യനും പ്രകൃതിയും തമ്മിലുള്ള ഏതൊരു ബന്ധവും യഥാർത്ഥ വ്യക്തിജീവിതത്തിന്റെ വികാസത്തെ ബാധിക്കുന്നു. നിങ്ങളുടെ സ്നേഹം സ്നേഹത്തെ ഉല്പാദിപ്പിക്കുന്നില്ലെങ്കിൽ അത് അശക്തമാണ്. നിർഭാഗ്യകരമെന്ന് അതിനെ വിളിക്കാം. സ്നേഹത്തിൽ മാത്രമല്ല കൊടുക്കലും കിട്ടലും ബന്ധപ്പെട്ടിരിക്കുന്നത്. പഠിപ്പിക്കൽ വഴി തന്റെ വിദ്യാർത്ഥികളാൽ അദ്ധ്യാപകനും പഠിക്കലിന് വിധേയമാകുന്നു. നടൻ പ്രേക്ഷകരാൽ ഉത്തേജിതനാക്കപ്പെടുന്നു. താൻ ചികിത്സിച്ചു സുഖപ്പെടുത്തിയ രോഗിയാൽ ഡോക്ടർ സംതൃപ്തനാകുന്നു. ഇരുകൂട്ടരും അന്യോന്യം വസ്തുക്കളായി കണക്കാക്കപ്പെടാത്ത അവസ്ഥയിൽ മാത്രമേ ഇത് സാദ്ധ്യമാകൂ.

ഇവിടെ ഒരു വസ്തുതകൂടി കണക്കിലെടുക്കേണ്ടതുണ്ട്. ഒരു വ്യക്തിയുടെ സ്വഭാവരൂപീകരണവുമായി ബന്ധപ്പെട്ടതാണ് സ്നേഹിക്കുവാനുള്ള കഴിവ്. വിധേയത്വം ആത്മപ്രേമാധിഷ്ഠിത അഹങ്കാരം അന്യരെ ചൂഷണം ചെയ്യാനുള്ള ആഭിമുഖ്യം ഇവയൊക്കെ സ്നേഹം കീഴടക്കുകയും മറിക

ടക്കുകയും ചെയ്യും. ഈ കഴിവ് ആർജ്ജിക്കാത്ത വ്യക്തിയാണ് ഏതെങ്കിലും ത്യജിക്കേണ്ടിവരുമ്പോൾ വിമ്മിട്ടപ്പെടുകയും സ്നേഹത്തിന് അയോഗ്യരായിത്തീരുകയും ചെയ്യുന്നത്. നല്കുക എന്നതിലുപരി സ്നേഹത്തിന് മറ്റു ചില അടിസ്ഥാന സ്വഭാവവിശേഷങ്ങൾ കൂടിയുണ്ട്. കരുതൽ, ഉത്തരവാദിത്വം, ബഹുമാനം, അറിവ് എന്നിവയാണ്.

രഹസ്യങ്ങൾ മനസ്സിലാക്കുന്നതിനുള്ള മറ്റൊരു മാർഗ്ഗമാണ് സ്നേഹം. സ്നേഹം മറ്റു വ്യക്തികളിലേക്ക് സജീവമായി സംക്രമിക്കുന്ന ഒരു പ്രക്രിയയാണ്. സ്നേഹത്തിലൂടെയുള്ള കൂടിച്ചേലരിൽനിന്ന് എനിക്ക് നിങ്ങളെയും നിങ്ങൾക്കെന്നെയും അറിയാൻ കഴിയുന്നു. ഈ അറിവ് എനിക്കെന്നെത്തന്നെ അറിയാനും പ്രയോജനപ്പെടും.

ഞാൻ സ്നേഹത്തിന് വിധേയനാകുന്ന വ്യക്തിയെ ഭാഗം ഭാഗമായി കീറിമുറിച്ച് അന്തിമമായി നശിക്കുന്നതിലാണിത്തരം സ്നേഹം (സാഡിസം) കലാശിക്കുന്നത്. സാഡിസത്തിന്റെ അടിസ്ഥാന പ്രേരണയും രഹസ്യങ്ങളറിയുവാനുള്ള ഈ വാഞ്ഛയാണ്. പക്ഷേ, സാഡിസ്റ്റ് താനെങ്ങനെ പഠനവിധേയനാക്കുന്ന വ്യക്തിയെക്കുറിച്ച് അജ്ഞാതനായിരിക്കുന്നുവോ അങ്ങനെതന്നെ തുടരും. എങ്ങനെയൊക്കെ കീറിമുറിച്ച് പരിശോധിച്ചാലും അപരൻ തനിക്ക് അന്യനായിത്തന്നെ തുടരും. അവന്റെ സത്ത അന്യമാണ്. എന്നാൽ സ്നേഹത്തിലൂടെയാണെങ്കിൽ എനിക്ക് സത്തയിലേക്ക് എത്തിച്ചേരാനാകും. സ്നേഹം മാത്രമാണ് അറിവിലേക്കുള്ള വഴി. അപരനെ അറിയുക എന്നതിന്റെ സാരാംശംതന്നെ അറിയുക എന്നുള്ളതാണ്.

ഇതുവരെ പറഞ്ഞ് വന്നത് മനുഷ്യനെ ഒറ്റപ്പെടലിൽ നിന്ന് രക്ഷപ്പെടുത്തുന്നതും ഐക്യത്തിന് സഹായകവുമായ ഘടകം സ്നേഹം മാത്രമാണെന്നാണ്. ഇതിനുപരി ഇതൊരു ജീവശാസ്ത്രപരമായ പ്രശ്നം കൂടിയാണ്. വ്യക്തിയുടെ മാത്രമല്ല സമൂഹത്തിന്റെ കൂട്ടായ നിലനില്പിനും സ്നേഹം ഒരു പ്രധാന ഘടകമാണ്. സ്ത്രീ- പുരുഷദ്വന്ദ്വങ്ങളുടെ സംയോജനത്തിനുള്ള അഭിനിവേശം ഇതിലെ ഒരു പ്രധാന ഘടകമാണ്. സ്ത്രീയും പുരുഷനും ഒരിക്കൽ ഒന്നുതന്നെയായിരുന്നുവെന്ന മിത്തും ഈ ആശയം ഫലപ്രദമായി ആവിഷ്കരിക്കുന്നുണ്ട്.

പ്രേമത്തെ ലൈംഗികതയുടെ ബാഹ്യമായ ഉദാത്തവല്ക്കരണം എന്ന നിലയിൽ അവതരിപ്പിച്ചത് ഫ്രോയ്ഡിന്റെ ന്യൂനതയായിരുന്നു. യഥാർത്ഥത്തിൽ സ്നേഹത്തിനും തദ്വാരയുള്ള ഐക്യത്തിനും പ്രേരകം മാത്രമാണ് ലൈംഗികത. ഇതംഗീകരിക്കുവാൻ കഴിയാത്തതിനാൽ ഫ്രോയ്ഡിനു പറ്റിയ അബദ്ധം കൂടുതൽ ആഴത്തിലേക്ക് വ്യാപിക്കുന്നു. ശരീരശാസ്ത്രപരമായ വിശകലനത്തിൽ ഫ്രോയ്ഡ് എത്തിച്ചേർന്ന നിഗമനം ശരീരത്തിൽ നടക്കുന്ന ഒരു രാസപ്രക്രിയയുടെ അനന്തര ഫലമായുണ്ടാകുന്ന സംഘർഷമാണ് അഭിനിവേശം എന്നത്. ഈ സംഘർഷം വേദനനിറഞ്ഞതും നിവൃത്തിമാർഗ്ഗം തേടുന്നതുമാണെന്ന് ഫ്രോയ്ഡ് കരുതുന്നു. ഈ സംഘർഷത്തിന്റെ പരിഹാരമാണ് ഫ്രോയ്ഡിയൻ വീക്ഷ

ണത്തിൽ ലൈംഗിക സംതൃപ്തി. വിശപ്പും ദാഹവുംപോലുള്ള ഒരു ശാരീരിക പ്രതിഭാസമായി ഫ്രോയ്ഡ് ലൈംഗികാഭിനിവേശത്തെ കരുതി. ഈ നിഗമനപ്രകാരം ലൈംഗികതയെന്നാൽ കേവലം ശരീരത്തിന്റെ ഒരു ചൊറിച്ചിൽ മാത്രവും, ലൈംഗിക സംതൃപ്തിയെന്നാൽ ഈ ചൊറിച്ചിലിന്റെ പരിഹാരം മാത്രവുമാണ്. തികഞ്ഞ അബദ്ധത്തിലേക്കാണ് ഈ നിഗമനം നമ്മെ നയിക്കുക. ഇതുപ്രകാരം സ്വയംഭോഗമാണ് ലൈംഗിക സംതൃപ്തിക്കുള്ള ഉത്തമമാർഗ്ഗമെന്നു വരുന്നു. വിരോധാഭാസമെന്നു പറയട്ടെ ഫ്രോയ്ഡ് അവഗണിച്ച കാര്യം ലൈംഗികതയുടെ മനഃശാസ്ത്രപരവും ജീവശാസ്ത്രപരവുമായ അടിസ്ഥാന വശത്തെയാണ്. സ്ത്രീ-പുരുഷ ധ്രുവീകരണമെന്ന ജീവശാസ്ത്രപ്രതിഭാസവും, ഇണചേരലിലൂടെ ഈ ധ്രുവീകരണം സൃഷ്ടിച്ചിരിക്കുന്ന വിടവ് പരിഹരിക്കാൻ നടത്തുന്ന ശ്രമവുമാണ് യഥാർത്ഥത്തിൽ ലൈംഗികതയുടെ അടിസ്ഥാനഘടകം. ഫ്രോയിഡിയൻ വിശകലനത്തിലെ സൂക്ഷ്മമായ പിശക് അദ്ദേഹത്തിന്റെ അതിരു കവിഞ്ഞ പുരുഷമേധാവിത്ത ചായ്വാണ്. സ്ത്രൈണലൈംഗികതയെ അദ്ദേഹം അവഗണിക്കുക തന്നെ ചെയ്തു. *ലൈംഗികസിദ്ധാന്തത്തിന് മൂന്ന് സംഭാവനകൾ* എന്ന കൃതിയിൽ അദ്ദേഹം പറയുന്നു. “ലൈംഗികതൃഷ്ണ (libido) മുഖ്യമായും പുരുഷസ്വഭാവമാണ്. സ്ത്രീയെന്നാൽ ഷണ്ഡവല്ക്കരിക്കപ്പെട്ട ഒരു പുരുഷനാണെന്നും തന്റെ ലൈംഗിക നിരാസത്തിനു പകരമായി അവൾ ചിലതൊക്കെ ആർജ്ജിക്കുന്നുവെന്നും ഉള്ള ഫ്രോയിഡിയൻ സിദ്ധാന്തവും മേൽപറഞ്ഞ വിശകലനധാരണയുടെ സൃഷ്ടിയാണ്. സ്ത്രീ ഒരിക്കലും ഷണ്ഡവല്ക്കരിക്കപ്പെട്ട പുരുഷനല്ല. അവളുടെ ലൈംഗികത പുരുഷലൈംഗികതയിൽ നിന്നു ഭിന്നമാണ്. അത് സ്ത്രൈണ ലൈംഗികത തന്നെയാണ്. ലൈംഗികതയുടെ ഈ രണ്ട് വശങ്ങളെയും വേർതിരിച്ച് കാണാൻ കഴിയുന്നില്ലെന്നതാണ് ഫ്രോയ്ഡിന്റെ പരിമിതി.

## സ്നേഹം-ലക്ഷ്യവും മാർഗ്ഗങ്ങളും

ഒരുവൻ ഒരു വ്യക്തിയെ മാത്രം സ്നേഹിക്കുകയാണെങ്കിൽ ലോകത്തെ മുഴുവനായി അവഗണിക്കുകയാണെങ്കിൽ ആ ബന്ധം സ്നേഹമേ അല്ലെന്ന് പറയാം. അതൊരു പരസ്പരാശ്രിതത്വമാണ്. അല്ലെങ്കിൽ തികഞ്ഞ അഹന്തയുടെ പർവ്വതീകരണമാണ്.

വാസ്തവത്തിൽ ഞാനൊരു വ്യക്തിയെ ശരിയാംവിധം സ്നേഹിക്കുകയാണെങ്കിൽ ഞാനെല്ലാ മനുഷ്യരെയും സ്നേഹിക്കും. ലോകത്തെത്തന്നെ സ്നേഹിക്കും. സർവ്വോപരി ജീവിതത്തോട് പ്രണയമുള്ളവനായിരിക്കും. എനിക്കൊരുവനോട് ‘ഞാൻ നിന്നെ സ്നേഹിക്കുന്നു’ എന്ന് ഉള്ളഴിഞ്ഞ് പറയാൻ കഴിയുന്നു എന്നിരിക്കട്ടെ. അതിനർത്ഥം “ഞാൻ നിന്നിൽ എല്ലാ മനുഷ്യരെയും സ്നേഹിക്കുന്നു, നിന്നിലൂടെ ലോകത്തെ സ്നേഹിക്കുന്നു. നിന്നിൽ ഞാനെന്നെത്തന്നെ സ്നേഹിക്കുന്നു” എന്നാണ്.

എല്ലാ സ്നേഹത്തിന്റെയും അടിസ്ഥാനപരമായ സ്നേഹം സഹോദര സ്നേഹമാണ്. മറ്റൊരു ജീവിയുടെ ജീവിതത്തിനോടുള്ള കരുതൽ ഉത്തരവാദിത്വം, അറിവ്, ബഹുമാനം, അവന്റെ ഉൽക്കർഷം, ഇവ ഇച്ഛിക്കുക എന്നതാണ് സഹോദര സ്നേഹത്തിന്റെ അർത്ഥം. 'നിന്നെപ്പോലെ നിന്റെ അയൽക്കാരനെ സ്നേഹിക്കുക' എന്ന ബൈബിൾ വാചകത്തിന്റെ അന്തരാർത്ഥവും ഇതുതന്നെ. സഹോദര സ്നേഹത്തിൽ എല്ലാ മനുഷ്യരും ഭാഗഭാക്കാകുന്നു. അതിന്റെ സങ്കുചിതത്വമില്ലായ്മയാണ് അതിന്റെ ഏറ്റവും വലിയ പ്രത്യേകത. സ്നേഹിക്കുവാനുള്ള കഴിവെനിക്കുണ്ടെങ്കിൽ എന്റെയെല്ലാ സഹോദരന്മാരെയും സ്നേഹിക്കാനെനിക്കാകും. സഹോദരസനേഹത്തിൽ എല്ലാ മനുഷ്യരോടുമുള്ള സ്നേഹം, മാനുഷിക ഏകീഭാവം, മാനുഷികതയുടെ ഒത്തുചേരൽ എനിക്കവയൊക്കെയുണ്ട്. നാമെല്ലാം ഒന്നാണെന്ന ധാരണയാണ് സഹോദര സ്നേഹത്തിന്റെ ആണിക്കല്ല്. ഓരോരുത്തന്റെയും ഉള്ളിലുള്ള മാനുഷിക സത്തയുടെ സാമ്യം വച്ച് നോക്കുമ്പോൾ മനുഷ്യൻ തമ്മിൽ ബുദ്ധിയിലും അറിവിലും കഴിവിലുള്ള വ്യത്യാസം തീരെ നിസ്സാരമാണ്. ഈ ഏകത ഉൾക്കൊള്ളണമെങ്കിൽ നാം ഈ സത്തയിലേക്ക് ഇറങ്ങിച്ചെന്നേ പറ്റൂ. ഒരുവന്റെ ഉപരിതല സ്വഭാവം മാത്രമാണ് നാം കാണുന്നതെങ്കിൽ, എന്നെ അവനിൽ നിന്ന് വേർതിരിക്കുന്ന ഘടകങ്ങളായിരിക്കും ഞാൻ കൂടുതൽ ശ്രദ്ധിക്കുക. അവന്റെ സത്തയിലേക്കാണ് ഞാനിറങ്ങി ചെല്ലുന്നതെങ്കിൽ എന്നെ അവനുമായി ബന്ധിപ്പിക്കുന്ന ഘടകങ്ങളായിരിക്കും കൂടുതൽ ശ്രദ്ധേയം.

നിസ്സഹായനോടുള്ള സ്നേഹത്തിൽനിന്നാണ് സഹോദരസ്നേഹം തുടങ്ങുന്നത്. അവനവനെ സ്നേഹിക്കുന്നതിലൂടെ അവൻ അരക്ഷിതനെയും ദുർബ്ബലനെയും സഹായം തേടുന്നവനെയും സ്നേഹിക്കാൻ തുടങ്ങുന്നു. ഈ ആർദ്രതയിലാണ് അറിവിന്റെയും തിരിച്ചറിവിന്റെയും തന്തുക്കൾ. പഴയ നിയമത്തിൽ പറയും പ്രകാരം – "അപരിചിതന്റെ ഹൃദയമെന്തെന്ന് നിനക്കറിയാം. കാരണം ഈജിപ്തിൽ നീയും അപരിചിതനായിരുന്നുവല്ലോ... ആയതിനാൽ അപരിചിതരെ സ്നേഹിക്കണം."

ശിശുവിന്റെ വളർച്ച അനിവാര്യമാണ്. അതമ്മയുടെ ഗർഭപാത്രം വിട്ട് വെളിയിൽവന്നേ മതിയാവൂ. കുട്ടി തന്നിൽ നിന്നകന്നു പോകുക എന്നതാണ് മാതൃസ്നേഹത്തിന്റെ വിധി. കാമോദ്ദീപക സ്നേഹത്തിൽ നേരെ മറിച്ചിലാണ് സംഭവിക്കുന്നത്. ഇവിടെ രണ്ടായിരുന്ന വ്യക്തികൾ ഒന്നായി മാറുന്നു. മാതൃസ്നേഹത്തിലാകട്ടെ ഒന്നായിരുന്ന വ്യക്തികൾ രണ്ടായി മാറുന്നു. വളർന്നുകൊണ്ടിരിക്കുന്ന തന്നിൽ നിന്നകന്നുകൊണ്ടിരിക്കുന്ന കുട്ടിയെ സ്നേഹിക്കാൻ കഴിവാർജ്ജിക്കുകയെന്നത് ഒരമ്മയെ സംബന്ധിച്ചിടത്തോളം കൂടുതൽ ബുദ്ധിമുട്ടുള്ള കാര്യമാണ്. സ്നേഹത്തിന്റെ ശക്തമായ ഉരകല്ലുകൂടിയാണ് വേർപാട്. വേർപാടിനെ അതിജീവിച്ചും നിലനില്ക്കുന്ന സ്നേഹമാണ് യഥാർത്ഥസ്നേഹം.

സഹോദര സ്നേഹം തുല്യർ തമ്മിലുള്ള സ്നേഹമാണ്. മാതൃസ്നേഹം നിസ്സഹായതയുടെ പരിഹാരമാണ്. രണ്ടും തമ്മിൽ വ്യത്യാ

സങ്ങളുള്ളതുപോലെ സമാനതകളുമുണ്ട്. കാമോദ്ദീപക സ്നേഹത്തിന്റെ അവസ്ഥ ഇതു രണ്ടിൽനിന്നും വ്യത്യസ്തമാണ്. സമ്പൂർണ്ണമായ ലയിച്ചുചേരലിനുള്ള ഉദാഹരണമാണ് കാമോദ്ദീപക സ്നേഹം പ്രകടിപ്പിക്കുന്നത്. മറ്റൊരു വ്യക്തിയുമായി ഒന്നായിത്തീരുക എന്ന മോഹമാണ് അതിന്റെ പിന്നിലെ പ്രേരണാഘടകം. ഒരുപക്ഷേ, ഏറ്റവും കൂടുതൽ വഞ്ചന പ്രകടമാക്കുന്ന സ്നേഹത്തിന്റെ രൂപവും ഇതുതന്നെയായിരിക്കും.

ഒന്നാമതായി പ്രേമത്തിൽ വീഴുക എന്ന സ്ഫോടനാത്മകമായ അനുഭവവുമായി ഇതേറ്റുമുട്ടുന്നു. ആ നിമിഷംവരെ അപരിചിതരായിരുന്ന രണ്ടു വ്യക്തികൾ തടസ്സങ്ങളെ തട്ടിത്തെറിപ്പിച്ചുകൊണ്ടൊരുമിക്കുന്നു. നേരത്തെ സൂചിപ്പിച്ചതുപോലെ ശീഘ്രമായി രൂപപ്പെടുന്ന ഈ അന്യോന്യ താല്പര്യത്തിന് അല്പായുസ്സായിരിക്കും. അപരിചിതനായിരുന്ന വ്യക്തി അടുത്തറിയാവുന്ന ആളായി മാറിക്കഴിഞ്ഞാൽ മറികടക്കേണ്ടതായി മറ്റു പ്രതിബന്ധങ്ങളൊന്നുമുണ്ടാകുന്നില്ല. സ്നേഹത്തിനു പാത്രമാകുന്ന വ്യക്തി തന്നെപ്പോലെതന്നെ തനിക്ക് പരിചിതനായി ഭവിക്കുന്നു. പലർക്കും ലൈംഗിക ബന്ധത്തിൽ നിന്നാണ് മേൽപ്പറഞ്ഞ അടുപ്പം രൂപപ്പെടുന്നത്. അതേത്തുടർന്നുള്ള വേർപാടിന്റെ അനുഭവം പ്രാഥമികമായും ശാരീരിക വേർപാടാണ്. ശാരീരികമായ വേഴ്ചയിലൂടെ വേർപാടിനെ മറികടക്കുന്നു.

ഇതിനുപരി വേർപാടിനെ മറികടക്കാൻ അനേകർ സ്വീകരിക്കുന്ന മാർഗ്ഗം സ്വന്തം വ്യക്തിജീവിതത്തിന്റെ വിവരങ്ങൾ, തങ്ങളുടെ പ്രതീക്ഷകളും, ആശങ്കകളും വിവരിച്ചു കേൾപ്പിച്ച് ഇണയുമായി ശിശു സഹജമായ ഒരാശ്രിതബന്ധം രൂപപ്പെടുത്തുകയെന്നതാണ്. ഒറ്റപ്പെടലിനെ അതിജീവിക്കാൻ സ്വീകരിക്കുന്ന മാർഗ്ഗങ്ങളാണിതെല്ലാം. ഒരുവന്റെ കോപം, വെറുപ്പ്, അജ്ഞത ഇവയെല്ലാം ചിലപ്പോൾ ഇണയുമായി പങ്കുവച്ചെന്ന് വരാം. കാമോദ്ദീപക സ്നേഹത്തിന്റെ വ്യതിചലനം എന്നു വേണമെങ്കിൽ ഇതിനെ വിളിക്കാം. വിവാഹിതരായ ദമ്പതികളുടെ ഇടയിൽപ്പോലും ഉള്ളു തുറന്ന ബന്ധം കിടപ്പറയിൽ മാത്രമാണ് സാദ്ധ്യമാകുന്നത്. ഇത്തരം ബന്ധങ്ങൾ ക്രമേണ ശിഥിലമായി വരുന്നതായിട്ടാണ് കാണപ്പെടുന്നത്. ഇതിന്റെ അനന്തരഫലം പങ്കാളികളിൽ ഒരാൾ പുതിയ പങ്കാളിയിലേക്കു ആകർഷിക്കപ്പെടുക എന്നതാണ്. നേരത്തെ സംഭവിച്ചതൊക്കെ ഈ പുതിയ ബന്ധങ്ങളിലും ആവർത്തിക്കപ്പെടുന്നു. ഓരോ പുതിയ സ്നേഹബന്ധങ്ങളും പഴയതിൽ നിന്നും ഭിന്നമാണെന്ന വ്യർത്ഥ ധാരണക്കിവർ വശംവദരാകുന്നു. ഈ വിഭ്രാന്തികൾ പെരുകുന്നതിന് ലൈംഗികമായ ആഗ്രഹങ്ങളുടെ വഴിതെറ്റിയ സഞ്ചാരം സഹായകമാകുന്നുണ്ട്.

ലൈംഗികദാഹം ലക്ഷ്യമാക്കുന്നത് ലയിച്ചു ചേരലാണെന്നു നമ്മൾ കണ്ടു. ഇതൊരു തരത്തിലും ഒരു ശാരീരിക ദാഹം മാത്രമല്ല. വേദന നിറഞ്ഞ സംഘർഷത്തിൽനിന്നുള്ള ഒറ്റപ്പെടൽ ഇവിടെ സാധിക്കുന്നുണ്ട്.

ലൈംഗികദാഹം ഒറ്റപ്പെടലിന്റെ ഭീതിയിൽ നിന്നുളവാകുന്നുണ്ട്. കീഴടങ്ങാനും കീഴടക്കപ്പെടാനുമുള്ള ആഗ്രഹം ഇതിന്റെ പിന്നിലുണ്ട്. പൊങ്ങച്ച പ്രകടനം, ഉപദ്രവിക്കാനുള്ള മോഹം, ചിലപ്പോൾ നശീകരണ പ്രവണത ഇവയൊക്കെ ഇത്തരം സ്നേഹത്തിൽ നിന്നുള്ളവാകുന്നുണ്ട്. ലൈംഗിക ദാഹം എന്ന ശക്തമായ വികാരം ഉത്തേജിപ്പിക്കുന്നതിൽ അടങ്ങിയിരിക്കുന്ന പല ഘടകങ്ങളിൽ ഒന്നു മാത്രമാണ് സ്നേഹം.

പലരിലും സ്നേഹം എന്ന ആശയവുമായി കെട്ടിപ്പിണഞ്ഞാണ് ലൈംഗികാഭിമുഖ്യം കുടികൊള്ളുന്നത്. ഇതുനിമിത്തം ശാരീരികമായി അന്യോന്യം ആവശ്യമുള്ളതുകൊണ്ടാണ് സ്നേഹം നിലനില്ക്കുന്നതെന്ന തെറ്റായ ഒരു നിഗമനത്തിലേക്കു വളരെവേഗം നമ്മൾ നയിക്കപ്പെടുന്നു. ലൈംഗികമായ കൂടിച്ചേരലിന് സ്നേഹം കാരണമായേക്കാം. എന്നാൽ സ്നേഹത്തിൽ പ്രചോദിതമാക്കപ്പെടുന്ന ശാരീരിക വേഴ്ചയും അങ്ങനെയല്ലാതുള്ള വേഴ്ചയും വ്യത്യസ്തമാണ്. സ്നേഹത്താൽ പ്രേരിതമായ ശാരീരികവേഴ്ചയിൽ കീഴടങ്ങാനും കീഴടക്കാനുമുള്ള അഭിനിവേശം പ്രകടമാകുന്നില്ല. സ്നേഹം കൂടാതെയുള്ള വേഴ്ച നൈമിഷികമായ ചില അനുഭൂതികൾ സൃഷ്ടിച്ചേക്കാമെങ്കിലും അതു കഴിഞ്ഞ മാത്രയിൽ രണ്ടുപേരും പൂർവ്വാവസ്ഥയിലേക്ക് മടങ്ങും. എന്നു മാത്രമല്ല ചിലപ്പോൾ രണ്ടുപേർക്കും സ്വയം ലജ്ജയും അപകർഷതയും അനുഭവപ്പെട്ടെന്നും വരും. അന്യോന്യം വെറുക്കാനും ഇതു കാരണമായേക്കാം. ഫ്രോയ്ഡ് വിശ്വസിച്ചിരുന്നതുപോലെ ലൈംഗിക പ്രേരണകളുടെ ഉദാരവല്ക്കരണം സഹോദര സ്നേഹത്തിലും പ്രകടമാണ്. സ്നേഹത്തിന്റെ ഈ ഉദാത്തത ശാരീരികബന്ധം കൂടാതെയുള്ള മാനസികബന്ധത്തിലും നിലനില്ക്കുന്നുണ്ട്.

കാമോദ്ദീപകമായ സ്നേഹത്തിൽ മാതൃസ്നേഹത്തിലും സഹോദര സ്നേഹത്തിലും ഇല്ലാത്ത സവിശേഷത പ്രകടമാണ്. കാമോദ്ദീപക സ്നേഹത്തെക്കുറിച്ചുള്ള ഉപരിവിചിന്തനത്തിന് ജാഗ്രത പാലിക്കേണ്ട ചില കാര്യങ്ങൾ ഈ സവിശേഷതയുടെ അർത്ഥം ഉടമസ്ഥാവകാശത്തിൽ അധിഷ്ഠിതമായ ബന്ധമാണെന്നാണ് ധരിക്കപ്പെട്ടിരിക്കുന്നത്. സ്നേഹത്തിൽ വ്യാപരിക്കുന്ന രണ്ടു വ്യക്തികൾ അന്യോന്യം കേന്ദ്രീകരിച്ചിരിക്കുന്നതിനാൽ അവൾ ബാഹ്യലോകത്തോട് യാതൊരു സ്നേഹവും പുലർത്താതിരിക്കുന്നത് നമ്മൾ കാണാറുണ്ട്. ഇതാരോഗ്യകരമായ ഒരു സ്നേഹബന്ധമല്ല. വേർപാടിനെ മറികടക്കാൻവേണ്ടി ഒറ്റയെന്ന അവസ്ഥയിൽനിന്ന് ഇരട്ടയെന്ന അവസ്ഥയിൽ അഭയം തേടുക മാത്രമാണ് ഇത്തരം ഇണകൾ ചെയ്യുന്നത്. അവർ തങ്ങളുടെ ചുറ്റുപാടുകളിൽ നിന്ന് അന്യവല്ക്കരിക്കപ്പെട്ടിരിക്കുന്നു. സ്നേഹത്തിൽനിന്ന് അവരനുഭവിക്കുന്ന ഐക്യം കേവലം ഒരു ഭ്രമാത്മകത മാത്രമാണ്. കാമോദ്ദീപക സ്നേഹമാണെന്നു പറഞ്ഞ് മേൽപ്പറഞ്ഞ തരത്തിലുള്ള ബന്ധത്തെ ഉദ്ദേശിച്ചാണ്. തനിക്കൊരൊറ്റ വ്യക്തിയുമായി മാത്രമേ ഐക്യം പ്രാപിക്കാൻ കഴിയൂ എന്നു വരുമ്പോഴാണ് സ്നേഹം ഉപരിപ്ലവകരമാകുന്നത്.

കാമോദ്ദീപക സ്നേഹം യഥാർത്ഥമാണെങ്കിൽ അതിനൊരൊറ്റ

അർത്ഥമേയുള്ളൂ. ഞാനായിരിക്കുന്ന അവസ്ഥയിൽ എന്റെ സത്തയിലുണർന്ന എന്റെ പങ്കാളിയുമായി അവനല്ലെങ്കിൽ, അവൾ ആയിരിക്കുന്ന അവസ്ഥയിൽ അവളുടെ സത്തയുമായി ലയിച്ചു ചേരുകയെന്നത് തന്നെ. അന്തിമസരണയിൽ സർവ്വ മനുഷ്യജീവികളും ഒരുപോലെയാണ്. നമ്മളെല്ലാവരും ഒരു സത്തയുടെ ഭിന്നഭാഗങ്ങൾ മാത്രമാണ്. യഥാർത്ഥത്തിൽ നമ്മൾ സ്നേഹിക്കുന്ന വ്യക്തിയും മറ്റ് വ്യക്തികളും തമ്മിൽ വ്യത്യാസങ്ങളൊന്നുമില്ല.

നിരന്തരമായ വൈകാരിക പ്രതികരണം പെട്ടെന്നൊരു നിമിഷം ചെറുത്തു നില്ക്കാനാവാത്തവിധം പിടിമുറുക്കുമ്പോൾ യഥാർത്ഥ സ്നേഹം പ്രത്യക്ഷപ്പെടുന്നുവെന്ന് പറയാം. ഇപ്രകാരം രണ്ടു പ്രത്യേക വ്യക്തികൾ പ്രത്യേക അടുപ്പം സ്ഥാപിക്കുന്നതിനാണ് സ്നേഹമെന്ന് പറയുന്നത്.

ക്രിയാത്മകമായി സ്നേഹിക്കാൻ അറിയുന്ന ആൾ സ്വയം സ്നേഹിക്കുന്നവൻ കൂടിയായിരിക്കും. മറ്റുള്ളവരെ മാത്രമേ സ്നേഹിക്കാൻ കഴിയൂ എന്നു കരുതുന്നവൻ സ്നേഹിക്കാൻ കഴിയുന്നവനല്ല. സ്വയം സ്നേഹിക്കുന്നവനും മറ്റുള്ളവരെ സ്നേഹിക്കുന്നതും സമാനമാണെന്നുകണ്ടു. എന്നാൽ മറ്റുള്ളവരെക്കുറിച്ച് യാതൊരു കരുതലുമില്ലാത്ത സ്വാർത്ഥിയായ മനുഷ്യന്റെ കാര്യം ഇതിൽനിന്നു വ്യത്യസ്തമാണ്. ഇത്തരക്കാർക്ക് സ്വന്തം കാര്യത്തിലല്ലാതെ മറ്റുള്ളവരുടെ കാര്യത്തിൽ യാതൊരു ശ്രദ്ധയുമുണ്ടാവില്ല. അയാൾക്കു സർവ്വതും തന്റെ അധീനതയിലാവണം. എടുക്കുന്നതിലല്ലാതെ, കൊടുക്കുന്നതിൽ യാതൊരു സന്തോഷവും അനുഭവിക്കാൻ അയാൾക്ക് കഴിയുന്നില്ല. തന്നെയല്ലാതെ മറ്റൊന്നും അയാൾക്ക് കാണാനേ കഴിയില്ല. ഓരോ വ്യക്തിയേയും ഓരോ വസ്തുവിനേയും അയാൾ അതിൽനിന്ന് തനിക്ക് ലഭിക്കുന്ന പ്രയോജനത്തെ മുൻനിർത്തി മാത്രമാണ് പരിഗണിക്കുന്നത്. അടിസ്ഥാനപരമായി സ്നേഹിക്കാൻ അയാൾ യോഗ്യനല്ല.

സ്വാർത്ഥി കൂടുതലായി സ്വയം സ്നേഹിക്കുന്നുവെന്ന് നമുക്ക് തോന്നാമെങ്കിലും സത്യത്തിൽ അയാൾ തീർത്തും സ്നേഹശൂന്യനാണെന്ന് മാത്രമല്ല, തന്നെത്തന്നെ വെറുക്കുകയും ചെയ്യുന്നുണ്ടാവും. സർഗ്ഗാത്മകതയിൽ തനിക്കുള്ള ദാരിദ്ര്യം മറച്ചുവയ്ക്കാനാണ് തന്നെക്കുറിച്ചുതന്നെ കൂടുതൽ കരുതലുള്ളവനായി അയാൾ പെരുമാറുന്നത്. ഇങ്ങനെയുള്ള ഒരുവൻ സ്വയം കൂടുതൽ കരുതലുള്ളവനായി കാണപ്പെടുമെങ്കിലും അയാൾ തന്റെ യഥാർത്ഥ അഹംബോധത്തെ കീഴടക്കാൻ നടത്തുന്ന ഒരു പരാജയപ്പെട്ട പരിശ്രമം മാത്രമാണത്.

## റഫറൻസ്

1. Erich Formm - *The Art of loving.*

# ഹെർബർട്ട് മാർക്യൂസ്

# രണ്ടാമത്തെ വിമർശനാത്മക സൈദ്ധാന്തികൻ

**ഹെ**ർബർട്ട് മാർക്യൂസിനെ പരിചയപ്പെടുന്നതിനായി അദ്ദേഹത്തിന്റെ *One Dimensional Man* എന്ന പുസ്തകം അവതരിപ്പിക്കുന്നു. 1960 കളിൽ ഏറ്റവും അധികം ചർച്ചചെയ്യപ്പെട്ട ഒരു പുസ്തകമായിരുന്നു ഇത്. 1964 ൽ ആണ് ഇത് ആദ്യമായി പ്രസിദ്ധീകരിക്കുന്നത്. 'യന്ത്രവല്കൃത സമൂഹം' എന്ന ആശയവും അത് വരുത്തിയ പുതിയ സംസ്കാരബോധവും, അവയുടെ സ്വഭാവവും യുക്തിയുടെ വീക്ഷണത്തിൽ ചിന്തിക്കുന്നതാണ് ഈ പുസ്തകം. ഫ്രാങ്ക്ഫുർട്ട് സ്കൂളിലെ ചിന്തകന്മാർ പ്രധാനമായും ഊന്നൽ നല്കുന്നത് 'ആത്മനിഷ്ഠ യുക്തി'ക്കും 'വിമർശനാത്മക'യ്ക്കുമാണെന്ന് ഈ അവസരത്തിൽ പറഞ്ഞുകൊള്ളട്ടെ. മാർക്യൂസ് ഈ സ്കൂളിലെ തലമുതിർന്ന ഒരു ചിന്തകൻ ആയിരുന്നു.

മാർട്ടിൻ ഹൈഡഗർ എന്ന നാസ്തിക അസ്തിത്വവാദിയുടെ ശിഷ്യനായിരുന്നു ഹെർബർട്ട് മാർക്യൂസ്. 1920 മുതൽ 30 വരെ അദ്ദേഹം ഹൈഡഗറിന്റെ ശിക്ഷണത്തിൽ ജർമ്മനിയിൽ ഹെഗൽ, മാർക്സ്, പ്രാതിഭാസിക വിജ്ഞാനീയം, അസ്തിത്വവാദം, ജർമ്മൻ ആശയവാദം. പാശ്ചാത്യ ദർശനം എന്നിവ പഠിച്ചു. ഇത് മാർക്യൂസിന്റെ ആദ്യ ഘട്ടമാണ്. ഗുരുവിനെ കൊന്നുകൊണ്ടേ ശിഷ്യനു വളരാൻ സാധിക്കുകയുള്ളൂ എന്ന പ്രമാണത്തെ യഥാർത്ഥ്യമാക്കികൊണ്ട് അദ്ദേഹം ഹൈഡഗറിന്റെ ശിക്ഷണത്തിൽനിന്ന് പുറത്തുവന്നു. മറ്റൊരർത്ഥത്തിൽ, ഹൈഡഗറിന്റെ നിലപാടായ നാസി പ്രസ്ഥാനത്തെ പ്രോത്സാഹിപ്പിക്കുക എന്ന നിലപാടിൽ ശിഷ്യന് കടുത്ത എതിർപ്പു തോന്നി. ആ ഘട്ടത്തിലാണ് ദേശീയ സോഷ്യലിസം ജർമ്മനിയിൽ ശക്തമാകുന്നത്. മാർക്യൂസ് തന്റെ ഗുരുവിനെ എതിർത്തതുകൊണ്ട് സോഷ്യലിസ്റ്റ് പ്രസ്ഥാനത്തോട് സഹകരിച്ചു. ഇതോടെ ഹെഗലിൽനിന്ന് മാർക്സ് മുക്തനാവുന്നതുപോലെ ഹൈഡ

ഗറിൽനിന്ന് മാർക്യൂസ് മുക്തനായി. പക്ഷേ, മനസ്സിന്റെ ആഴത്തിൽ മാർക്യൂസ് ഹൈഡഗറിന്റെ ചിത്രം പൂജിക്കുന്നുണ്ടായിരുന്നു. ഒരു ഉത്തമ ഗുരു ശിഷ്യബന്ധത്തിൽ ഇത് സാധാരണമാണ്.

മാർക്യൂസിന്റെ രചന ആരംഭിക്കുന്നത്, ഹൈഡഗറിന്റെ പ്രാതിഭാസിക അസ്തിത്വവാദത്തെയും മാർക്സിസത്തെയും തുലനാത്മകരീതിയിൽ അപഗ്രഥിച്ചുകൊണ്ടാണ്. *One Dimensional Man*ൽ അദ്ദേഹം ഹൈഡഗറിനെയും മറ്റൊരു അസ്തിത്വവാദിയായ എഡ്മണ്ട് ഹുസോളിനെയും 'വിമർശനാത്മക രീതി'യിൽ പരാമർശിക്കുന്നു. ആ രീതിയെ മാർക്യൂസ് വിളിക്കുന്നത് 'Scientific civilization and Modes of thought' എന്നാണ്. ഹൈഡഗറും ഹുസോളും സാങ്കേതിക ലോകത്തെ അപഗ്രഥിച്ച രീതിയിൽനിന്നും തീർത്തും വ്യത്യസ്തമായി അതിലടങ്ങിയിരിക്കുന്ന അസ്വാതന്ത്ര്യത്തെയും കോളനിവല്ക്കരണത്തെയും അയുക്തികതയെയും മാർക്യൂസ് ഇവിടെ എതിർക്കുന്നുണ്ട്. ഇതിന് അദ്ദേഹത്തെ സഹായിച്ചത് വൈരുദ്ധ്യാത്മകത ദർശനമാണ്. അതിന്റെ പിതാവാകട്ടെ ഹെഗലും. ചുരുക്കത്തിൽ, മാർക്യൂസ് അസ്തിത്വവാദത്തിൽനിന്ന് ആരംഭിക്കുകയും അവിടെനിന്ന് സോഷ്യലിസത്തിലേക്ക് കടക്കുകയും അവിടെയും തൃപ്തി നേടാതെ ഹെഗലിയൻ വൈരുദ്ധ്യവാദത്തിൽ ചെന്നെത്തുകയും ആ കണ്ണോടെ മാർക്സിനെ പഠിക്കുകയും അവയ്ക്ക് പുതിയ മാനങ്ങൾ നല്കുകയാണ് ചെയ്തത്. എന്നും മാർക്യൂസിന്റെ ഇഷ്ടവിഷയം ഹെഗൽ തന്നെയായിരുന്നു. അദ്ദേഹത്തിന്റെ *Reason and revolution* എന്ന പുസ്തകം ഇതിന് ഉദാഹരണമാണ്.

ഹെർബർട്ട് മാർക്യൂസിനെ ഇന്റർവ്യൂ വഴിയാണ് ഫ്രാങ്ക്ഫുർട്ട് ഇൻസ്റ്ററ്റ്യൂട്ട് ഫോർ സോഷ്യൽ റിസർച്ച് തെരഞ്ഞെടുത്തത്. ആദ്യം ജനീവ പിന്നെ സ്വിസർലാന്റ്. അതിനുശേഷം അമേരിക്ക എന്നിവിടങ്ങളിലായി അദ്ദേഹം ജോലി നോക്കി. *One Dimentional Man* പുറത്തുവന്നതോടെ ഫ്രാങ്ക്ഫുർട്ട് സ്കൂളിന്റെ മുടിചൂടാമന്നനായി മാർക്യൂസ് മാറി. ഹൊർക്ക്ഹൈമർ ആയിരുന്നു ഇൻസ്റ്റിറ്റ്യൂട്ടിന്റെ ആദ്യ ഡയറക്ടർ. അദ്ദേഹത്തിന്റെ ദാർശനിക പഠനങ്ങൾ ഒരു സഹായിയായി കൂടാനായിരുന്നു ആദ്യ നിയോഗം. ഫാസിസ്റ്റ് പ്രത്യയശാസ്ത്ര പഠനമായിരുന്നു അദ്ദേഹത്തിന്റെ ചിന്താവിഷയം. ഫാസിസ്റ്റ് പ്രത്യയശാസ്ത്രത്തെ എങ്ങനെ വിമർശനാത്മകമായി പരിശോധിക്കാം എന്നതായിരുന്നു. ലക്ഷ്യം. 'വിമർശനാത്മക യുക്തി' അതായിരുന്നു ഫ്രാങ്ക്ഫുർട്ട് സ്കൂളിന്റെ മൊത്തം രീതിശാസ്ത്രം എന്നതുപോലെ മാർക്യൂസിന്റെ രീതിശാസ്ത്രവും അതിലൂടെ പുത്തൻ സാങ്കേതിക ലോകത്തെ നോക്കിക്കാണുക, അതിനെ ഇടതുപക്ഷ രീതിയിൽ അപഗ്രഥിക്കുക. വിലയിരുത്തുക, വിമർശിക്കുക എന്നതായിരുന്നു ലക്ഷ്യം. ഓരോ ചിന്തകരും അവരവരുടെ രീതിയിൽ അവയെ വികസിപ്പിച്ചു. എറിക്ക് ഫ്രോം മനഃശാസ്ത്രത്തിലൂടെയും അഡോർണോ സംഗീതം, കല എന്നിവയിലൂടെയും മാർക്യൂസ് ഹെഗലിയൻ ദർശനത്തിലൂടെയും അവയെ വിലയിരുത്തി

എന്നു മാത്രം. ദർശനത്തിന് വിമർശനാത്മക സ്വഭാവമുണ്ട് എന്നും അത് ഇത്രയും നാൾ മൂടപ്പെട്ടിരിക്കുകയായിരുന്നുവെന്നും അതിനെ വീണ്ടെടുക്കുകയാണ് തങ്ങൾ ചെയ്യുന്നതെന്നും മാർക്യൂസ് വിലയിരുത്തി. ഇത് ഒരു രീതിശാസ്ത്രമാണെന്നും ഇത് തുടർന്നാൽ മാർക്സിസത്തിന് ഒരു മാനം കൈവരുമെന്നും മാർക്യൂസ് വിശ്വസിച്ചു. പക്ഷേ, ഇത് ഒരു ഒറ്റയാൻ പോരാട്ടമല്ല. ഇതിനുപിന്നിൽ ധാരാളം ചിന്തകൾ അണിനിരന്നിട്ടുണ്ടെന്നും അതിൽ താനും ഒരു കണ്ണിയാണെന്നും മാർക്യൂസ് വിലയിരുത്തുന്നു.

എന്താണ് ഈ One Dimensional Society അഥവാ One-Dimensional man? അത് തീർച്ചയായും മാർക്സിനു ശേഷം ഉണ്ടായ ഒരു സാമ്പത്തിക അവസ്ഥയാണ്. സാങ്കേതിക സമൂഹം അഥവാ ഏകമാനലോകം എന്നാണ് ഇതിനെ പരഭാഷപ്പെടുത്തിയാൽ കിട്ടുന്ന അർത്ഥം. ലോകം ഒരു സമഗ്രാധിപത്യ (ഏകകക്ഷി മേധാവിത്തം) ത്തിലേക്ക് നീങ്ങുന്നു. അവിടെ മാനവികന്റെ ആവശ്യങ്ങൾ വർദ്ധിച്ചിരിക്കുന്നു. പക്ഷേ, അവന് 'വിമർശനാത്മക ബുദ്ധി' മാത്രമില്ല മറ്റൊരർത്ഥത്തിൽ അവന് നിരാകരണശേഷി ഇല്ലാതായിരിക്കുന്നു. രണ്ടാം ലോക മഹായുദ്ധത്തിനുശേഷം സംജാതമായ ഒരു സമൂഹമാണ് ഇത്. അതിനെ മാർക്യൂസ് ഏകമാന ലോകം (One Dimensional society or one Deminsional man) എന്നു വിളിക്കുന്നു.

യുദ്ധാനന്തര ലോകത്തെ അദ്ദേഹം വിശേഷിപ്പിച്ചത് ഇങ്ങനെയാണ്. 'പ്രതിപക്ഷമില്ലാത്ത സമൂഹം.' അതുകൊണ്ടും വ്യക്തിക്ക് നഷ്ടമായത് അവന്റെ സ്വാതന്ത്ര്യവും സാമൂഹ്യമാറ്റവുമാണ്. ഇവിടെ വ്യക്തിയുടെ അതിഭൗതികതയെ അഥവാ പ്രത്യയശാസ്ത്രത്തെ സാങ്കേതിക വിദ്യ അപഹരിച്ചു. അതോടെ അവന് വിമർശനാത്മക ബുദ്ധി നഷ്ടപ്പെട്ടു. സാങ്കേതികവല്കൃത സമൂഹവും അതിന്റെ സ്ഥാപനങ്ങളും ആവശ്യപ്പെടുന്ന മാറ്റങ്ങളേ വ്യക്തിക്കു പാടുള്ളൂ എന്ന് ശഠിച്ചു. ചുരുക്കത്തിൽ വ്യക്തിക്ക് സ്വാതന്ത്ര്യം ഒന്നുകൂടി അപ്രാപ്യമായി. ലോകം ഒന്നാണെന്നും അത് സാങ്കേതിക സമൂഹം മാത്രമാണെന്നും അതിനപ്പുറം വ്യക്തിക്ക് ഒരു മാനവുമില്ലെന്നും വന്നു. ഇതാണ് ഏകമാനലോകം (One Dimensional society). മനുഷ്യന്റെ ഈ ഏകമാന അവസ്ഥയെ വിമർശിക്കുകയാണ് ഹെർബർട്ട് മാർക്യൂസ് ചെയ്യുന്നത്. ഏകാധിപത്യത്തിന്റെ ഈ സമൂഹം മുതലാളിത്തത്തിന്റെ പുതിയ മുഖമായതിനാൽ അതിനെ ആഗോളമായും, ചരിത്രപരമായും വിമർശിക്കേണ്ടതാണെന്ന് മാർക്യൂസ് വിശ്വസിക്കുന്നു. ഇതിന് മാർക്സിന്റെ അന്യവല്ക്കരണവും പദാർത്ഥവല്ക്കരണവും പുതിയ മാർഗ്ഗത്തിലേക്ക് വഴിതെളിക്കുമെന്നും മാർക്യൂസ് വിശ്വസിക്കുന്നു.

തൊഴിലാളിയാണ് ഉല്പന്നങ്ങൾ ഉണ്ടാക്കുന്നത്. പക്ഷേ, അത് ഉല്പന്നമായി കഴിഞ്ഞാൽ അതിൽ തൊഴിലാളിക്ക് അവകാശമില്ല. മറ്റൊരു ഉദാഹരണം നോക്കാം. മനുഷ്യനാണ് മതത്തെ സൃഷ്ടിച്ചത്. മതത്തെ

സൃഷ്ടിച്ചു കഴിഞ്ഞ മനുഷ്യൻ മതത്തിന് അടിമയായി മാറുന്നു. മനുഷ്യന് അവന്റെ സൃഷ്ടിയാണ് മതം എന്നുള്ള ബോധം നഷ്ടപ്പെടുന്നു. ഇതിനെ 'അന്യവല്ക്കരണം' എന്നു പറയുന്നു. ആദ്യത്തേത് മാർക്സ് നിർവ്വചിച്ച അന്യവല്ക്കരണവും, രണ്ടാമത്തേത് ഫൊയർബാഗ് നിർവ്വഹിച്ച അന്യവല്ക്കരണവും. അങ്ങനെ തൊഴിലാളി അവൻ നിർമ്മിച്ച ഉല്പന്നത്തിൽ നിന്ന് അന്യവല്ക്കരിക്കപ്പെടുകയും മനുഷ്യൻ അവൻ നിർമ്മിച്ച മതത്തിൽനിന്ന് അന്യവല്ക്കരിക്കപ്പെടുകയും ചെയ്യുന്നു. ഇത് ഏകമാനലോകത്തിൽ എങ്ങനെ പ്രവർത്തിക്കുന്നുവെന്നാണ് ഹെർബർട്ട് മാർക്യൂസ് അന്വേഷിക്കുന്നത്.

ഈ സാങ്കേതിക ഏകമാനലോകത്ത് മുതലാളിത്തത്തിനെതിരെ നീങ്ങാൻ ഒരു സംഘടന യൂറോപ്പിലോ അമേരിക്കയിലോ ഇല്ല. വ്യക്തികൾ അവരവരുടെ മാടങ്ങളിൽ ഒതുങ്ങിക്കൂടുന്നു. മുതലാളിത്തം സാങ്കേതിക തൊഴിലാളിക്ക് അവൻ ഇച്ഛിക്കുന്നതിനേക്കാൾ അധികം ശബ്ദം. നല്കുന്നു. അവൻ ഈ മായാലോകത്തിൽ അടിപ്പെടുകയും സാധനങ്ങൾ ആവശ്യത്തിലധികം വാങ്ങിക്കുകയും ചെയ്യുന്നു. മനുഷ്യൻ മറ്റൊരർത്ഥത്തിൽ ഉപഭോക്താവ് മാത്രമാവുന്നു. ഇതിന്റെ ഫലമോ? സാങ്കേതിക മുതലാളിത്തം നല്കുന്ന ശമ്പളം അവൻ വാങ്ങിക്കൂട്ടുന്ന സാധനങ്ങളിലൂടെ മുതലാളിത്തം തിരികെ പിടിക്കുന്നു. ഇത് സാങ്കേതിക മുതലാളിത്തത്തിന്റെ പുത്തൻ പ്രത്യയശാസ്ത്രമാണ്. ഇതിനെതിരെ സംഘടിപ്പിക്കാൻ സാങ്കേതിക തൊഴിലാളികളെ കിട്ടാത്തത്. ഈ അവസ്ഥ അവർക്ക് അറിഞ്ഞുകൂടാത്തതു കൊണ്ടുതന്നെ ഇന്ത്യയിൽ സാങ്കേതിക തൊഴിലാളികൾ കുമിഞ്ഞു കൂടുന്നിടത്തെല്ലാം 'Shoppers stop' എന്ന കുത്തക വില്പനശാല ഉയർന്നുവരുന്നതിന്റെ കാരണവും മറ്റൊന്നല്ല. ഉപഭോഗ ഫെറ്റിഷിസത്തിൽനിന്ന് രക്ഷപ്പെട്ടാലേ നമുക്ക് ഇതിനെ അതിജീവിക്കാൻ കഴിയൂ എന്ന് മാർക്യൂസ് വിശ്വസിക്കുന്നു.

ഹെർബർട്ട് മാർക്യൂസിന്റെ ഈ പുസ്തകം 1960 കളിൽ മുതലാളിത്തം നേരിട്ട പ്രതിസന്ധിയിൽനിന്ന് ആരംഭിച്ച് 70 വരെയുള്ള മുതലാളിത്തത്തിന്റെ ചരിത്രമാണ്. കേരളത്തെ സംബന്ധിച്ച് 2018 ലും ഇത് പ്രസക്തമാണ്. അതുകൊണ്ടുതന്നെ ഈ പുസ്തകത്തിന്റെ വായന കേരളീയ സമൂഹം അവഗണിക്കില്ലെന്ന് പ്രത്യാശിക്കുന്നു. മാർക്യൂസിന്റെ ഈ കാലഘട്ടമാണ് New Left യുദ്ധവിരുദ്ധ പ്രവർത്തനങ്ങളുമായി മുന്നോട്ടുപോയതും. അമേരിക്ക വിയറ്റ്നാമിനെ ആക്രമിച്ചതും, വിദ്യാർത്ഥി പ്രസ്ഥാനം വിദ്യാർത്ഥി രാഷ്ട്രീയമായി മാറിയതും എന്ന് നാം ഓർക്കണം. ഇത് മാർക്യൂസ് പരാമർശിക്കുന്നത് അദ്ധ്യായത്തിന്റെ അവസാനഭാഗങ്ങളിലാണ്.

## പ്രതിപക്ഷമില്ലാത്ത സമൂഹം

നമ്മുടെ ഇന്നത്തെ സമൂഹത്തിന്റെ ഒരു പൊതു സ്വഭാവം അത് അയുക്തികത നിറഞ്ഞ ഒരു സമൂഹം എന്നതാണ്. മൂന്നാം ലോകമഹാ

യുദ്ധം ആരംഭിക്കുമോ എന്ന ഭയത്തിൽ നിന്നാണ് അത് ഉടലെടുത്തത്. അതുകൊണ്ട് വ്യക്തിയും ദേശവും ദേശാന്തരതയും ഈ ഭയത്തിനുള്ളിൽ കിടന്ന് തങ്ങളുടെ അസ്തിത്വത്തെ ദമനം ചെയ്യുന്നു. ഇത് വരുത്തിവച്ചത് സാങ്കേതിക മുതലാളിത്തത്തിന്റെ കൂർമ്മബുദ്ധിയത്രേ. സാങ്കേതികവിദ്യയും മുതലാളിത്തവും ഒന്നിക്കുന്ന കാഴ്ച വ്യക്തിയെ ബൗദ്ധികമായും ഭൗതികമായും അടിമകളാക്കുന്നു. ഈ ഭയത്തിനെതിരെ പ്രതികരിക്കാൻ ഒരു സാമൂഹ്യ മുന്നേറ്റവും നടക്കുന്നില്ല. പ്രത്യേകിച്ച് സമാധാനം കാംക്ഷിക്കുന്ന ഒരു സാമൂഹ്യ മുന്നേറ്റം. വ്യക്തികൾ നിലനില്പിനു വേണ്ടിയുള്ള ഒരു പോരാട്ടത്തിനു നടുവിലാണ്. പക്ഷേ, അവരെ ഒന്നിപ്പിച്ച് അതിനെ ഒരു സാമൂഹ്യ മുന്നേറ്റമാക്കാൻ ആർക്കും കഴിയുന്നില്ല. ഇതേ മുതലാളിത്തംതന്നെ നമ്മെ മറ്റൊരു ഭയത്തിൽ അകപ്പെടുത്തിയിരിക്കുന്നു. അത് നവസാമ്രാജ്യത്വം എന്ന മേല്ക്കോയ്മയാണ്. അതിന്റെ സ്വഭാവമാകട്ടെ മനുഷ്യനെ ബൗദ്ധികമായും ഭൗതികമായും ചൂഷണം ചെയ്യുക എന്നുള്ളതാണ്. ഈ സാഹചര്യങ്ങളെ മൊത്തത്തിൽ 'പ്രതിപക്ഷമില്ലാത്ത സമൂഹം' എന്നും വിളിക്കാം എന്ന് മാർക്യൂസ് പറയുന്നു.

ഈ പ്രതിപക്ഷമില്ലാത്ത സമൂഹത്തെ നമുക്ക് ഉണർത്തണമെങ്കിൽ സാമൂഹ്യശാസ്ത്രബോധം അതവരിൽ ഉയർത്തിയേ മതിയാവൂ എന്ന ദ്ദേഹം പറയുന്നു. 19-ാം നൂറ്റാണ്ടിൽ നിന്ന് നമുക്ക് ആരംഭിക്കാം. അവിടെ മുതലാളിത്തം എന്ന പ്രബലശക്തി രാജവാഴ്ചയ്ക്കെതിരെ, അവയെ തകർത്തുകൊണ്ട് മുന്നിലേക്കു കടന്നുവന്നു. അതിന്റെ ഫലമോ? തൊഴിലാളി വർഗ്ഗം എന്നൊരു വർഗ്ഗം അതിന് തിരുത്തൽ ശക്തിയായി ഉയർന്നു. തൊഴിലാളിവർഗ്ഗം എന്നത് ഒരു സാമൂഹ്യ മുന്നേറ്റമാണെന്ന് മാർക്യൂസ് വിലയിരുത്തുന്നു. അഥവാ മുതലാളിത്തത്തിന്റെ ഏകാധിപത്യത്തെ പ്രതിരോധിക്കേണ്ട ഒരു സാമൂഹ്യ മുന്നേറ്റമായിരുന്നു തൊഴിലാളിയുടെ വർഗ്ഗബോധം ഇതുവഴി തെറ്റേത്? ശരിയേത്? എന്ന ചോദ്യം ഉയർത്തപ്പെട്ടു.

എന്നാൽ ഇന്നത്തെ 'സാങ്കേതിക മുതലാളിത്ത'ത്തെ അപഗ്രഥിക്കാൻ ഒരു സമൂഹ്യമുന്നേറ്റം ഉടലെടുക്കുന്നില്ല. ഈ അവസ്ഥയെ പ്രത്യയശാസ്ത്രപരമായി വിമർശിച്ചുകൊണ്ടേ നമുക്ക് മുന്നേറാൻ കഴിയൂ. ആ പ്രത്യയശാസ്ത്രമാണ് 'വിമർശനാത്മക സിദ്ധാന്തം എന്ന് മാർക്യൂസ് പറയുന്നു. ഇതിനെ മാർക്സിസത്തിന്റെ പുതിയ രീതിശാസ്ത്രം എന്നു വിളിക്കാനാണ് അദ്ദേഹത്തിനിഷ്ടം. മാർക്സിസത്തെപ്പോലെ അത് സൈദ്ധാന്തികതയെയും ചരിത്രപരമായ പ്രായോഗികതയെയും ഒന്നിപ്പിക്കുന്നു. ഇവിടെ സിദ്ധാന്തത്തിന് തനിച്ചു നിലനില്പില്ല. അതിന് ചരിത്രവുമായി യോജിക്കുമ്പോഴേ കരുത്ത് വരികയുള്ളൂ. എന്ന മാർക്സിയൻ നിലപാടാണ് മാർക്യൂസിന് കരുത്തേകുന്നത്. ഈ സമൂഹത്തിന് അഥവാ സാങ്കേതിക മുതലാളിത്തത്തിന് സാമൂഹ്യ രാഷ്ട്രീയ പ്രതിബദ്ധതയില്ലാതെ തന്നെ സാങ്കേതിക ഉല്പന്നങ്ങൾ വിപണിയിലെത്തിക്കാനും വിതരണം ചെയ്യുവാനും പ്രാപ്തിയുണ്ട്. അതുപോലെ ഉല്പാദന ഉപകരണങ്ങളെ ഏകോപിപ്പിക്കുവാനുള്ള ശക്തിയുമുണ്ട്. സാങ്കേതിക തൊഴിലാ

ളിയുടെ തൊഴിൽ സാമർത്ഥ്യവും വ്യക്തിയുടെ ഉപഭോഗ ആവശ്യവും ഏകാധിപത്യ മുതലാളിത്തം ആരായുന്നു. മറ്റൊരർത്ഥത്തിൽ ഏകാധിപത്യ മുതലാളിത്തം വ്യക്തിയുടെ ആഭ്യന്തര സത്തയെയും അവന്റെ സാമൂഹ്യസത്തയെയും ഒരേസമയം അളക്കുകയും അതിനനുസരിച്ച് സാമൂഹ്യസമിതി നടത്തുകയും ചെയ്യുന്നു.

സാങ്കേതിക മുതലാളിത്തത്തിൽ സാങ്കേതിക വിദ്യ മറ്റ് ഏത് ഉല്പന്നത്തേക്കാളും മേല്ക്കൈ നേടുന്നു. ഇവിടെ സാങ്കേതികയുക്തി രാഷ്ട്രീയയുക്തിയായി മാറുന്നു. സാങ്കേതികവിദ്യ മാധ്യമമായി ഉപയോഗിച്ച് സംസ്കാരം, രാഷ്ട്രീയം, സമ്പത്ത് എന്നിവയെ അവർ പുതിയ രീതിയിൽ പരിഷ്കരിക്കുന്നു. മറ്റൊരർത്ഥത്തിൽ, ശാസ്ത്രത്തെ ഉപയോഗിച്ച് സാമൂഹ്യശാസ്ത്രത്തെ അവർ മെരുക്കുകയും അതിനുമേൽ ആധിപത്യം നേടാൻ ശ്രമിക്കുകയും ചെയ്യുന്നു. ഇന്ന് കേരളത്തിലെ കുട്ടികൾക്ക് പോലും ശാസ്ത്രത്തിനോടുള്ള അമിതമായ ആസക്തി വർദ്ധിച്ചുവരികയാണ്. മാനവിക വിഷയം പഠിക്കുന്ന വിദ്യാർത്ഥികളെ മൂന്നാം കിട വിദ്യാർത്ഥികളായി ചിത്രീകരിക്കുന്നതിൽ വിദ്യാർത്ഥിക്കും അവന്റെ രക്ഷിതാവിനും നിർണ്ണായക പങ്കാണ് ഉള്ളത്.

ഇത് ഒരു മിഥ്യാബോധമോ, രോഗമോ ആണ്. അതുകൊണ്ടുതന്നെ ഹെർബർട്ട് മാർക്യൂസ് സാമൂഹ്യശാസ്ത്രത്തിലൂടെ സാങ്കേതിക വിദ്യയെ മറികടക്കാൻ ശ്രമിക്കുന്നു.

## പുതിയ രൂപത്തിലുള്ള നിയന്ത്രണങ്ങൾ:

ജനാധിപത്യ സ്വാതന്ത്ര്യത്തെ ഹനിക്കുകയാണ് സാങ്കേതിക മുതലാളിത്തം ചെയ്യുന്നത്. സാങ്കേതിക മുതലാളിത്തം വ്യക്തി സമൂഹത്തിൽ ഇടപെടാനുള്ള അവസരത്തെ നിഷേധിക്കുന്നു. സാങ്കേതിക മുതലാളിത്തത്തിന്റെ വളർച്ചയെ തടയിടാൻ രാഷ്ട്രീയ പാർട്ടിക്കോ, രാഷ്ട്രത്തിനോ കഴിയുന്നില്ല. മനുഷ്യ സ്വാതന്ത്ര്യം അതുകൊണ്ടുതന്നെ ഏതു കാലഘട്ടത്തേക്കാളും ഇന്ന് ഒരു പ്രധാന വിഷയമായി മാറുന്നു. അപ്പോൾ എന്തൊക്കെ സ്വാതന്ത്ര്യമാണ് നമുക്ക് വേണ്ടത്?

1. *രാഷ്ട്രീയ സ്വാതന്ത്ര്യം* - വ്യക്തിക്ക് അവന്റെ അവകാശങ്ങൾ രേഖപ്പെടുത്താൻ അധികാരമില്ലാത്ത രാഷ്ട്രീയത്തിൽനിന്നുള്ള സ്വാതന്ത്ര്യം.
2. *സാമ്പത്തിക സ്വാതന്ത്ര്യം* - സമ്പത്തിൽനിന്ന് മോചനം നേടാനുള്ള സ്വാതന്ത്ര്യം. അഥവാ സമ്പത്താൽ ഭരിക്കപ്പെടുന്ന ഒരു സാമൂഹ്യഘടനയിൽ നിന്നുള്ള സ്വാതന്ത്ര്യം.
3. *ബൗദ്ധിക സ്വാതന്ത്ര്യം* - വ്യക്തിചിന്തയെ പുനരുദ്ധരിക്കുക അഥവാ പൊതുതാല്പര്യത്തെ ഇല്ലായ്മ ചെയ്യുന്ന മാർക്കറ്റ് സംസ്കാരത്തെ ചോദ്യം ചെയ്യാനുള്ള അവകാശം, വ്യക്തിക്കു നല്കുന്ന സ്വാതന്ത്ര്യം. ഇവയാണ് സാങ്കേതിക മുതലാളിത്തത്തിനു മുന്നിൽ ഹെർബർട്ട് മാർക്യൂസ് മുന്നോട്ടു വയ്ക്കുന്ന പ്രാഥമിക സ്വാതന്ത്ര്യങ്ങൾ.

മറ്റൊരർത്ഥത്തിൽ സാങ്കേതിക മുതലാളിത്തം വ്യക്തിയുടെ മേൽ അടിച്ചേല്പിക്കുന്ന പുതിയ തരത്തിലുള്ള നിയന്ത്രണങ്ങളാണിവ. ഇവയിൽനിന്ന് സ്വാതന്ത്ര്യം വേണമെന്നാണ് മാർക്യൂസ് പറയുന്നത്.

സാങ്കേതിക മുതലാളിത്തമാകട്ടെ വ്യക്തിയുടെ സ്വാതന്ത്ര്യം മാത്രമല്ല അവന്റെ സംസ്കാരത്തെതന്നെ അവനിൽനിന്ന് പറിച്ച് മാറ്റുന്നു. സംസ്കാരമാകട്ടെ വ്യക്തിയുടെ അന്തഃസത്തയും അവന്റെ ആവിഷ്കാര ഉപാധിയുമാകുന്നു. അവയെ സാങ്കേതികവത്ക്കരിക്കുമ്പോൾ വ്യക്തിക്ക് തന്റെ സംസ്കാരം മാത്രമല്ല തന്റെ അന്തഃപ്രജ്ഞയും സ്വാതന്ത്ര്യം ദമനം ചെയ്ത് പുതിയ സംസ്കാരത്തിന് അടിമയാക്കേണ്ടിവരുന്നു ഇത് സാങ്കേതിക മുതലാളിത്തം മുന്നോട്ടു വയ്ക്കുന്ന പുതിയ ഒരു നിയന്ത്രണമാണ്. അതുകൊണ്ടാണ് തന്റെ മുതലാളി വരുത്തുന്ന പത്രം സാങ്കേതിക തൊഴിലാളി വരുത്തുകയും അയാൾ ആസ്വാദിക്കുന്ന ടി വി പ്രോഗ്രാം സാങ്കേതിക തൊഴിലാളി ആസ്വദിക്കുകയും ചെയ്യുന്നത്. വ്യക്തിയുടെ ഈ അസ്തിത്വനഷ്ടം തന്നെയാണ് സാങ്കേതിക മുതലാളിത്തത്തിന്റെ ആവശ്യകതയും.

## സാർവ്വദേശീയ രാഷ്ട്രീയം ഒരു അടഞ്ഞ അദ്ധ്യായം

ഒരുകാലത്ത് സാർവ്വദേശീയ രാഷ്ട്രീയം എന്ന വാദം പ്രസക്തമായിരുന്നു. അതിൽനിന്നാണ് “സർവ്വലോക തൊഴിലാളികളെ സംഘടിക്കുവിൻ” എന്ന മുദ്രാവാക്യം ഉയർന്നുവന്നത്. സ്റ്റാലിൻ അധികാരത്തിൽ വന്നതോടെ വിപ്ലവം റഷ്യയിൽ പൂർണ്ണമായിക്കഴിഞ്ഞിരുന്നു. ഇനി നാം രാഷ്ട്രത്തിന്റെ ക്ഷേമത്തിനായി പ്രവർത്തിക്കുക എന്ന ആഹ്വാനം അദ്ദേഹം മുന്നോട്ടുവച്ചു. അമേരിക്കയ്ക്കു ബദലായി റഷ്യ ഒരു വൻശക്തിയായി തന്നെ തുടർന്നു. ഈ ഘട്ടത്തിൽ ലിയോൺ ട്രോട്സ്കിയുടെ സാർവ്വദേശീയ വിപ്ലവം ഒരു അടഞ്ഞ അദ്ധ്യായമായി സ്റ്റാലിൻ പ്രഖ്യാപിക്കുകയും ചെയ്തു. മിക്ക കമ്യൂണിസ്റ്റ് രാജ്യങ്ങളും ഈ നയം പിന്തുടർന്നു. ക്ഷേമരാഷ്ട്രം എന്ന സങ്കല്പത്തിലേക്ക് കമ്യൂണിസം എത്തിച്ചേർന്നു.

അതേസമയം അമേരിക്കയിലാകട്ടെ കോർപ്പറേറ്റ് മുതലാളിത്തം ശക്തി പ്രാപിക്കുകയും ആയുധശാലകൾ കെട്ടിപ്പടുത്തുകയും, അവർ മറ്റുള്ള രാജ്യങ്ങൾക്ക് ആയുധങ്ങൾ എത്തിച്ചുകൊടുക്കുകയും ചെയ്തു. ചെറുകിട രാജ്യങ്ങൾ തമ്മിലുള്ള ശത്രുതയിൽ ഏതെങ്കിലും ഒരു രാജ്യത്തെ ആയുധങ്ങൾ നല്കി സഹായിക്കുകയും അവരെ യുദ്ധക്കളത്തിലേക്ക് നയിക്കുകയും ചെയ്തു. എന്നും അമേരിക്ക ആയുധക്കച്ചവടത്തിൽ മുൻപന്മാർ ആയിരുന്നു. അവരുടെ കോർപ്പറേറ്റ് മുതലാളിത്തം അത്രത്തോളം ശക്തമായിരുന്നു. ആയുധക്കച്ചവടത്തിലൂടെ അമേരിക്ക, തന്റെ ആഭ്യന്തര വിമർശനം ഉയർത്തുകയും ലോകത്തിലെ വൻശക്തിയായി മാറുകയും ചെയ്തു.

ഇവിടെ ഹെർബൻ മാർക്യൂസ് ചർച്ച ചെയ്യുന്നത് അമേരിക്കൻ

സാങ്കേതിക മുതലാളിത്തത്തെപ്പറ്റിയാണ്. കോർപ്പറേറ്റ് മുതലാളിത്തത്തിന് അടിമപ്പെട്ട അമേരിക്കൻ നവകോളനികൾ സൃഷ്ടിച്ചു. അതോടൊപ്പം സ്വന്തം രാജ്യത്തിലെ പൗരന്മാരെ ബ്ലൂ കോളർ തൊഴിലാളികളെന്നും വൈറ്റ് കോളർ തൊഴിലാളികളെന്നും രണ്ടായി വേർതിരിച്ചു. ബ്ലൂ കോളർ തൊഴിലാളി എന്നാൽ സാങ്കേതികത്തൊഴിലാളി എന്നാണ് അർത്ഥം. വൈറ്റ് കോളർ തൊഴിലാളികൾ എന്നാൽ സർക്കാരിന്റെ ഗുമസ്തപ്പണി തൊട്ട് മുകളിലേക്ക് സെക്രട്ടറി തലം വരെ ജോലി ചെയ്യുന്ന തൊഴിലാളികളും. ഇവരുടെ വേതനങ്ങൾക്ക് ഭീമമായ അന്തരങ്ങൾ സാങ്കേതിക മുതലാളിത്തം മനഃപൂർവ്വം സൃഷ്ടിച്ചു. സാങ്കേതിക തൊഴിലാളികൾ ഭീമൻ വേതനക്കാരും വൈറ്റ്കോളർ തൊഴിലാളി മിനിമം വേതന തൊഴിലാളികളുമായി മാറി. പൗരന്മാരുടെ സാമ്പത്തിക അസമത്വത്തെ വളർത്താൻ വേണ്ടിയാണ് സാങ്കേതിക മുതലാളിത്തം ഇത് ആവിഷ്കരിച്ചത്. ഒപ്പം തൊഴിലാളി എന്ന വർഗ്ഗബോധം തകർക്കുക എന്ന ഹിഡൻ അജണ്ടയും ഇതിനോടൊപ്പമുണ്ടായിരുന്നു. അങ്ങനെ വരുമ്പോൾ പൗരന് ദേശീയ-അന്തർദ്ദേശീയ കാര്യങ്ങളിൽ താല്പര്യം കുറയുകയും സ്വന്തംകീശ വീർപ്പിക്കാൻ രാവും പകലും എന്നില്ലാതെ പണിയെടുക്കാനും തുടങ്ങി. അങ്ങനെ സാർവ്വ ദേശീയ രാഷ്ട്രീയം എന്നത് പൊതുജനത്തിന് അപ്രാപ്യമായി മാറി. ഇവിടെ സാങ്കേതിക മുതലാളിത്തം തൊഴിലാളികളെ രാഷ്ട്രീയത്തിൽ ഇടപെടുന്നതിൽനിന്ന് പ്രത്യയശാസ്ത്രപരമായി വിലക്കുകയും അവർക്ക് ഇതിലൊന്നും വലിയ താല്പര്യമില്ലാത്ത അവസ്ഥയിലേക്ക് കൊണ്ടുചെന്നെത്തിക്കുകയും ചെയ്തു.

പിന്നീട് നാം കാണുന്നത് റഷ്യയുടെ പതനമാണ്. അമേരിക്ക ഏകശക്തിയായി മാറി. അതേസമയം അവിടത്തെ പൗരന്മാർ അന്തർദ്ദേശീയ രാഷ്ട്രീയത്തിൽ വിമുഖത കാട്ടുകയും ചെയ്തു. ചുരുക്കത്തിൽ, പൗരന്മാർ, അവരവരുടെ സ്വകാര്യതയിലേക്ക് നീങ്ങുകയും സാങ്കേതിക മുതലാളിത്തം ദേശാന്തരങ്ങളിൽ കൂടി നീങ്ങി വൻകരകൾ കൈയടക്കുകയും ചെയ്തു. അപ്പോഴും സാമാന്യജനത നിഷ്ക്രിയമായി തുടരുകയും സാർവ്വ ദേശീയ രാഷ്ട്രീയം ഒരു അടഞ്ഞ അദ്ധ്യായമായി മാറുകയും ചെയ്തു.

## അസംതൃപ്തമായ ഒരു മനസ്സിന് കീഴടങ്ങുമ്പോൾ

ആദ്യമായി നമുക്ക് സാങ്കേതിക മുതലാളിത്തം കൊണ്ടുവന്ന പുത്തൻ സംസ്കാരത്തെക്കുറിച്ച് നോക്കാം. ഈ സംസ്കാരത്തെ 'Higher culture' (ഉന്നത സംസ്കാരം) എന്നാണ് ഹെർബർട്ട് മാർക്യൂസ് വിളിക്കുന്നത്. അവിടെ മനുഷ്യൻ പകുതി ദൈവങ്ങളായി മാറുന്നു. പുതിയ നായകന്മാർ രംഗപ്രവേശനം ചെയ്യുന്നു. പക്ഷേ, ഒരു ന്യൂനപക്ഷത്തിനു മാത്രമേ ഉന്നത സംസ്കാരം നല്കുന്ന സ്വാതന്ത്ര്യത്തെ ആസ്വദിക്കാൻ കഴിയുന്നുള്ളൂ. ഉന്നതസംസ്കാരം സാമൂഹ്യ നിർമ്മിതിക്ക് കടകവിരുദ്ധമായിട്ടാണ് വികസിക്കുന്നത്. അതിനാൽ സമ്പന്നന്മാരുടെ സംസ്കാരമാണ് 'ഉന്നത സംസ്കാരം'. ഈ സംസ്കാരം നിലവിൽ നില്ക്കുന്ന

സംസ്കാരത്തെ നിരാകരിച്ചുകൊണ്ടാണ് മുന്നേറുന്നത്. അതുകൊണ്ട് അവയ്ക്കു നഷ്ടപ്പെടുവാനുള്ളത് 'സംസ്കാരിക മൂല്യം' അല്ലാതെ മറ്റൊന്നുമല്ല.

'ഉന്നത സംസ്കാര'ത്തിൽ വ്യക്തി പ്രതിനിധീകരിക്കപ്പെടുകയും ആദർശവല്ക്കരിക്കപ്പെടുകയും ചെയ്യുന്നു. ഇതിനെ 'സംസ്കാരത്തിന്റെ ഭൗതികവല്ക്കരണം' എന്നാണ് ഹെർബർട്ട് മാർക്യൂസ് വിശദീകരിക്കുന്നത്. സാഹിത്യത്തിൽ 'ഉന്നത സംസ്കാരം' അതിന്റെ അസ്തിത്വം വ്യക്തമാക്കി. 'ഗാങ്സ്റ്റർ' നായകനായി അവതരിപ്പിക്കപ്പെട്ടു. ഫ്ളാറ്റിൽ ഒറ്റപ്പെട്ട ജീവിതം നയിക്കുന്ന ഭാര്യ നായികയുമായി. ബീറ്റ് ഗായകസംഘം ഈ കാലഘട്ടത്തിൽ സംഗീതത്തെ ഭരിച്ചു. അതിന്റെ പ്രതിഫലനം സാഹിത്യത്തിലുമുണ്ടായി. ലൈംഗിക അരാജകത്വം അരങ്ങേറി. പ്രകൃതി, ഗ്രാമം, തടാകം തുടങ്ങിയ പഴയ സംസ്കാരപ്രതീകങ്ങൾ തകർക്കപ്പെടുകയും അവയ്ക്ക് ബദലായി ഹൈവേയും നാഷണൽ പാർക്കും ശൈലീവല്ക്കരിക്കപ്പെടുകയും ചെയ്തു.

1920–30 കാലഘട്ടങ്ങളിൽ അരങ്ങേറിയ 'സർറിയലിസം' വീണ്ടും സാഹിത്യത്തിൽ അതിന്റെ സാന്നിദ്ധ്യം അറിയിച്ചു. സാഹിത്യത്തിന്റെ നായകൻ 'സത്യം' ആണെന്ന വാദം തിരുത്തിക്കുറിക്കപ്പെട്ടു. പകരം 'ബൗദ്ധികത' സാഹിത്യത്തെ അടയാളപ്പെടുത്തുവാൻ തുടങ്ങി. മലയാളത്തിൽ ആനന്ദിന്റെ കൃതികളും, ഒ വി വിജയന്റെ *ഖസാക്കിന്റെ ഇതിഹാസവും, ധർമ്മപുരാണ*വും ഇതിന് ഉദാഹരണമാണ്. സത്യത്തേക്കാൾ ഇത് ബുദ്ധിക്കാണ് പ്രാധാന്യം നല്കുന്നത്. മനസ്സിനെ വിമലീകരിക്കുക എന്നതിലുപരി അത് ബുദ്ധിയെ പരീക്ഷിക്കുകയായിരുന്നു. ബുദ്ധികൊണ്ട് വായിക്കാനാണ് ഈ നോവലുകൾ നമ്മോട് പറയുന്നത്. തകഴിയും, ദേവും മറ്റും 'സത്യ'ത്തെയാണ് അന്വേഷിച്ചത്. അത് നമ്മുടെ മനസ്സിനെ വിമലീകരിച്ചു. മറിച്ച്, ആനന്ദിലും ഒ വി വിജയനിലും എത്തുമ്പോൾ 'ബുദ്ധി' നമ്മെ പരീക്ഷിക്കുന്നു. ആദ്യം പറഞ്ഞതിന് വ്യാഖ്യാനം വേണ്ട. രണ്ടാമത് പറഞ്ഞതിന് വ്യാഖ്യാനം വേണം. ആദ്യത്തേത് ദ്വിമാന സംസ്കാര (സോഷ്യലിസ്റ്റ് സംസ്കാരം)ത്തെയാണ് പ്രതിനിധാനം ചെയ്യുന്നത്. എന്നാൽ രണ്ടാമത്തേതാകട്ടെ ഏകമാന(സാങ്കേതിക മുതലാളിത്ത) സംസ്കാരത്തെയാണ് പ്രതിനിധാനം ചെയ്യുന്നത്.

മനോവിശ്ലേഷണരീതി 'ഉന്നത സംസ്കാര'ത്തിന്റെ അപഗ്രഥനരീതിയായി മാറി. തിയേറ്ററുകൾ നവോത്ഥാന കാലത്തെ അത്ഭുതപ്പെടുത്തുന്ന തരത്തിൽ വികസിച്ചു. അതോടൊപ്പം സംസ്കാരിക കേന്ദ്രങ്ങൾ വ്യാപാര കേന്ദ്രത്തിന്റെ സ്വഭാവം കൈവരിച്ചു. അല്ലെങ്കിൽ സാംസ്കാരിക കേന്ദ്രങ്ങളോടനുബന്ധിച്ച് വ്യാപാരകേന്ദ്രങ്ങൾ കെട്ടി ഉയർത്തപ്പെട്ടു. അതിന് അതിന്റേതായ സൗന്ദര്യശാസ്ത്രങ്ങൾ നിർമ്മിക്കപ്പെട്ടു. കവിതയുടെ ഭാഷ അതീന്ദ്രിയവല്ക്കരിക്കപ്പെട്ടു. സംവേദനക്ഷമമല്ലാത്ത പ്രയോഗങ്ങൾ ഇതിന്റെ ഫലമായി സൃഷ്ടിക്കപ്പെട്ടു. റിംബോയും, ദാദാ യിസവും സർറിയലിസവും സാഹിത്യത്തെ സംവേദനക്ഷമമല്ലാതാക്കിത്തീർത്തു.

"ഭാഷയും വ്യാപാരവും തമ്മിലുള്ള ബന്ധം തകർക്കപ്പെട്ടു" എന്ന് ബാർത്തിയൻ ഭാഷയിൽ ഇതിനെ പറയാം.

ട്രാജഡി, റൊമാൻസ്, ആർക്കിടൈപ്പൽ (ആദിപ്രതിരൂപ) അപഗ്രഥനം, ഉൽക്കണ്ഠ എന്നിവ വീണ്ടും പുതിയ സാങ്കേതിക രൂപത്തിൽ അവതരിപ്പിക്കപ്പെട്ടു. ഈഡിപ്പസ് അപഗ്രഥനവും സജീവമായി. 'ഏകാന്തത' ഒരു സാഹിത്യ വിഷയമായിത്തന്നെ ഈ കാലഘട്ടത്തിൽ അരങ്ങേറി. ലൈംഗികത സാഹിത്യത്തിൽ ഉദാരവല്ക്കരിക്കപ്പെട്ടു. പക്ഷേ, ലൈംഗിക ഉദാരവല്ക്കരണം സാമൂഹ്യ പ്രതിബദ്ധതയെ പ്രോത്സാഹിപ്പിക്കുന്നതിനു പകരം അവയെ ഇല്ലായ്മ ചെയ്തു. ലൈംഗിക വിഷയങ്ങൾക്ക് കൂടുതൽ സ്വാതന്ത്ര്യം നല്കാനും അവയെ ബാധിക്കുന്ന സാമൂഹ്യ വിലക്കുകളെ തകർത്തെറിയാനും ആഹ്വാനം ചെയ്തു. 'ഉന്നത സംസ്കാര'ത്തിന്റെ അടിത്തറ തന്നെ സാങ്കേതിക വിദ്യയായതിനാൽ അവയ്ക്ക് കൂടുതൽ സ്വീകാര്യത ലഭിച്ചു. 'ഇറോട്ടിക് സാഹിത്യം' സാങ്കേതികവിദ്യയുടെ സഹായത്തോടെ ഒരു പ്രസ്ഥാനമായി മാറുകയും ചെയ്തു.

ലൈംഗിക സ്വാതന്ത്ര്യം കൂടുതൽ ഉദാരമാക്കാൻ സാങ്കേതിക മുതലാളിത്തം തീരുമാനിക്കുന്നു. അതോടൊപ്പം ലൈംഗികത പരസ്യവല്ക്കരിക്കുവാനും വാണിജ്യവല്ക്കരിക്കുവാനും അവർക്കായി. ഇത് യുവാക്കൾക്ക് സ്വീകാര്യമായിത്തീർന്നതിൽ അത്ഭുതപ്പെടുത്താനൊന്നുമില്ല. യുവാക്കളെ പുതിയ സംസ്കൃത മനസ്സി (Super ego)ലേക്ക് നയിക്കാൻ ഇത് കാരണമായി. വാണിജ്യ കേന്ദ്രങ്ങളിൽ പുതിയ ഭർത്താക്കന്മാരും, പുതിയ ഭാര്യമാരും ലഭിച്ചു തുടങ്ങി. ഇത് പുതിയ സംസ്കാരമാണെന്നും അതിനാൽ ഇതിൽ തെറ്റായി ഒന്നുമില്ലെന്നും പശ്ചാത്താപത്തിന് വകയില്ലെന്നും അവർ മാധ്യമങ്ങളിലൂടെ പ്രചരിപ്പിച്ചു തുടങ്ങി. ഇത് വ്യക്തിയുടെ സ്വാതന്ത്ര്യത്തെ വികസിപ്പിക്കുകയല്ല മറിച്ച് അസ്വാതന്ത്ര്യത്തിന്റെ പടവുകളിലേക്ക് അവനെ തള്ളിയിടുകയാണ് ചെയ്തത്. കാരണം, സാമ്പത്തിക അസമത്വം വലിയൊരു വിഭാഗം ജനതയെ ലൈംഗിക ഉദാരവല്ക്കരണത്തിൽനിന്നും ബഹിഷ്കൃതരാക്കി. അവർ കൂടുതൽ ഉള്ളിലേക്ക് വലിഞ്ഞു. ന്യൂനപക്ഷത്തിന്റെ സ്വാതന്ത്ര്യത്തിൽ അവർ അസംതൃപ്തനുമായിത്തീർന്നു. കൂടുതൽ ആക്രമണ വാസനകൾ ഒരുവശത്ത് പെരുകുകയും മറുവശത്ത് കോർപ്പറേറ്റ് മുതലാളിത്തം കൂടുതൽ അന്തർമുഖരെ സൃഷ്ടിക്കുകയും ചെയ്തു. ഇത് കൂടുതൽ ലൈംഗികത അസമത്വങ്ങൾക്ക് കാരണമായിത്തീർന്നു.

## വ്യവഹാരങ്ങളുടെ പ്രപഞ്ചം അടയ്ക്കപ്പെടുന്നു

"സന്തോഷമുണർത്തുന്ന മനസ്സ്" ഒരു മുഖമുദ്രയായി സാങ്കേതിക മുതലാളിത്തം അവതരിപ്പിക്കുന്നു. നാസികളുടെ കോൺസൺട്രേഷൻ ക്യാമ്പുകൾ അടയ്ക്കപ്പെട്ടു. അതിനാൽ ഇനി സന്തോഷത്തിന്റെ നാളുകൾ, എന്നാണ് മുതലാളിത്തം പറയുന്നത്. പക്ഷേ, പീഡനം അവസാ

നിക്കുന്നില്ലെന്നതാണ് വാസ്തവം. അത് നവ-കോളനിവല്ക്കരണത്തിന്റെ രൂപത്തിൽ ആണെന്നുമാത്രം. വാസ്തവത്തിൽ 'സന്തോഷത്തിന്റെ മനസ്സ്' എന്നു പറഞ്ഞുകൊണ്ട് സാങ്കേതിക മുതലാളിത്തം 'അസന്തോഷത്തിന്റെ മനസ്സ്' ആണ് നമുക്ക് പ്രദാനം ചെയ്യുന്നത്.

ഭാഷയിൽ ഘടനാപരമായ പല മാറ്റങ്ങൾ ഈ കാലഘട്ടത്തിൽ സംഭവിച്ചു. ഭാഷയ്ക്ക് ഭാഷണത്തിന്റെ സ്വഭാവം നഷ്ടപ്പെട്ടു. ജനകീയ ഭാഷ ഹാസ്യത്തിനും, ഓഫീസ് കാര്യങ്ങൾക്കും മറ്റ് ആവശ്യങ്ങൾക്കും മാത്രമായി ചുരുങ്ങി. ദേശഭാഷാ മൊഴികൾ വളരെ അപൂർവ്വമായിപ്പോയി, ശാസ്ത്രഭാഷ, സാങ്കേതിക ഭാഷ എന്നിങ്ങനെ രണ്ട് പുതിയ ഭാഷ രംഗ പ്രവേശം ചെയ്തു. ഭാഷ സാങ്കേതികവല്ക്കരിക്കപ്പെടുകയും ഒപ്പം സവർണ്ണവല്ക്കരിക്കപ്പെടുകയും ചെയ്തു. രാഷ്ട്രീയ നേതാക്കന്മാർ ഭാഷയെ ആവർത്തനവിരസമാക്കിക്കൊണ്ടിരുന്നു. ഈ ആവർത്തന വിരസതകൾ നമ്മെ ഭരിക്കുകയും ചെയ്തു.

സാങ്കേതിക മുതലാളിത്തം ഭാഷയെ പ്രയോജനവല്ക്കരിക്കുകയും, അവയുടെ അന്തരാർത്ഥങ്ങളെ തങ്ങൾക്ക് അനുഗുണമായ രീതിയിൽ പൊളിച്ചെഴുതുകയും ചെയ്തു. 'അസൂയ ബഹുമാനമാണ്' എന്ന് ഒണീഡ കമ്പനി പരസ്യം പുറത്തിറക്കിയതോടെ അസൂയയുടേയും ബഹുമാനത്തിന്റെയും മുമ്പുണ്ടായിരുന്ന അർത്ഥം തകിടം മറിക്കപ്പെട്ടു. അസൂയയ്ക്ക് അസൂയയുടെ ദുഷ്കീർത്തി നഷ്ടപ്പെടുകയും അത് ശുഭസൂചകമായിത്തീരുകയും ചെയ്തു. ബഹുമാനം അസൂയയുമായി ബന്ധപ്പെട്ടിരിക്കുന്നുവെന്ന് പറയുമ്പോൾ ബഹുമാനത്തിന് പുതിയ മൂല്യബോധം ഉണ്ടാവുന്നു. ഇത് സാങ്കേതിക മുതലാളിത്തത്തിന്റെ ഭാഷാ അപനിർമ്മിതിക്ക് ഉദാഹരണമാണ്.

പൊതുജനം അസൂയയ്ക്കും ബഹുമാനത്തിനും നല്കിയിരുന്ന അർത്ഥം ഇതായിരുന്നില്ല. അതുകൊണ്ടുതന്നെ പൊതുജനവ്യവഹാരത്തിൽനിന്ന് ഭാഷയെ ഒറ്റപ്പെടുത്തേണ്ടതിന്റെ ആവശ്യം സാങ്കേതിക മുതലാളിത്തത്തിന് അറിയാം. ഇനിമേൽ അസൂയയെ ബഹുമാനമായി വീക്ഷിക്കണമെന്ന താക്കീതു കൂടിയാണ് സാങ്കേതിക മുതലാളിത്തം ഇതിലൂടെ ജനങ്ങൾക്ക് നല്കുന്നത്. ഇതിനെ 'ഭാഷയുടെ പ്രചാരവല്ക്കരണം' എന്ന് വിളിക്കാം. സാങ്കേതിക മുതലാളിത്തം മാധ്യമങ്ങളിലൂടെ ഇതിന് വലിയൊരു അളവ് അംഗീകാരം നല്കുന്നുണ്ട്. പരസ്യം ആവർത്തിച്ചാവർത്തിച്ച് കാണിക്കുന്നതിലൂടെ ഇത് സാമാന്യ ജനങ്ങളിൽ ഒരു ബോധമായി മാറുകയും ചെയ്യുന്നു. ഇതാണ് ആവർത്തനത്തിന്റെ മനഃശാസ്ത്രം.

"നിങ്ങൾ ആഗ്രഹിച്ചത് മാത്രം, നിങ്ങൾ ഇഷ്ടപ്പെടുന്നവ മാത്രം, കാണുക ഏഷ്യാനെറ്റിലൂടെ, സമയം 10.30 ന്" - എന്നു പറയുന്നിടത്തും സാങ്കേതിക മുതലാളിത്തത്തിന്റെ മനഃശാസ്ത്രം കുടികൊള്ളുന്നു. അത് ഇതാണ് - "നിങ്ങൾ ഇഷ്ടപ്പെടേണ്ടവ തെരഞ്ഞെടുക്കേണ്ട അവകാശം നിങ്ങൾക്കല്ല മറിച്ച് ഞങ്ങളാണ് അത് നിശ്ചയിക്കുന്നത്. നിങ്ങളുടെ അഭിരുചി നിർണ്ണയിക്കേണ്ടതിന് നിങ്ങൾ പ്രയാസപ്പെടേണ്ട. കാരണം അതിന്

ഞങ്ങൾ ഉണ്ട്.” ഒരു മാധ്യമ സ്ഥാപനം കേരളത്തിന്റെ മൊത്തം പ്രചാരകരുടെ മനഃസാക്ഷിയെ എങ്ങനെ വായിക്കും? എന്ന ചോദ്യം തിരിച്ചു ചോദിക്കേണ്ടത് ഒരു പ്രേക്ഷകന്റെ ചുമതലയാണെന്ന് പ്രേക്ഷകൻ അറിയുന്നില്ല. ഇത് വ്യക്തിയുടെ സ്വാതന്ത്ര്യത്തിനുമേലുള്ള സാങ്കേതിക മുതലാളിത്തത്തിന്റെ മാനസികമായ അടിച്ചമർത്തലാണ്. ഇതാകട്ടെ, ഒരു സാങ്കേതിക മുതലാളിക്ക് മാത്രം സാദ്ധ്യമായ ഒരു സംഗതിയാണ്. അഥവാ, മധുരം ചാലിച്ച് അടിമയാക്കുക എന്നുള്ളത്.

## എന്താണ് നിഷേധചിന്ത (Negative Thinking)

‘നിഷേധ ചിന്ത’ എന്നു കേൾക്കുന്ന മാത്രയിൽ അത് ഒരു പിന്തിരിപ്പൻ ചിന്തയാണെന്ന് തോന്നാം. എന്നാൽ ഹെർബർട്ട് മാർക്യൂസ് ‘നിഷേധ ചിന്ത’ എന്ന് തന്റെ സിദ്ധാന്തത്തെ വിളിക്കുന്നത് അത് പിന്തിരിപ്പൻ ആയതുകൊണ്ടല്ല. മറിച്ച്, അത് സാങ്കേതിക മുതലാളിത്തത്തിൽ പുതിയ പൗരന്മാർ എങ്ങനെ ചിന്തിക്കണം എന്നതിനെക്കുറിച്ചുള്ള രീതിശാസ്ത്രമായതുകൊണ്ടാണ്. ഇവിടെ തൊഴിലാളിവർഗ്ഗം സാങ്കേതിക മുതലാളിത്തത്തെ എങ്ങനെ പ്രത്യയശാസ്ത്രപരമായി ചെറുക്കണമെന്നുള്ള അന്വേഷണമാണ് അദ്ദേഹം നടത്തുന്നത്. ഇത്രയും സമയം സാങ്കേതിക മുതലാളിത്തത്തിന്റെ വിവിധ രൂപങ്ങളാണ് അദ്ദേഹം നമുക്ക് കാണിച്ചു തന്നത്. ഇനി എങ്ങനെ പ്രതിരോധം അഥവാ ചികിത്സ നടത്തി, അതിനെ തരണം ചെയ്യാം എന്ന് അന്വേഷിക്കുന്നു.

“എന്താണോ വാസ്തവികമായത്, അത് യുക്തിപരമാണ്.” ഇതാണ് നിഷേധചിന്തയുടെ രത്നച്ചുരുക്കം. ഒരു നിർവ്വചനം ഇതിന് വേണമെങ്കിൽ അത്, യുക്തി = സത്യം = വാസ്തവികത എന്നാകുന്നു. മനുഷ്യന്റെ ഏറ്റവും പ്രബലമായ ശക്തി യുക്തിയാണ്. യുക്തിയിലാണ് മനുഷ്യൻ ഇന്ന് കാണുന്ന ലോകത്തെ സൃഷ്ടിച്ചത്. അതുകൊണ്ട് ‘നിഷേധാത്മകമായി ചിന്തിക്കുക’ എന്നാൽ ‘യുക്തിപരമായി ചിന്തിക്കുക’ എന്ന് അർത്ഥമാകുന്നു. എന്തുകൊണ്ട് താൻ യുക്തിയെ തെരഞ്ഞെടുത്തു എന്ന് മാർക്യൂസിനോട് ചോദിച്ചാൽ അദ്ദേഹം പറയും. “യുക്തിക്ക് ഒരേ സമയം സൈദ്ധാന്തികവശവും പ്രായോഗികവശവും ഉണ്ട്. അതിനാൽ താൻ അത് തെരഞ്ഞെടുക്കുന്നു.” പ്രതിബദ്ധതയില്ലാത്ത യുവതലമുറയെ പ്രബുദ്ധനാക്കണമെങ്കിൽ അവന് ആദ്യം യുക്തിയുടെ ശക്തി മനസ്സിലാക്കിക്കൊടുക്കണം. യുക്തിക്ക് പ്രതിരോധിക്കാനും വിമർശിക്കുവാനുമുള്ള ശക്തിയുണ്ട്. അതിന് അവന് സൈദ്ധാന്തിക അടിത്തറയും പ്രായോഗിക വിശകലനരീതികളും വേണം. എന്നാൽ മാത്രമേ പ്രതിബദ്ധതയുള്ള ഒരുതലമുറയെ നമുക്ക് വാർത്തെടുക്കാൻ കഴിയൂ. ഇതിനുള്ള പ്രവർത്തനമാണ് മാർക്യൂസ് മുന്നോട്ട് വയ്ക്കുന്നത്.

ഏകമാനലോകത്തിൽ അഥവാ സാങ്കേതിക മുതലാളിത്തത്തിൽ യുക്തി = അവാസ്തവികത = അസ്വാതന്ത്ര്യം എന്ന നിർവ്വചനമാണ് പ്രായോഗികവല്ക്കരിക്കപ്പെടുന്നത്. എന്നാൽ നാം ഈ ഏകമാന

ലോകത്തെ യുക്തി = സത്യം = വാസ്തവികത എന്ന് തിരുത്തിയെഴുതിയാൽ ദ്വിമാനവിക സമൂഹം അഥവാ സോഷ്യലിസം സംജാതമാകുമെന്ന് ഹെർബർട്ട് മാർക്യൂസ് വിശ്വസിക്കുന്നു.

ഉല്പത്തിപരമായി ചിന്തിച്ചാൽ സത്യം എന്നത് യുക്തിയാണെന്ന് ബോദ്ധ്യപ്പെടും. ദ്വിമാന മാനവികൻ അഥവാ സോഷ്യലിസ്റ്റ് മാനവികന്റെ ആയുധം യുക്തിയായിരുന്നുവെന്ന് കാണാം. ആ ആയുധത്തെ ഏകമാന മാനവികനിൽ ഉപയോഗിച്ചാൽ അതിന്റെ നെല്ലും പതിരും വേർതിരിയുമെന്ന് ഹെർബർട്ട് മാർക്യൂസ് വിശ്വസിക്കുന്നു. അരിസ്റ്റോട്ടിലിന്റെ 'apophantic logos' എന്ന സംജ്ഞ ഇതിനൊരു തുടക്കമാണ്. അദ്ദേഹത്തിന്റെ അഭിപ്രായത്തിൽ കളവ് വേർതിരിക്കുന്നത് സംസ്കാരത്തിലൂടെയും സംവേദനങ്ങളിലൂടെയും ആണ്. അതുകൊണ്ടുതന്നെ ഭാഷയ്ക്കും അവയുടെ മാധ്യമത്തിനും സത്യാസത്യങ്ങളെ വേർതിരിക്കാൻ കഴിയും. ഭാഷയ്ക്കും അവയുടെ മാധ്യമത്തിനും വ്യക്തമായ സംവേദനക്ഷമതയുണ്ടെന്ന് ദ്വിമാനമാനവികൻ വിശ്വസിക്കുന്നു. പക്ഷേ, ഏകമാനമാനവിക സമൂഹത്തിലെത്തുന്നതോടെ ഭാഷയ്ക്ക് അവയുടെ സംവേദനക്ഷമത നഷ്ടപ്പെടുന്നു. അതിനർത്ഥം ഭാഷയ്ക്ക് യുക്തി നഷ്ടപ്പെടുന്നു എന്നാണ്. ആധുനികതാവാദം യുക്തിയെ കുഴിച്ചു മൂടിയ പ്രസ്ഥാനമാണെന്ന് ഈ ഘട്ടത്തിൽ ഓർക്കുന്നത് നന്നായിരിക്കും. സംവേദനക്ഷമത നഷ്ടപ്പെട്ട ഭാഷ യുക്തിയെ കാട്ടിലെറിഞ്ഞ് ചത്തമീനിനെപ്പോലെ ഷെൽഫുകളിൽ ഉറക്കം തൂങ്ങുന്നു. ചില കപട ബുദ്ധിജീവികൾ അല്ലാതെ മറ്റാരും അതിനെ തലോടുന്നതായി കാണാൻ സാധിക്കുന്നില്ല. പുരയേക്കാൾ വലിയ പടിപ്പുര കെട്ടി അവർ അവയ്ക്ക് വ്യാഖ്യാനം സൃഷ്ടിക്കുന്നു. ഇതിന് ഏറ്റവും നല്ല ഉദാഹരണമാണ് *ഖസാക്കിന്റെ ഇതിഹാസ*വും *ധർമ്മപുരാണ*വും. നോവലിന്റെ മുന്നിലോ പുറകിലോ ചില ആസ്ഥാന പണ്ഡിതന്മാർ അവയെ നിർവ്വചിക്കുന്നത് കാണാം. "എനിക്ക് നോവൽ വായിക്കാൻ ഒരുത്തന്റെയും ഓശാരം വേണ്ട" എന്ന് ഒരു സാധാരണ വായനക്കാരന് പറയാൻ കഴിയാതെ പോയൊരു കാലമായിരുന്നു ആധുനികതാവാദത്തിന്റേതെന്ന് ചുരുക്കം.

യുക്തിചിന്തയെന്നാൽ സമൂഹത്തെ ചരിത്രവല്ക്കരിക്കുക എന്നാണ് അർത്ഥം. അത് ഒരേസമയം സൈദ്ധാന്തികവും പ്രായോഗികവുമാകുന്നു. അതുതന്നെയാണ് അതിന്റെ മേന്മ. ചരിത്രം എന്നു പറയുമ്പോൾ ഹെർബെർട്ട് മാർക്യൂസ് ഉദ്ദേശിക്കുന്നത് വെറും ചരിത്രമല്ല. മറിച്ച് വൈരുദ്ധ്യാത്മക ചരിത്രവാദമാണത്. മനുഷ്യനും പ്രകൃതിയും തമ്മിലുള്ള വൈരുദ്ധ്യാത്മകബന്ധം എങ്ങനെ സമൂഹത്തിൽ പ്രതിഫലിക്കുന്നുവെന്നും അത് എങ്ങനെ ചരിത്രവായനയായി മാറുന്നുവെന്നുമുള്ള അന്വേഷണമാണ് മാർക്യൂസ് നടത്തുന്നതെന്ന് ചുരുക്കം. അതുകൊണ്ട് യുക്തിയെ ചരിത്രത്തിന്റെ യുക്തിയായി മാത്രമേ വിലയിരുത്താൻ കഴിയൂ. ദർശന(Philosophy)ത്തിൽ ചരിത്രത്തിന്റെ അനിവാര്യത ആദ്യമായി തിരിച്ചറിഞ്ഞ ഹെഗലിന്റെ പാതയിലാണ് മാർക്യൂസ് ചലിക്കുന്നത്.

## ശുദ്ധശാസ്ത്രവാദം അഥവാ പോസിറ്റിവിസം:

ശുദ്ധശാസ്ത്രവാദം അഥവാ പോസിറ്റിവിസം അതിഭൗതികത, അതീന്ദ്രിയത, ആശയവാദം എന്നീ ആശയങ്ങളോട് പൊരുതിക്കൊണ്ടാണ് മുന്നേറിയത്. ആ ശുദ്ധശാസ്ത്രം തന്നെയാണ് സാങ്കേതിക മുതലാളിത്തത്തിന്റെ ആശയത്തെയും അതിന്റെ പ്രായോഗികതയെയും ഒന്നിപ്പിക്കാൻ അഥവാ പൊരുത്തപ്പെടാൻ മാധ്യമമായി വർത്തിക്കുന്നത്. അതേസമയം, അതിന്റെ മറുവശത്ത് സാമൂഹ്യശാസ്ത്രം ശുദ്ധശാസ്ത്രേതര ആശയങ്ങളെയും അവയുടെ പ്രായോഗികതയെയും ഒന്നിപ്പിക്കാൻ ദർശനത്തെ തങ്ങളുടെ രീതിശാസ്ത്രമായി തെരഞ്ഞെടുക്കുന്നു. ഇതിൽ ആദ്യത്തേത് (പോസിറ്റിവിസം) സാങ്കേതിക മുതലാളിത്തം പ്രയോഗിക്കുന്ന രീതിശാസ്ത്രവും, രണ്ടാമത്തേത് ആ രീതിശാസ്ത്രത്തെ പ്രതിരോധിക്കുകയും അവയെ തോല്പിക്കുകയും ചെയ്യേണ്ടതായ മറുരീതിശാസ്ത്ര (നിഷേധചിന്ത)യുമാണ്.

തീർച്ചയായും ഹെർബർട്ട് മാർക്യൂസ് സാങ്കേതിക മുതലാളിത്തത്തിന്റെ രീതിശാസ്ത്രത്തെ തകർക്കുന്ന നിഷേധചിന്ത തന്നെയാണ് തെരഞ്ഞെടുക്കുന്നത്. കാരണം, സാങ്കേതിക മുതലാളിത്തത്തെ തകർക്കാനും അവിടെ സോഷ്യലിസത്തെ തിരികെ പ്രതിഷ്ഠിക്കാനും നിഷേധചിന്തയ്ക്കുമാത്രമേ കഴിയൂ.

ഇന്ന് ഈ സാങ്കേതിക ലോകത്തിൽ ദർശനത്തിന് എന്ത് ചെയ്യാനാവും? കുറേ അനുഭവങ്ങൾ നിർത്തിയാൽ എന്ത് നേടാൻ കഴിയും? എന്നിങ്ങനെ ദർശനത്തിനുനേരെ ചോദ്യങ്ങൾ ഉയർന്നു വരുന്നുണ്ട്. പക്ഷേ, ചോദ്യങ്ങൾ ഒക്കെത്തന്നെ ദർശനങ്ങൾ കാലഹരണപ്പെട്ടു എന്ന മുൻവിധിയിൽനിന്നും ഉടലെടുത്തതാണെന്ന് നാം തിരിച്ചറിയണം. പക്ഷേ, ശരിയെപ്പറ്റി ആലോചിക്കാനും പ്രവർത്തിക്കാനും ദർശനങ്ങൾക്കുള്ള കഴിവ് ഇവർ മനസ്സിലാക്കാതെ പോകുന്നിടത്താണ് ഖേദകരമായ വസ്തുത ഒളിഞ്ഞിരിക്കുന്നത്. ഉദാഹരണമായി, പ്രത്യയശാസ്ത്രം എന്താണെന്ന് ഒരാൾക്ക് ദൃശ്യവല്ക്കരണം നല്കാൻ സാധിക്കുകയില്ല. പക്ഷേ, പ്രത്യയശാസ്ത്രങ്ങൾ എത്ര കാലത്തോളം അവയുടെ ഭാവമാറ്റങ്ങളിലൂടെ നമ്മെ ഭരിക്കുന്നുവോ അത്രയും കാലം ദർശനത്തിനും അതിന്റെ കർമ്മം നിർവ്വഹിക്കേണ്ടതായുണ്ട്.

മാർക്യൂസിന്റെ അഭിപ്രായത്തിൽ വസ്തു, ആശയം, മനുഷ്യൻ, അന്യവല്ക്കരണം എന്നിവ വെറും ആശയങ്ങളായിമാത്രം അവതരിപ്പിക്കപ്പെട്ടിട്ടുള്ള ഒന്നല്ല എന്നത്രേ. അതിനു പിന്നിൽ അവയുടെ അർത്ഥവും പെരുമാറ്റവും പ്രവർത്തിക്കുന്നുണ്ട്. മാത്രമല്ല, ഈ ആശയങ്ങൾ മറ്റ് ആശയങ്ങളുമായി ബന്ധപ്പെട്ടുകൊണ്ട് പരസ്പര പൂരകങ്ങളായി സ്ഥിതി ചെയ്യുന്നതും ആകുന്നു. അതുപോലെതന്നെ ചിന്ത എന്നുള്ളത് ഒരു ചരിത്രവല്ക്കരണമാണ്. ഒരു ചരിത്രം ചിന്തയെ അടയാളപ്പെടുത്തിയ രീതിയിലാവില്ല മറ്റൊരു ചരിത്രം പൂർവ്വചിന്തയെ അവതരിപ്പിക്കുന്നത്. അതുകൊണ്ട് ചരിത്രം മാറുന്നതിനോടൊപ്പം ചിന്തയ്ക്കും മാറ്റം അനിവാര്യമാണെന്ന്

മാർക്യൂസ് പറയുന്നു. ആശയവാദത്തിന് ഒരുപക്ഷേ, ഇന്ന് തീർത്തും അംഗീകാരമില്ലായിരിക്കാം. എന്നാൽ ആശയവാദവും ചരിത്രത്തിനൊപ്പം മാറുന്നുണ്ട്. അത് അടയാളപ്പെടുത്തിയിരിക്കുന്നത് പഴയ മട്ടിലാവില്ലെന്നു മാത്രം. ഇതുതന്നെയാണ് ദർശനത്തിന്റെ സ്ഥിതി.

പ്ലേറ്റോ മേശയ്ക്ക് ഒരു നിർവ്വചനം നല്കിയിരുന്നു. ആ നിർവ്വചനത്തിൽ തന്നെയാണോ ഇന്നും മേശയെ നാം അപഗ്രഥിക്കുന്നത്? തീർച്ചയായും അല്ല. അതുകൊണ്ട് മേശയ്ക്ക് അസ്തിത്വമില്ലെന്ന് അർത്ഥമുണ്ടോ? ഇല്ല. പക്ഷേ, ഏത് സന്ദർഭത്തിലാണോ നാം മേശയെ ഉദാഹരണമായി സ്വീകരിക്കുന്നത് ആ സന്ദർഭത്തിനനുസരിച്ച് മേശയ്ക്ക് അർത്ഥം മാറിക്കൊണ്ടിരിക്കുന്നു. അങ്ങനെ വരുമ്പോൾ സാമൂഹ്യ വ്യവഹാരം ഒരു ആശയത്തെ മാറ്റി മറിക്കുകയും അതുപോലെ ആശയം സാമൂഹ്യവ്യവഹാരത്തെ മാറ്റിമറിക്കുകയും ചെയ്യുന്നു. അതുകൊണ്ടുതന്നെ 'നിഷേധചിന്ത'യ്ക്ക് വ്യവഹാരവുമായി നേരിട്ട് ബന്ധമുണ്ട്.

ദർശനം എന്നാൽ വൈദ്യശാസ്ത്രം എന്നല്ല അർത്ഥം അത് വ്യക്തിയുടെ രോഗത്തെ സൂചികൊണ്ട് കുത്തി എടുത്തു കളയുകയല്ല ചെയ്യുന്നത്. മറിച്ച്, സമൂഹത്തെ മൊത്തത്തിൽ ചരിത്രത്തിന്റെ പരിധിയിൽ കൊണ്ടുവരികയും സമൂഹത്തെ വൈരുദ്ധ്യാത്മകമായി വൈവിദ്ധ്യവല്ക്കരിക്കുകയും ചെയ്യുന്നു. ആധുനിക ശാസ്ത്രം ദർശനത്തിൽനിന്നാണ് ഉടലെടുത്തത്. അതുകൊണ്ടുതന്നെ ആധുനിക ശാസ്ത്രത്തിന് ദർശനത്തിന്റെ ചരിത്രത്തിൽ ഒരിടം അതിനായി തന്നെയുണ്ട്. ശാസ്ത്രത്തിനെ മാത്രമല്ല, കല, സംഗീതം, വാസ്തുവിദ്യ അങ്ങനെ ജീവിതത്തിന്റെ നാനാതുറയും ദർശനവുമായി ബന്ധപ്പെട്ടിരിക്കുന്നുവെന്ന് ഹെർബർട്ട് മാർക്യൂസ് പറയുന്നു. അതുകൊണ്ട്, ശുദ്ധശാസ്ത്രത്തിൽ കൈവരിക്കാൻ കഴിയുന്നതിനേക്കാൾ കൂടുതൽ മൂല്യബോധവും യുക്തിയും ദർശനത്തിന് സൃഷ്ടിക്കാൻ കഴിയും. അതിന് മനുഷ്യൻ നിഷേധ ചിന്ത വളർത്തിയെടുക്കണമെന്ന് മാത്രം. ഹെഗൽ വൈരുദ്ധ്യാത്മകം = നിഷേധം എന്നൊരു നിർവ്വചനം നടത്തിയിട്ടുണ്ട്. ഇതുതന്നെയാണ് മാർക്യൂസിന്റെയും ദർശന-ചരിത്രാപഗ്രഥന രീതി.

ഇനി ഫ്രോയ്ഡോ മാർക്സിസം ഘടനാവാദത്തിലേക്ക് വികസിക്കുന്ന കാഴ്ച കാണാൻ സാധിക്കുന്നു. ഇവിടെ ലക്കാനാണ് ഘടനവാദ, ഘടനവാദാനന്തര മനഃശാസ്ത്രം അവതരിപ്പിക്കുന്നത്.

### റഫറൻസ്

1. Herbert Marcuse - *One Dimensional Man*

# ഴാക്ക് ലക്കാൻ

## അബോധത്തിന്റെ മനഃശാസ്ത്രകാരൻ

**സി**ഗ്മണ്ട് ഫ്രോയ്ഡിന്റെ (1856–1939) കാലത്തുതന്നെ ലോകപ്രശസ്ത മനോവിശ്ലേഷകനായി അറിയപ്പെട്ട ചിന്തകനാണ് ലക്കാൻ (191–81). മനോവിശ്ലേഷണത്തെ അബോധ മനഃശാസ്ത്രമായി വിലയിരുത്തി വികസിപ്പിച്ചത് ഴാക്ക് ലാക്കാനാണ്. ലോകത്തുള്ള മനോവിശ്ലേഷകരിൽ 50 ശതമാനവും ലക്കാന്റെ മാർഗ്ഗത്തെയാണ് ഇന്ന് പിന്തുടരുന്നത്. ഇതാണ് അദ്ദേഹത്തെ സമകാലികനാക്കുന്നത്.

"ഫ്രോയിഡിലേക്ക് മടങ്ങുക" എന്ന് ലക്കാൻ ആഹ്വാനം ചെയ്യുന്നത് 1950 കളിലാണ്. ഈ ആഹ്വാനം ഫ്രോയിഡിന്റെ പിശകുകൾ തിരുത്താനും അബോധത്തെ മനോവിശ്ലേഷണത്തിന്റെ കാതലായി അവരോധിക്കാനും വേണ്ടിയായിരുന്നു. ഫ്രോയ്ഡിന്റെ പുസ്തകങ്ങളെ ആഴത്തിൽ പഠനവിധേയമാക്കിയ ലക്കാൻ മനോവിശ്ലേഷണത്തെ പൊളിച്ചെഴുതി. മനോവിശ്ലേഷണത്തിന്റെ ഫ്രഞ്ച് പതിപ്പായിട്ടാണ് ലക്കാന്റെ മനോവിശ്ലേഷണം അറിയപ്പെടുന്നത്. എന്നും പുരോഗമനപക്ഷത്തെയും ഇടതുപക്ഷത്തെയും പുതുതായി വ്യാഖ്യാനിക്കുന്നതിൽ മുൻപന്തിയിൽ നില്ക്കുന്നത് ഫ്രഞ്ചുകാരാണ്. അതുകൊണ്ടുതന്നെ മനോവിശ്ലേഷണത്തിന്റെ പുരോഗമനപക്ഷമായി ലക്കാന്റെ മനോവിശ്ലേഷണത്തെ കണക്കിലെടുക്കാം.

പാരീസിലെ ഒരു ഇടത്തരം കത്തോലിക്ക കുടുംബത്തിലാണ് ലക്കാൻ ജനിച്ചത്. മതപഠനത്തിന്റെ ഭാഗമായി ലാറ്റിൻ ഭാഷ വശത്താക്കി. സ്പിനോസയുടെ തത്ത്വശാസ്ത്രത്തിൽ ആകൃഷ്ടനായി. വളരെ താമസിയാതെ താനൊരു നിരീശ്വരവാദിയാണെന്ന് അദ്ദേഹം തിരിച്ചറിഞ്ഞു. സ്കൂൾ ജീവിതം അവസാനിപ്പിച്ച് വൈദ്യശാസ്ത്രത്തിലെ സൈക്യാട്രി പാഠ്യവിഷയമായി തെരഞ്ഞെടുത്തു. സൈക്കോസിസിൽ ആകൃഷ്ടനായി.

ഈ ഘട്ടത്തിൽ അദ്ദേഹത്തെ സ്വാധീനിച്ച രണ്ട് സംഭവങ്ങൾ ഉണ്ടായി (1) 1930 ൽ സർ റിയലിസ്റ്റ് പ്രസിദ്ധീകരണങ്ങൾ വായിക്കുകയും സാൽവദോർ ദാലിയുടെ ചിത്രങ്ങൾ സൂക്ഷ്മമായി പഠിക്കുകയും ചെയ്തു. 'പാരനോയിയ' അടുത്തറിഞ്ഞു (2) 1931 ൽ സിഗ്മണ്ട് ഫ്രോയിഡിന്റെ പുസ്തകങ്ങൾ ആഴത്തിൽ പഠനത്തിന് വിധേയമാക്കി. ഇവ രണ്ടും തന്റെ ജീവിതത്തെ സ്വാധീനിച്ച വൻ വഴിത്തിരിവായി അദ്ദേഹം പിന്നീട് തിരിച്ചറിഞ്ഞു. പ്രത്യേകിച്ച്, മനോവിശ്ലേഷണം അടുത്തറിയുന്നത് ഈ ഘട്ടത്തിലാണ്.

ഈ ഘട്ടത്തിലാണ് അദ്ദേഹം ഫ്രോയിഡിന്റെ *The Interpretation of Dreams, The Psychopathology of Everyday life, Jockes and their Relation to the unconscious, Three Essays on the Theory of sexuality* എന്നീ പുസ്തകങ്ങൾ വായിക്കുന്നത്. ഈ ഘട്ടം സൈക്യാട്രിയിൽ മനോവിശ്ലേഷണം 'ആധുനിക പ്ലേഗി'നെ പ്പോലെ പടർന്നുപിടിക്കുന്ന കാലമായിരുന്നു. സാഹിത്യത്തിലും തത്ത്വശാസ്ത്രത്തിലും മാത്രമല്ല വിവിധ പഠനമേഖലയിലും മനോവിശ്ലേഷണം അതിന്റെ സ്വാധീനം അറിയിച്ചു കഴിഞ്ഞിരുന്നു.

എന്നാൽ ഫ്രാൻസ് മനോവിശ്ലേഷണത്തെ അംഗീകരിക്കാൻ തയ്യാറായിരുന്നില്ല. ശാസ്ത്രം, വൈദ്യശാസ്ത്രം, മതം, രാഷ്ട്രീയം എന്നീ മേഖലകൾ മനോവിശ്ലേഷണത്തെ തള്ളിക്കളഞ്ഞു. മനോവിശ്ലേഷണത്തിനെതിരായ സംസ്കാരം അവർ പടുത്തുയർത്തി. 1950 മുതൽ 1960 വരെയുള്ള ഘട്ടം ഫ്രഞ്ച് സെക്യാട്രിയിൽ മനോവിശ്ലേഷണം നിഷിദ്ധമായിരുന്നു. മാര്യ ബോണപ്പാർട്ടിന്റെ നേതൃത്വത്തിലുള്ള പണ്ഡിത സംഘമാണ് ഈ നിലപാടിനെതിരെ ആദ്യ നിലപാടെടുത്തത്. ഇത് ഒരു വഴിത്തിരിവായി മാറുകയായിരുന്നു.

സർ റിയലിസം മനോവിശ്ലേഷണത്തെ പുതിയ രീതിയിൽ വായിക്കാൻ ലക്കാനെ പ്രേരിപ്പിച്ചു. തന്റെ വൈദ്യശാസ്ത്രപഠനത്തിൽ സർ റിയലിസത്തെ ഒരു കൂട്ടാളിയായി അദ്ദേഹം കൊണ്ടുനടന്നു. ഒന്നാം ലോകമഹായുദ്ധത്തിനുശേഷം ഉദയംകൊണ്ട സർ റിയലിസം ഫ്രാൻസിൽ ആന്ദ്രേ ബ്രട്ടനിലൂടെയാണ് സ്ഥിര പ്രതിഷ്ഠ നേടിയത്. ആന്ദ്രേ ബ്രട്ടൻ ഫ്രോയ്ഡിന്റെ സ്വപ്നാപഗ്രഥനം വളരെ ആഴത്തിൽ വായിച്ച എഴുത്തുകാരനായിരുന്നു. അതുപോലെ ലോകപ്രശസ്ത സർ റിയലിസ്റ്റ് ചിത്രകാരനായ സാൽവദോർ ദാലിയും ഫ്രോയിഡിനെ പഠിക്കുകയുണ്ടായി. അതുകൊണ്ടുതന്നെ സ്വപ്നാപഗ്രഥനം ഇവരുടെ കലയിൽ നിർണ്ണായക സ്വാധീനം ചെലുത്തി. യാഥാർത്ഥ്യത്തെ തലതിരിഞ്ഞ യാഥാർത്ഥ്യമായി തിരിച്ചറിയാൻ സ്വപ്നാപഗ്രഥനം അവരെ സഹായിച്ചു. ഈ പരിസരത്തിലാണ് 1932 ൽ ലക്കാൻ തന്റെ ഡോക്ടറൽ പ്രബന്ധമായ 'Paranoid Psychosis and its Relations to the Personality' പൂർത്തിയാക്കുന്നത്. ഈ പ്രബന്ധം വിധികർത്താക്കളിൽ അതൃപ്തിയുണ്ടാക്കി. മനോവിശ്ലേഷകരായ വിധികർത്താക്കൾ ഇത് ക്ലാസിക്കൽ മനോവിശ്ലേഷണ

രീതിയല്ലെന്നാണ് വിലയിരുത്തിയത്. അതെ, ഇതൊരു തുടക്കമായിരുന്നു. ഫ്രോയ്ഡിന്റെ ക്ലാസിക്കൽ മനോവിശ്ലേഷണത്തിൽനിന്ന് ലക്കാന്റെ സ്വന്തം അബോധ മനോവിശ്ലേഷണത്തിലേക്കുള്ള തുടക്കം. ഇതിനദ്ദേഹത്തെ സഹായിച്ചതാകട്ടെ ആന്ദ്രേബ്രട്ടന്റെയും സാൽവദോർ ദാലിയുടേയും, ജെയിംസ് ജോയ്സിന്റെയും പാബ്ലോ പിക്കാസോയുടെയും സർറിയലിസ്റ്റ് സമീപനങ്ങളും.

ലക്കാൻ അബോധ മനഃശാസ്ത്രകാരനായി ഫ്രാൻസിൽ അറിയപ്പെടാൻ തുടങ്ങി. അദ്ദേഹത്തിന്റെ സെമിനാറുകളും ലോക ശ്രദ്ധ നേടി. ഈ ഘട്ടത്തിൽ അദ്ദേഹത്തിനെതിരെ നിലപാടെടുത്ത് മുൻപന്തിയിൽ നിന്നത് മാരി ബോണപ്പാർട്ടായിരുന്നു. ഈഗോ മനഃശാസ്ത്രമായിരുന്നു അവർ ഉയർത്തിപ്പിടിച്ചത്. അമേരിക്കയായിരുന്നു ഈഗോ മനഃശാസ്ത്രത്തിന്റെ ഈറ്റില്ലം. രണ്ടാം ലോക മഹായുദ്ധത്തിനുശേഷമാണ് അമേരിക്ക ഈഗോ മനഃശാസ്ത്രത്തിന്റെ കേന്ദ്രമായി പ്രവർത്തിക്കാൻ തുടങ്ങിയത്. ക്ലാസിക്കൽ മനോവിശ്ലേഷത്തിന്റെ ആത്മാവ് അബോധമാണെന്ന് ലക്കാൻ വാദിച്ചപ്പോൾ ഈഗോ മനഃശാസ്ത്രം അത് ഈഗോയാണെന്നു സമർത്ഥിക്കുകയായിരുന്നു. ഈ രണ്ട് ധാരകളും ഒരിക്കലും കൂട്ടിമുട്ടിയില്ല. എന്നാലും ലോകം ഇന്ന് മനോവിശ്ലേഷണത്തെ തിരിച്ചറിയുന്നത് ലക്കാനിലൂടെയാണെന്ന സത്യം അവശേഷിക്കുന്നു. ഇതായിരുന്നു ലക്കാന്റെ ഏറ്റവും വലിയ വിജയവും. ലക്കാന്റെ മനോവിശ്ലേഷണം ഒരേസമയം തത്ത്വചിന്തയെയും, കലയെയും, ഗണിതത്തെയും, വൈദ്യശാസ്ത്രത്തെയും സംബോധന ചെയ്യുന്നു. അബോധത്തിലൂടെയാണ് മനോരോഗത്തെ തിരിച്ചറിയുന്നതെന്നു പറയുന്ന ലക്കാൻ സാംസ്കാരിക തിരിച്ചറിവായും അബോധത്തെ അടയാളപ്പെടുത്തുന്നു. മനോവിശ്ലേഷണത്തിന്റെ ഫ്രഞ്ച് ധാര എന്ന് ഇന്നറിയപ്പെടുന്നത് ലക്കാന്റെ അബോധ മനോവിശ്ലേഷണമാണ്. ഈ ഫ്രഞ്ച് ധാരയ്ക്ക് മാനവിക വിഷയങ്ങളോടാണ് കൂടുതൽ അടുപ്പം.

അബോധ മനഃശാസ്ത്രം പഠിക്കാനൊരുങ്ങുന്ന ഈ വേളയിൽ ലക്കാന്റെ മനോവിശ്ലേഷണമാണ് മനോവിശ്ലേഷണ രീതിയിൽ ഏറ്റവും സങ്കീർണ്ണവും പഠിക്കാൻ ബുദ്ധിമുട്ടുള്ളതെന്നും തുറന്നു പറഞ്ഞുകൊള്ളട്ടെ. താഴെ കൊടുത്തിരിക്കുന്ന വിശദീകരണം ലക്കാനെ പഠിക്കാനൊരുകാണുന്നവർക്ക് സഹായകരമാകും.

ലക്കാന്റെ ഏറ്റവും വലിയ സംഭാവനയാണ് ഒരു വ്യക്തി സമൂഹത്തിൽ സ്വയം തിരിച്ചറിയപ്പെടുന്നതെങ്ങനെയെന്ന അന്വേഷണം. ഒരു കുട്ടി യാഥാർത്ഥ്യം തിരിച്ചറിയുന്നതെങ്ങനെ എന്നുള്ള പഠനം കൂടിയാണിത്. മൂന്ന് ഘട്ടങ്ങളായാണ് ഇത് സംഭവിക്കുന്നത്.

1. ഭാഷ പഠിക്കുന്നതിനു മുമ്പ് കുട്ടിക്ക് എല്ലാം കാഴ്ച വസ്തുക്കളാണ്. ഈ ഘട്ടത്തെ ലക്കാൻ 'ഇമാജിനറി' എന്നാണ് വിളിക്കുന്നത്.

2. അവിടെ നിന്ന്, കുട്ടി ഭാഷ പഠിക്കുന്നു. ഭാഷ പഠിക്കുന്നതിലൂടെ സംസ്കാരത്തിന്റെയും സാമൂഹത്തിന്റെയും ചിഹ്നങ്ങൾ കുട്ടി തിരിച്ചറിയുന്നു. ഈ ഘട്ടത്തെ 'സിംബോളിക്ക്' എന്ന് വിളിക്കാം.

3. പിന്നീട് സമൂഹത്തിലെ അപരിചിതനെ (other) തിരിച്ചറിയുന്നതോടുകൂടി യാഥാർത്ഥ്യത്തിലേക്ക് കടക്കുന്നു. ഈ ഘട്ടത്തെ 'റിയൽ' എന്ന് ലക്കാൻ വിളിക്കുന്നു.

Imaginary - Symbolic - Real എന്നീ മൂന്ന് ഘട്ടങ്ങളിലൂടെയാണ് ഒരു വ്യക്തി സമൂഹത്തിലെ പ്രജയായി സ്വയം തിരിച്ചറിയപ്പെടുന്നതെന്ന് ലക്കാൻ പറയുന്നു. ഇവയുടെ വിശദീകരണമാണ് ഈ അദ്ധ്യായം മുഴുവൻ. ലക്കാൻ ഒരേസമയം, മനോവിശ്ലേഷകനും ഭാഷാ ശാസ്ത്രകാരനുമാണ്. അതിനാൽ ഭാഷാ ശാസ്ത്രത്തിന്റെ അപ്രമാദിത്തം അദ്ദേഹത്തിന്റെ പഠനങ്ങളിലെല്ലാം മുഴച്ചു നില്ക്കും. വ്യക്തിത്വത്തെയും സമൂഹത്തെയും സംസ്കാരത്തെയും അബോധത്തെയും എല്ലാം അദ്ദേഹം ഭാഷയിലൂടെയാണ് പഠിക്കാൻ ശ്രമിക്കുന്നത്. അതിനാൽ ഭാഷയെക്കുറിച്ച് എപ്പോഴെല്ലാം പരാമർശം കടന്നുവരുമോ അതെല്ലാം ഗൗരവത്തോടെ വീക്ഷിക്കണമെന്നപേക്ഷ.

## ഇമാജിനറി

"ഭാഷ പഠിക്കുന്നതിനു മുൻപ് കുട്ടിക്ക് എല്ലാം കാഴ്ചവസ്തുക്കളാണ്. ഈ ഘട്ടത്തെ ലക്കാൻ ഇമാജിനറി എന്നാണ് വിളിക്കുന്നത്"

1936 ൽ തന്റെ 35-മത്തെ വയസ്സിലാണ് ലക്കാൻ മനോവിശ്ലേഷണത്തിൽ സാന്നിദ്ധ്യമറിയിക്കുന്നത്. സൈക്യാട്രിസ്റ്റായി പ്രവർത്തിക്കുന്ന വേളയിൽ. ഇന്റർനാഷണൽ സൈക്കോ അനലിറ്റിക്കൽ അസോസിയേഷന്റെ 14-ാം സമ്മേളനത്തിൽ അദ്ദേഹം ഒരു പേപ്പർ അവതരിപ്പിച്ചു. 'The Mirror Stage' (കണ്ണാടി ഘട്ടം) എന്നായിരുന്നു ആ പ്രബന്ധം. ഇത് ലക്കാന്റെ ജീവിതത്തിലെ വഴിത്തിരിവായി അടയാളപ്പെടുത്താം. ലോകം ഒരു വലിയ മനഃശാസ്ത്രജ്ഞനെ ആദ്യമായി പരിചയപ്പെടുന്ന നിർണ്ണായകനിമിഷം എന്നു വേണമെങ്കിൽ ഈ ഘട്ടത്തെ വിലയിരുത്താം. പക്ഷേ, എല്ലാ മഹാന്മാരെയും കാത്തിരുന്ന വിധിയായിരുന്നു ലക്കാനും. അദ്ദേഹത്തെ ക്ലാസിക്കൽ മനോവിശ്ലേഷകരാരും അംഗീകരിച്ചില്ല. കാരണം, അത്രത്തോളം യാഥാസ്ഥിതികമായിരുന്നു അവരുടെ നിലപാടുകൾ. തന്റെ പ്രബന്ധം പത്ത് മിനിറ്റ് ശ്രവിച്ച അവർ ലക്കാനോട് പ്രബന്ധാവതരണം മതിയാക്കാൻ ആവശ്യപ്പെട്ടു. എന്നാൽ 1949 ൽ സൂറിച്ചിൽ നടന്ന 16-ാം ഇന്റർനാഷണൽ കോൺഗ്രസ് അദ്ദേഹത്തെ തടഞ്ഞില്ലെന്നു മാത്രമല്ല കരഘോഷത്തോടെ സ്വാഗതമരുളുകയും ചെയ്തു. ലക്കാന് നേരിട്ട ഈ കാലതാമസം അദ്ദേഹം തന്റെ സിദ്ധാന്തത്തെ കൂടുതൽ അംഗീകാര്യയോഗ്യമാക്കാൻ ഉപയോഗിച്ചു. തന്റെ സിദ്ധാന്തത്തിൽനിന്ന് കടുകിടമാ

റാതെ അതിനെ കൂടുതൽ ശക്തിപ്പെടുത്താനാണ് ഈ കാലത്തെ അദ്ദേഹം ഉപയോഗപ്പെടുത്തിയത്.

ഇനി എന്താണ് ഇമാജിനറി എന്ന് സിദ്ധാന്തമെന്ന് പരിശോധിക്കാം.

ഇമാജിനറി എന്ന് ആശയത്തിന് ഈഗോയുമായിട്ടാണ് ബന്ധമുള്ളത്. ഇമാജിനറി എന്ന ആശയത്തെ ലക്കാൻ വിശദീകരിക്കുന്നത് 'കണ്ണാടി ഘട്ടം' എന്ന ആശയത്തിലൂടെയാണ്. അതിനാൽ കണ്ണാടി ഘട്ടത്തിന് ഈഗോയുമായിട്ടാണ് ബന്ധമുള്ളത്.

കുട്ടി തന്റെ കണ്ണാടിയിലൂടെ പ്രതിബിംബം കാണുന്നു. ഇതാണ് ഏറ്റവും പ്രാഥമികമായും ആദ്യമായും ഉദയം ചെയ്യുന്ന ഈഗോ എന്ന ബോധം. ഒരു വ്യക്തിയുടെ മാനവിക വികാസത്തിന്റെ പ്രാരംഭഘട്ടമായി ഇതിനെ വിലയിരുത്താം. എന്നാൽ കുട്ടി തന്റെ പ്രതിബിംബം ചിന്നച്ചിതറിയതും ശിഥിലവുമായിട്ടാണ് മനസ്സിലാക്കുന്നത്. അതുകൊണ്ടുതന്നെ ആദ്യമായി ഉദയം ചെയ്യുന്ന ഈഗോ ശിഥിലവും പൊരുത്തക്കേടിന്റെ കൂട്ടായ്മയുമാണ്. വൈരുദ്ധ്യങ്ങളുടെയും തെറ്റിദ്ധാരണയുടെയും ലോകമാണ് ആദ്യത്തെ ഈഗോവെന്ന് ചുരുക്കം.

ഭാഷയിലേക്ക് പ്രവേശിക്കുന്നതിനുമുമ്പ് കുട്ടിയിൽ സംജാതമാകുന്ന അവസ്ഥയാണ് ഈ ഈഗോ, കുട്ടി കണ്ണാടിയിൽ കാണുന്ന തന്റെ പ്രതിബിംബം സമഗ്രതയെക്കുറിച്ചുള്ള തെറ്റായ ധാരണയാണ്. സമഗ്രതയെക്കുറിച്ചുള്ള യഥാർത്ഥചിത്രം ആദ്യ ഈഗോയ്ക്ക് സ്വന്തമല്ല. ചുരുക്കത്തിൽ, കണ്ണാടിഘട്ടം തിരിച്ചറിവിന്റെ ആദ്യഘട്ടമാണ് എന്നാൽ ആ തിരിച്ചറിവ് സമഗ്രതയെക്കുറിച്ചുള്ള തെറ്റായ തിരിച്ചറിവാണ്. ശിഥിലമായ തിരിച്ചറിവ്. അതിന് യാഥാർത്ഥ്യവുമായി യാതൊരു ബന്ധവുമില്ല. വളരുന്നതോടെ കുട്ടി ലോകത്തെ പരിചയപ്പെടുകയും ആ ലോകത്തിലൂടെ യഥാർത്ഥ തിരിച്ചറിവായ ഈഗോയിലെത്തിച്ചേരുകയും ചെയ്യുന്നു. അതിന് ബാഹ്യലോകത്തോടാണ് കടപ്പാട്. ഇതാണ് കണ്ണാടി ഘട്ടം എന്ന ഇമാജിനറി.

ലക്കാന്റെ 'കണ്ണാടി ഘട്ടം' എന്ന സിദ്ധാന്തത്തിന് പരീക്ഷണാത്മക മനഃശാസ്ത്രത്തിലെ 'കണ്ണാടി പ്രതിച്ഛായ'യുമായും അലക്സാണ്ടർ കോളവിന്റെ ദാർശനവുമായും പ്രാതിഭാസിക വിജ്ഞാനീയവുമായും അടുത്ത ബന്ധമുണ്ട്. ഇവയിൽനിന്നാണ് ലക്കാൻ 'കണ്ണാടി ഘട്ടം' എന്ന സിദ്ധാന്തം രൂപീകരിക്കുന്നത്.

പ്രാതിഭാസിക വിജ്ഞാനീയനായ ഹുസോളിന്റെ അഭിപ്രായത്തിൽ കർത്തൃത്വം(self) എന്നത് മനുഷ്യന്റെ ആന്തരികമായ ചിന്തകളോ പ്രതിച്ഛായകളോ അല്ലെന്നാണ്. അത് വ്യക്തിക്ക് പുറത്തായ ഒന്നാണ്. ഫ്രാൻസിലെ ലോകപ്രശസ്ത മാർക്സിയൻ അസ്തിത്വവാദിയായ സാർത്ര് ആത്മബോധത്തെ ഈഗോയിൽ നിന്ന് വേർതിരിക്കുകയുണ്ടായി. ആത്മബോധം 'ഇല്ലായ്മ'യെ പ്രതിനിധീകരിക്കുമ്പോൾ 'ഈഗോ' കർത്തൃത്വവുമായി ബന്ധപ്പെട്ടിരിക്കുന്നു. ഈ സിദ്ധാന്തം ലക്കാനെ വളരെയധികം സ്വാധീനിച്ചു. കണ്ണാടി ഘട്ടത്തിൽ കുട്ടി തിരിച്ചറിയുന്ന

ആദ്യ ഈഗോ യഥാർത്ഥത്തിൽ ആത്മബോധമാണ്. ഇത് ഇല്ലായ്മയുടേതാണ്. ശിഥിലമായതാണ്. തെറ്റായ തിരിച്ചറിവാണ്. എന്നാൽ യാഥാർത്ഥ്യങ്ങളെയും ബാഹ്യലോകത്തെയും നിരീക്ഷിച്ച് അതിൽ പങ്കാളിയായി വ്യക്തി ആർജ്ജിക്കുന്ന ഈഗോ യാഥാർത്ഥ്യത്തെ പ്രതിനിധീകരിക്കുന്നു. ശൈശവകാലത്തെ ഈഗോ തെറ്റായ തിരിച്ചറിവിന്റെയും കൗമാരകാലത്ത് ഉദയം ചെയ്യുന്ന യഥാർത്ഥ ഈഗോ യാഥാർത്ഥ്യത്തിന്റേയുമാണ്. ഇങ്ങനെയാണ് പ്രാതിഭാസിക വിജ്ഞാനീയം ലക്കാനെ തന്റെ സിദ്ധാന്തം മെനയാൻ സഹായിച്ചത്.

കുട്ടി കണ്ണാടിയിലൂടെ തന്റെ പ്രതിച്ഛായ കാണുമ്പോൾ അത് ശിഥിലമായതാണെന്ന് തിരിച്ചറിയുന്നു. ഇത് ഇല്ലായ്മയെയും അയാഥാർത്ഥ്യത്തെയുമാണ് പ്രതിനിധീകരിക്കുന്നത്. അതുകൊണ്ടുതന്നെ കണ്ണാടിഘട്ടത്തിൽ കുട്ടിയിൽ ഉദയം ചെയ്യുന്ന ഈഗോ യഥാർത്ഥ ഈഗോ അല്ലെന്നും അത് ആത്മബോധമാണെന്നും തിരിച്ചറിയുക. ആത്മബോധം കപടമായ തിരിച്ചറിവാണ്. അതുകൊണ്ടുതന്നെ ആത്മബോധം യഥാർത്ഥ ഈഗോയിൽ നിന്ന് വ്യത്യസ്തമാണ്. കൗമാരകാലത്ത് ഉദയം ചെയ്യുന്ന യഥാർത്ഥ ഈഗോ ലോകം അവനു നല്കുന്ന അസ്തിത്വമാണ്. ലോകത്തിൽ താനെന്താണെന്ന തിരിച്ചറിവ്. അതുകൊണ്ടുതന്നെ കർത്തൃത്വവുമായിട്ടാണ് ഇതിന് ബന്ധം. കർത്തൃത്വം മനുഷ്യന്റെ ആന്തരികമായ ചിന്തകളോ പ്രതിച്ഛായയോ അല്ലെന്നു പറയുകയുണ്ടായി. അത് വ്യക്തിക്ക് പുറത്തായ ഒന്നാണ്. ആ വ്യക്തിക്കു പുറത്തായ ഒന്ന് ലോകമാണ്. ആ ലോകമെന്ന സമൂഹമാണ് ഒരു വ്യക്തിക്ക് അവന്റെ യഥാർത്ഥ ഈഗോയെ സംഭാവന നല്കുന്നത്. ഇതാണ് ഈഗോയും ആത്മബോധവും തമ്മിലുള്ള വ്യത്യാസം. ആത്മബോധം അയഥാർത്ഥവും ഈഗോ യാഥാർത്ഥ്യവുമാണ്. അതുകൊണ്ടുതന്നെ ആദ്യ ഈഗോയായ ആത്മബോധം ഒരിക്കലും സത്യത്തെ പ്രതിനിധീകരിക്കുന്നില്ല.

ഇനി പരിക്ഷണാത്മക മനഃശാസ്ത്രം ലക്കാനെ സ്വാധീനിച്ചതെങ്ങനെയെന്ന് നോക്കാം.

പരീക്ഷണാത്മക മനഃശാസ്ത്രം കുട്ടി തന്റെ ശരീരത്തെ തിരിച്ചറിയുന്നതെങ്ങനെയാണ് അന്വേഷിക്കുന്നു. ഹെർട്രി പാലൻ എന്ന പരീക്ഷണാത്മക മനഃശാസ്ത്രജ്ഞൻ പറയുന്നത് കുട്ടി ആദ്യം തിരിച്ചറിയുന്നത് തന്റെ ശരീരത്തെക്കുറിച്ചുള്ള ബോധമാണെന്നാണ്. ശരീരത്തെ തിരിച്ചറിയുന്ന കുട്ടി ശരീരത്തിലൂടെ ലോകത്തെക്കുറിച്ചുള്ള തിരിച്ചറിവിലെത്തുന്നു. ശരീരത്തിലൂടെയാണ് കുട്ടി ബാഹ്യലോകത്തെ പരിചയപ്പെടുന്നതെന്ന് ചുരുക്കം. ശരീരത്തിന്റെ ആദ്യ തിരിച്ചറിവ് കണ്ണാടിയിലെ പ്രതിബിംബത്തിലൂടെയാണ് ഉദയം ചെയ്യുന്നത്. പിന്നീട് കുട്ടി ശരീരത്തെയും ലോകത്തെയും താരതമ്യത്തിനു വിധേയമാക്കുന്നു. പ്രതിബിംബം കാണുന്ന കുട്ടി ആശയക്കുഴപ്പത്തിലെത്തുന്നു. താനും ലോകവും തമ്മിലുള്ള വ്യത്യാസമെന്തെന്ന ധർമ്മസങ്കടം. പ്രതിബിംബത്തിലെ താനും യഥാർത്ഥ താനും തമ്മിലുള്ള വ്യത്യാസം കുട്ടിയെ കുഴയ്ക്കുന്നു. താമ

സിയാതെ കണ്ണാടി പ്രതിബിംബം കുട്ടിയിൽ ആത്മബോധം സൃഷ്ടിക്കുന്നു.

ഇതു കൂടുതൽ മനസ്സിലാക്കണമെങ്കിൽ ജന്തുക്കളെയും മനുഷ്യനെയും താരതമ്യം ചെയ്തേ മതിയാവൂ. ജന്തുക്കളെയും ജീവികളെയും കണക്കിലെടുക്കുമ്പോൾ പ്രകൃതിയിൽ തന്റെ അസ്തിത്വം അവയെ കുഴയ്ക്കുന്നില്ല. പ്രകൃതിയിൽ തന്റെ സത്തയെ സംബന്ധിച്ച് ജന്തുക്കളെ അലട്ടാറില്ല. തനിക്കു ഭക്ഷിക്കുവാനും ജീവിക്കാനുമുള്ള ലോകമാണ് പ്രപഞ്ചമെന്ന് ജന്തുക്കൾ പെട്ടെന്ന് തിരിച്ചറിയുന്നു. ശരീരവും ലോകവും ജന്തുക്കൾക്ക് രണ്ടല്ല. പക്ഷേ, മനുഷ്യന് ആദ്യം തോന്നുന്ന ആത്മബോധം കുട്ടിയെ ശരീരവും ലോകവും രണ്ടാണെന്ന ബോധമാണ് ഉളവാക്കുന്നത്. ജന്തുക്കൾക്ക് ആത്മബോധമില്ലാത്തപ്പോൾ മനുഷ്യന് ആത്മബോധമുണ്ട്. പിന്നീട് യഥാർത്ഥ ഈഗോയും മനുഷ്യനിൽ ഉടലെടുക്കും. ഇതൊന്നും ജന്തുക്കൾക്ക് ബാധകമല്ല.

പ്രപഞ്ചവും താനും രണ്ടെല്ലാത്ത തോന്നലാണ് മൃഗങ്ങൾ ആദ്യം തിരിച്ചറിയുന്നതെങ്കിൽ മനുഷ്യൻ പ്രപഞ്ചവും താനും രണ്ടാണെന്ന് തിരിച്ചറിയുന്നു. ജന്തുക്കൾക്ക് ആത്മബോധമോ ഈഗോയോ ഉണ്ടാവില്ല. മറിച്ച് മനുഷ്യന് ആത്മബോധവും ഈഗോയും ഉണ്ട്.

ഇതിൽനിന്നൊക്കെ ലക്കാൻ ചെന്നെത്തിയ നിഗമനം എന്താണെന്ന് ഇനി നോക്കാം.

6 മുതൽ 18 മാസം വരെയാണ് കുട്ടിയെ സംബന്ധിച്ച് കണ്ണാടി ഘട്ടം എന്ന പ്രായം. ഈ ഘട്ടത്തെ ഫ്രോയ്ഡ് നാർസിസത്തിന്റെ ആദ്യഘട്ടം എന്നാണ് വിലയിരുത്തിയിരിക്കുന്നത്. എന്നാൽ ഈഗോയുടെ ആദ്യഘട്ടമെന്നാണ് ലക്കാൻ വിശദീകരിച്ചിരിക്കുന്നത്. ആത്മബോധത്തിന്റെ ഘട്ടം. ഇവിടെ കുട്ടി കണ്ണാടിയിൽകൂടി തന്റെ പ്രതിബിംബം കാണുന്നു. അപ്പോൾ കുഞ്ഞിന് അതിരു കവിഞ്ഞ സന്തോഷം തോന്നുന്നു. പ്രതിച്ഛായയെ അതിശയത്തോടു കാണുന്ന കുട്ടി അതിനെ നിയന്ത്രിക്കാനും അതിനോടൊപ്പം കളിക്കാനും തയ്യാറാവുന്നു. പക്ഷേ, താമസിയാതെ പ്രതിബിംബത്തിൽ കാണുന്ന തന്റെ പ്രതിച്ഛായ ചിതറിയതാണെന്ന് കുട്ടി തിരിച്ചറിയുന്നു. പ്രതിച്ഛായയെ സമഗ്രമായി (ഒത്തൊരുമയോടെ) കാണാൻ കുട്ടിക്കു കഴിയുന്നില്ല. തന്റെ ശരീരഭാഗങ്ങൾ ചിന്നിച്ചിതറിയതാണെന്നാണ് കുട്ടിയുടെ അപ്പോഴത്തെ തോന്നൽ. അതുകൊണ്ടുതന്നെ തന്റെ ശരീരം സമഗ്രമല്ലെന്ന് കുട്ടി മനസ്സിലാക്കുന്നു. പ്രതിബിംബം തന്റേതല്ലെന്നും അത് അന്യവല്ക്കരിക്കപ്പെട്ട ഒന്നാണെന്നും കുട്ടി തെറ്റിദ്ധരിക്കുന്നു.

അതുകൊണ്ടുതന്നെ ആദ്യ ഈഗോ (ആത്മബോധം) തന്റെ ശരീരം ചിന്നിച്ചിതറിയതും, സമഗ്രതയില്ലാത്തതും അന്യവല്ക്കരിക്കപ്പെട്ടതുമായി തിരിച്ചറിയുന്നു.

പിന്നീട് കാലം കുറേ കഴിയുമ്പോൾ കുട്ടി സമൂഹവുമായി ബന്ധം സ്ഥാപിക്കുകയും സമൂഹത്തിലെ അപരിചിതനിൽനിന്ന് തന്റെ വ്യക്തി

ത്വമെന്താണെന്ന് തിരിച്ചറിയുകയും ചെയ്യുന്നു. അവിടെ ഫ്രോയ്ഡ് ഉദ്ദേശിച്ച യഥാർത്ഥ ഈഗോ സംജാതമാകുന്നു. സമൂഹത്തിലെ അപരിചിതന് (other) വ്യക്തിയുടെ ഈഗോ നിർണ്ണയനത്തിൽ സവിശേഷ പങ്കുണ്ടെന്ന് ഇതോടെ നാം തിരിച്ചറിയുന്നു. ഈ ഈഗോയിൽ തന്റെ ശരീരം ചിതറിയതാണെന്നോ, സമഗ്രമല്ലെന്നോ, അന്യവല്ക്കരിക്കപ്പെട്ടതാണെന്നോ തോന്നലുണ്ടാവില്ല. അതുകൊണ്ടു തന്റെ കണ്ണാടി ഘട്ടം വ്യക്തിയുടെ പ്രാഥമിക ഈഗോ (ആത്മബോധം) ആണെന്നും യഥാർത്ഥ ഈഗോ പിന്നീടാണ് നിർമ്മിക്കപ്പെടുന്നതെന്നും നാം തിരിച്ചറിയുന്നു.

ഇതോടെ ലക്കാൻ നിലവിലിരുന്ന ഈഗോ സങ്കല്പത്തെ ചോദ്യം ചെയ്യുകയാണുണ്ടായത്. ആദ്യ ഈഗോയെന്നും യഥാർത്ഥ ഈഗോയെന്നുമുള്ള വിഭജനം ക്ലാസിക്കൽ മനോവിശ്ലേഷകരെ സംബന്ധിച്ച് അവിശ്വസനീയമായ ഒന്നായിരുന്നു. ഇതാണ് അവരെ ലക്കാനെതിരെ തിരിയാൻ പ്രേരിപ്പിച്ച ഘടകം. എന്നാൽ പരീക്ഷണാത്മക മനഃശാസ്ത്രം ഇതിനെ വിശദീകരിച്ചപ്പോൾ അവർക്കത് സ്വീകരിക്കാതിരിക്കാൻ കഴിയാതെ വന്നു. അങ്ങനെയാണ് രണ്ടാംവട്ടം അവർ അതിനെ സ്വാഗതം ചെയ്തത്. ചുരുക്കത്തിൽ കണ്ണാടി ഘട്ടവും ഇമാജിനറിയും 'ഈഗോ'യെ അപനിർമ്മാണത്തിന് വിധേയമാക്കി. മാത്രമല്ല, അതിന് പുതിയ മാനവും സംഭാവനയായി നല്കി. ഇതാണ് ഇമാജിനറിയുടെ സമകാലിക പ്രസക്തി.

## സിംബോളിക്ക്

"അവിടെനിന്ന്, കുട്ടി ഭാഷ പഠിക്കുന്നു. ഭാഷ പഠിക്കുന്നതിലൂടെ സംസ്കാരത്തിന്റെയും സമൂഹത്തിന്റെയും ചിഹ്നങ്ങൾ കുട്ടി തിരിച്ചറിയുന്നു. ഈ ഘട്ടത്തെ 'സിംബോളിക്ക്' എന്ന് വിളിക്കാം.

1950 കളിൽ ലക്കാൻ അഭൂതപൂർവ്വമായ ഒരു കണ്ടെത്തൽ നടത്തുന്നു. ഘടനാവാദിയായ നരവംശശാസ്ത്രജ്ഞൻ ലെവിസ്ട്രോസ്, ഭാഷാ ശാസ്ത്രകാരൻ സൊസ്യകർ, റോമൻ ജക്കോബ്സൺ എന്നിവരിൽനിന്ന് പ്രചോദനം ഉൾക്കൊണ്ട് 'സിംബോളിക്' എന്ന ആശയത്തെ അദ്ദേഹം വികസിപ്പിച്ചു. കർത്താവ് സൂചകത്തെ (Signifier) യാണ് പ്രതിനിധാനം ചെയ്യുന്നതെന്ന് ഈ ഘട്ടത്തിൽ അദ്ദേഹം പ്രഖ്യാപിച്ചു. ഇത് ക്ലാസിക്കൽ മനോവിശ്ലേഷണ രീതിയിൽനിന്നും തീർത്തും കടകവിരുദ്ധമായ അപഗ്രഥനമാണ്. അതുപോലെ അബോധത്തിന് ഭാഷാഘടനയോടാണ് കൂടുതൽ അടുപ്പം എന്നും ലക്കാൻ വിശദീകരിച്ചു. മറ്റൊരർത്ഥത്തിൽ അബോധത്തെ വായിച്ചെടുക്കേണ്ടത് ഭാഷ ഘടനയ്ക്കുള്ളിലാണ്. അബോധത്തെക്കുറിച്ച് ചർച്ച ചെയ്യുന്ന വേളയിൽ ഇതിനെപ്പറ്റി കൂടുതൽ വിശദീകരിക്കാം.

സിംബോളിക്ക് എന്ന് അർത്ഥമാക്കുന്നത് 'ചിഹ്ന'ത്തെയാണ്. സിംബോളിക് ഘട്ടം ലക്കാൻ അവതരിപ്പിക്കുന്നത് 1950 കളിലാണ്. മനോവിശ്ലേഷണത്തിൽ ഭാഷയ്ക്കുള്ള പ്രാധാന്യത്തെ വിലയിരുത്താനാണ് ഈ

ഘട്ടത്തെ അദ്ദേഹം ഉപയോഗപ്പെടുത്തുന്നത്. ഈ ഘട്ടത്തിൽ അദ്ദേഹം തയ്യാറാക്കിയ പ്രബന്ധത്തിന്റെ പേരു തന്നെ 'The unconscious is structured like a language' എന്നായിരുന്നു. അബോധത്തെപ്പറ്റി നമുക്ക് പിന്നീട് പഠിക്കാം. ഇവിടെ ഭാഷയെയും ചിഹ്നത്തെയും കുറിച്ച് ചർച്ച ചെയ്യാം. ഘടനാവാദം (Structuralism) എന്ന പ്രസ്ഥാനത്തിൽനിന്നുകൊണ്ടാണ് ഭാഷയെയും ചിഹ്നത്തെയും ഇവിടെ വിശകലനത്തിനു വിധേയമാക്കുന്നത്.

ഫെർഡിനാണ്ട് ഡി സൊസ്യൂർ ഭാഷാശാസ്ത്രത്തിലൂടെയും ലെവിസ്ട്രോസ് നരവംശശാസ്ത്രത്തിലൂടെയും റോമൻ ജാക്കോബ്സൺ ചിഹ്നവിജ്ഞാനീയത്തിലൂടെയുമാണ് ഘടനാവാദത്തെ പഠനവിധേയമാക്കിയത്. ഇവരുടെ കൃതികൾ വായിച്ച ലക്കാൻ ഘടനാവാദത്തെയും പിന്നീട്ഘടനാവാദാനന്തര ചിന്തയെയും മനോവിശ്ലേഷണത്തിൽ പരീക്ഷിക്കുകയും നിറവ് നേടുകയും ചെയ്തു.

ഇനി ഘടനാവാദം എന്താണെന്ന് പരിശോധിക്കാം. ഘടനാവാദം ലോകത്തെ മുഴുവൻ പിടിച്ചു കുലുക്കിയ പ്രസ്ഥാനമാണ്. ഗണിതശാസ്ത്രം മുതൽ ഭാഷാശാസ്ത്രംവരെ ഇതിന്റെ സ്വാധീനത്തിൽ അകപ്പെട്ടു എന്നുപറയുന്നതാവും ശരി. സൊസ്യൂറാണ് ഘടനാവാദത്തിന് തുടക്കം കുറിച്ച ചിന്തകൻ. അദ്ദേഹത്തിന്റെ സംഭാവനകൾ മുഴുവൻ ഭാഷാശാസ്ത്രത്തിലായിരുന്നു. അതുകൊണ്ടുതന്നെ ഇവിടെ ഭാഷാശാസ്ത്രം പഠനവിധേയമാക്കുന്നു. സൊസ്യൂർ ഭാഷയെ മൂന്നായി തരംതിരിച്ചു.

1. ഭാഷ (സംഭാഷണത്തിനും ആശയവിനിമയത്തിനും ഉപയോഗിക്കുന്ന സാർവ്വലൗകിക ഭാഷ)
2. ലാങ് - വരമൊഴി (ഭാഷയെയോ ഭാഷയുടെ ഘടനയെയോ സംബോധന ചെയ്യുന്നു. ഉദാ:- തമിഴ്, തെലുങ്ക്, മലയാളം)
3. പരോൾ - വാമൊഴി (ഓരോ വ്യക്തിയും സംസാരിക്കുന്ന അവന്റെ വൈയക്തിക ഭാഷ)

ഇവിടെ ലാങ് സമൂഹത്തിന്റെ ഭാഷാവുമ്പോൾ പരോൾ വ്യക്തിയുടെ വൈയക്തിക ഭാഷയായി മാറുന്നു. ഘടനാവാദത്തിൽ ലാങ്ങിനും പരോളിനുമാണ് കൂടുതൽ പ്രാധാന്യം. ഭാഷ ഭാഷയായിത്തന്നെ നിലനിന്നോട്ടെ!

ഇവിടെ ലക്കാൻ വ്യക്തിയുടെ വൈയക്തിക ഭാഷയായ പരോളിനെ വ്യക്തിയുടെ അബോധമായി തിരിച്ചറിയുന്നു. സമഗ്രഘടനയായി ഭാഷയെ തിരിച്ചറിയുന്ന ലക്കാൻ അതിന്റെ തന്നെ ഒരു ഭാഗമായ വൈയക്തിക ഭാഷയെ അബോധത്തിന്റെ താക്കോൽ പഴുതായി വിലയിരുത്തുന്നു.

ഭാഷയ്ക്ക് ചിഹ്നവുമായി അടുത്ത ബന്ധമുണ്ട്. ഭാഷയെന്നതുതന്നെ ചിഹ്നങ്ങളുടെ കൂട്ടമാണ്. ആ നിലയ്ക്ക് ചിഹ്നരീതിയിൽ ഘടനാവാദത്തെ വിലയിരുത്താനുമാകും.

ഒരു മരത്തെ ചൂണ്ടി ആൽമരമെന്നു പറയുമ്പോൾ ആ ആൽമരമെ

ന്നത് ഭൗതിക യാഥാർത്ഥ്യമായി നാം തിരിച്ചറിയുന്നു. എന്നാൽ ആൽമരത്തെ ഭാവന ചെയ്യാൻ പറഞ്ഞാൽ വൈയക്തികരീതിയിലുള്ള ഭാവനകൾ കടന്നുവരും. അത് ആൽമരത്തിന്റെ ഭൗതിയാഥാർത്ഥ്യമാവില്ല. അതുകൊണ്ടുതന്നെ ആശയവും യാഥാർത്ഥ്യവും രണ്ടും രണ്ടാണെന്ന് നാം തിരിച്ചറിയുന്നു. ഭൗതികയാഥാർത്ഥ്യം തകർക്കാൻ കഴിയാത്ത സത്യമായതിനാൽ അതിനെക്കുറിച്ച് വിശദീകരണം ആവശ്യമില്ല. അതിനാൽ ലാങ്ങിനെക്കുറിച്ച് ഇനി പറയേണ്ട ആവശ്യമില്ല. എന്നാൽ വൈയക്തിക ആശയം വ്യത്യസ്ത ആൽമരങ്ങൾ വിഭാവന ചെയ്യുന്നതിനാൽ ആശയമാണ് ഗൗരവമായി എടുക്കേണ്ടത്. ഭാഷാശാസ്ത്രപരമായി പറഞ്ഞാൽ പരോൾ. സൊസ്യൂകർ ഭാഷയെ ചിഹനമെന്ന് വിലയിരുത്തിയ സ്ഥിതിക്ക് ഇനി ഭാഷയെ ചിഹ്നമെന്ന് വിളിക്കാം.

ചിഹനത്തെ നമുക്ക് രണ്ടായി വേർതിരിക്കാം.

$$\text{ചിഹ്നം} = \frac{\text{സൂചിതം}}{\text{സൂചകം}}$$

ഒരു ഫോട്ടോ എടുക്കുകയാണെന്നു കരുതുക. ഫോട്ടോവിന് നെഗറ്റീവുണ്ട് വർണ്ണശബളമായ പോസിറ്റീവുമുണ്ട്. വർണ്ണശബളമായ പോസിറ്റീവ് നോക്കിയാൽ റെനി എന്ന വനിതയുടെ യഥാർത്ഥ ചിത്രം നമുക്ക് കാണാം. അതിൽ സംശയത്തിന്റെ നിഴൽ ഉദിക്കുന്നില്ല. എന്നാൽ റെനിയുടെ നെഗറ്റീവ് പ്രിന്റ് കാണിച്ചു അത് പ്രശാന്തയാണെന്നോ ഐവിയാണെന്നോ സ്മിതയാണെന്നോ നമുക്ക് സ്ഥാപിക്കാം. യഥാർത്ഥ അർത്ഥം നമുക്ക് കിട്ടില്ല. അതുകൊണ്ടുതന്നെ, സൂചിതം വർണ്ണശബളമായ പോസിറ്റീവിനെയും സൂചകം നെഗറ്റീവിലെ കണ്ടെത്താൻ കഴിയാത്ത അർത്ഥമായും തിരിച്ചറിയാം. സൂചകത്തിന്റെ അർത്ഥം ഒഴുകി നടക്കുന്നു. പോസിറ്റീവ് പ്രിന്റിലെ റെനി ഭാഷാശസ്ത്രത്തിലെ ലാങ്ങും (സാമൂഹ്യ യാഥാർത്ഥ്യവും), നെഗറ്റീവ് പ്രിന്റിലെ റെനി പരോളുമാണ്. മറ്റൊരർത്ഥത്തിൽ പരോളിന്റെ കൂടുതൽ വിശാലമായ ലോകമായ സൂചകത്തിന് ഇവിടെ വാക്കിന്റെ യഥാർത്ഥ അർത്ഥത്തെ പ്രതിനിധീകരിക്കാൻ കഴിയുന്നില്ല.

വാക്കിന് ഒരേസമയം സത്യത്തെ പ്രതിനിധീകരിക്കുന്ന അർത്ഥമായും, വിപരീതാർത്ഥമായും നിലകൊള്ളാൻ കഴിയുമെന്ന് സൂചകം പറയുന്നു. അതുകൊണ്ടുതന്നെ സൂചകത്തിന് നിയതമായ അർത്ഥത്തെ പ്രതിനിധീകരിക്കാൻ കഴിയില്ല. അർത്ഥം ഒഴുകി നടക്കുന്നു. ഇന്നത്തെ ലോകം പരോളിന്റേതാണ്. അല്ലെങ്കിൽ കൂടുതൽ വിശാലമായ അർത്ഥത്തിൽ സൂചകത്തിന്റേത്. ഇനി വരുന്ന പരാമർശനങ്ങളിൽ പരോളെന്നു പറയാതെ സൂചകമെന്നാവും സൂചിപ്പിക്കുക. ലോകത്തെ സൂചകത്തിന്റെ കണ്ണാടിക്കുഴലിലൂടെ വായിക്കുന്ന രീതിക്കാണ് ഇന്ന് കാലിക പ്രസക്തി. അതിനാൽ ഒഴുകി നടക്കുന്ന അർത്ഥമായ സൂചകത്തിന് ഒരേസമയം യഥാർത്ഥ അർത്ഥമായോ വിപരീതാർത്ഥമായോ നിലകൊള്ളാൻ പൂർണ്ണ സ്വാതന്ത്ര്യമുണ്ട്. സൂചകത്തെ വായിക്കുന്നവർക്ക് അവരുടെ ഇഷ്ടാനു

സരണം അവയെ അപഗ്രഥിക്കാൻ സ്വാതന്ത്ര്യമുണ്ട്. അപ്പോൾ കറുപ്പ് വെളുപ്പും, വെളുപ്പ് കറുപ്പുമാകും. അതുകൊണ്ടാണ് ഇന്നത്തെ ലോകം സൂചകത്തിന്റേതാണെന്നു പറയുന്നത്. ഇവിടെ ലക്കാൻ ഘടനാവാദ ത്തിൽനിന്ന് ഘടനാവാദാനന്തര ചിന്തയിലേക്ക് കടന്നതായി നാം കാണുന്നു. ഘടനാവാദത്തിൽ തുടങ്ങി ഘടനാവാദാനന്തര ചിന്തയിലൂ ടെയാണ് ഇവിടെ ലക്കാൻ തന്റെ സിദ്ധാന്തങ്ങൾ പൂർത്തിയാക്കുന്നത്. സൂചിതത്തിന് പ്രാധാന്യം നല്കുന്നവർ ഘടനാവാദികളും, സൂചകത്തിന് പ്രാധാന്യം നല്കുന്നവർ ഘടനാവാദാനന്തര ചിന്തകരുമാണ്. മറ്റൊരർത്ഥ ത്തിൽ വാക്കിന് നിയതമായ അർത്ഥമുണ്ടെന്ന് പറയുന്നവർ ഘടനാവാ ദികളും, വാക്കിന് നിയതമായ അർത്ഥമില്ലെന്നും വാക്കിന്റെ അടിയിൽ അർത്ഥം അനന്തമായി ഒഴുകിക്കൊണ്ടിരിക്കുകയാണെന്ന് പറയുന്നവർ ഘടനാവാദാനന്തര ചിന്തകരുമാണ്. ഇവിടെ ലക്കാൻ സൂചകത്തിന് പ്രാധാന്യം നല്കി ഘടനാവാദാനന്തര ചിന്തകരോട് ചേർന്ന് നില്കുന്നു.

ഇനി 'സിംബോളിക് ഓർഡറി'നെക്കുറിച്ച് പഠിക്കാം.

ലക്കാന്റെ അഭിപ്രായങ്ങൾ, ലോകം നിർമ്മിക്കപ്പെട്ടിരിക്കുന്നത് ചിഹ്ന(symbol)ിലൂടെയാണ്. ഒരിക്കൽ ഒരു ചിഹ്നം അംഗീകരിക്കപ്പെട്ടാൽ ആ ചിഹ്നങ്ങളുടെ നിയമങ്ങൾ ആ വ്യവസ്ഥയെ (സമൂഹത്തെ) ഭരിക്കും. ചിഹ്നങ്ങൾക്ക് അതിന്റേതായ നിയമങ്ങൾ ഉണ്ട്. ചിഹ്നങ്ങൾ ഒരേ സമയം വ്യക്തിയുടെ കർത്തൃത്വത്തെയും, അബോധത്തെയും സ്വാധീനിക്കും. ഫ്രോയ്ഡിന്റെ അഭിപ്രായത്തിന്റെ അബോധം വ്യക്തിയുടെ ആഗ്രഹ ങ്ങളുടെ കൂട്ടായ്മയാണ്. അതേസമയം, ആ അബോധം നിയന്ത്രിക്കപ്പെ ടേണ്ടതുമാണ്. ലക്കാന്റെ അഭിപ്രായത്തിൽ അബോധം നിർമ്മിക്കപ്പെട്ടി രിക്കുന്നത് ചിഹ്നവ്യവസ്ഥയിലാണ്. അതുപോലെ, അബോധം ചിഹ്നവ്യ വസ്ഥയെപ്പോലെ വ്യക്തിയുടെ നിയന്ത്രണത്തിനതീതമാണ്.

ചുരുക്കത്തിൽ, സൂചകവും ചിഹ്നവ്യവസ്ഥയും അബോധവും വ്യക്തി യുടെ നിയന്ത്രണത്തിനതീതമാണ്. അതുകൊണ്ടുതന്നെ അബോധം എന്നത് അപരിചിതന്റെ വ്യവഹാരത്തെയും സംബോധനചെയ്യുന്നു. ഈ അപരിചിതൻ ഭാഷയും അതിന്റെ ചിഹ്നങ്ങളുമാണ്. ആ ഭാഷയെയും ചിഹ്നവ്യവസ്ഥയെയും വ്യക്തിക്ക് പൂർണ്ണമായും സ്വാംശീകരിക്കാൻ കഴി യില്ല. കാരണം ഭാഷയ്ക്കും ചിഹ്നവ്യവസ്ഥയ്ക്കും അബോധത്തിന്റെ ഘട നയാണ്.

ലക്കാന്റെ അഭിപ്രായത്തിൽ, ചിഹ്നവ്യവസ്ഥ (സിംബോളിക് ഓർഡർ) മനുഷ്യന്റെ പരിമിതികളെയാണ് ചൂണ്ടിക്കാണിക്കുന്നത്. നാം ഭാഷയിലാണ് ജനിച്ചുവീഴുന്നത്. ഈ ഭാഷയിലൂടെയാണ് നാം ആശ യവിനിയമം നടത്തുന്നത്. അതുകൊണ്ടുതന്നെ ഭാഷയുടെ വ്യവസ്ഥയിൽ നിന്നും ചിഹ്നവ്യവസ്ഥയിൽനിന്നും നമുക്ക് ഒരിക്കലും പുറത്തുകടക്കാ നാകില്ല. ചിഹ്ന വ്യവസ്ഥയിലെ ഒരു ഉല്പന്നമാണ് ഓരോ വ്യക്തിയും. വ്യക്തി സമൂഹത്തിന്റെ ചിഹ്നങ്ങൾ മനസ്സിലാക്കുകയും അതിന്റെ ഘടന

പഠിക്കുകയും ചെയ്യുന്നു ചിഹ്നവ്യവസ്ഥയിൽനിന്നും ഒരു വ്യക്തിക്കും പുറത്തു കടക്കാനാവില്ല. അതുകൊണ്ടുതന്നെ, സമൂഹത്തിന്റെ ചിഹ്നം പഠിച്ച് അതിലെ ഒരു കർത്താവായി നാം മാറിത്തീരുന്നു.

'ഇമാജിനറി'യിൽ അപരിചിതന്റെ തിരിച്ചറിവിലൂടെയാണ് നാം യഥാർത്ഥ ഈഗോയിലെത്തിച്ചേരുന്നതെന്ന് പറഞ്ഞു. 'സിംബോളിക്' എന്ന ഈ ഘട്ടത്തിൽ വ്യക്തി സ്വയം തിരിച്ചറിയുന്നത് ഭാഷയുടെ ഘട നയിൽനിന്നും ചിഹ്ന വ്യവസ്ഥയുടെ നിയമങ്ങളിൽനിന്നാണെന്ന് ലക്കാൻ പറയുന്നു. ചിഹ്ന വ്യവസ്ഥയിലൂടെയും ഭാഷയിലൂടെയുമാണ് വ്യക്തി യാഥാർത്ഥ വ്യക്തിയായി മാറുന്നത്.

സമൂഹത്തിന്റേതായ ഭാഷ സ്വായത്തമാക്കി വ്യക്തി അതിൽ തന്റെ സ്ഥാനം ഉറപ്പിക്കുന്നു. സമൂഹത്തിന്റെ ഭാഷ സ്വായത്തമാക്കുന്ന വ്യക്തിക്ക് ഭാഷയിൽ സൂചകത്തിന്റെ റോളാണ് വഹിക്കാനുള്ളത്. മറ്റൊ രർത്ഥത്തിൽ, സമൂഹത്തിന്റെ ഭാഷയിൽ വ്യക്തി സ്വയം ഭാഷ നിർമ്മിച്ച് വ്യക്തിത്വം നിർമ്മിക്കുന്നു. പക്ഷേ, ആ വ്യക്തിത്വം സ്ഥായിയായ ഒന്നല്ല. അവ സൂചകത്തെപ്പോലെ ഓരോ ഘട്ടത്തിലും അർത്ഥം മാറി ഒഴുകി ക്കൊണ്ടിരിക്കും. ചുരുക്കത്തിൽ, ചിഹ്ന വ്യവസ്ഥയിൽ വ്യക്തിക്ക് സൂച കത്തിന്റെ കർമ്മമാണ് ചെയ്തു തീർക്കാനുള്ളത്. അങ്ങനെ വരുമ്പോൾ വ്യക്തിത്വം = സൂചകം എന്ന അർത്ഥം കൈവരുത്തും.

## ഈഡിപ്പസ് കോംപ്ലക്സും ലിംഗത്തിന്റെ അർത്ഥവും

ഫ്രോയ്ഡിന്റെ സിദ്ധാന്തമാണ് ഈഡിപ്പസ് കോംപ്ലക്സും ലിംഗ ത്തെക്കുറിച്ചുള്ള അപഗ്രഥനവും. ഫ്രോയ്ഡിന്റെ ഈ രണ്ടു സിദ്ധാന്ത ങ്ങളും കാലം അദ്ദേഹത്തിനു പറ്റിയ പിശകായി തിരിച്ചറിയുകയുണ്ടായി. അതുകൊണ്ടുതന്നെയാണ് ഫ്രോയിഡ് എന്ന അദ്ധ്യായത്തിൽ ഇത് പ രാമർശിക്കാതിരുന്നത്. എന്നാൽ ഈ പിശകുകൾ തിരിച്ചറിഞ്ഞ് അതിനെ പുതിയ പരിസരത്തിൽ തിരുത്താൻ ശ്രമിക്കുകയാണ് ലക്കാൻ ഇവിടെ. ഇതിലൂടെ ഈ രണ്ട് സിദ്ധാന്തങ്ങൾക്കും പുതിയ മാനം നല്കുകയാ ണിവിടെ.

ആദ്യം ഫ്രോയ്ഡിന്റെ ഈഡിപ്പസ് കോംപ്ലക്സ് എന്താണെന്ന് നോക്കാം.

ഈഡിപ്പസ് കോംപ്ലക്സിന് സോഫോക്ലിസിന്റെ ദുരന്തനാടകവു മായി ബന്ധമുണ്ട്. ഈഡിപ്പസ് തന്റെ അച്ഛനെ യുദ്ധത്തിൽ കൊല്ലുകയും അമ്മയെ കല്യാണം കഴിക്കുകയും ചെയ്തു. ഫ്രോയ്ഡിന്റെ അഭിപ്രാ യത്തിൽ, എല്ലാ മനുഷ്യരുടേയും ഏറ്റവും വലിയ അബോധ ആഗ്രഹ മാണ് അച്ഛനെ കൊല്ലണമെന്നും, അമ്മയെ പ്രാപിക്കണമെന്നുമുള്ളത്. ഇതോടെ അച്ഛനമ്മമാരോട് കുട്ടിക്ക് രണ്ടുതരം വികാരമാണുള്ളത്. ഒന്ന്. പകയുടെ, രണ്ട്. സ്നേഹത്തിന്റെ. എതിർലിംഗക്കാരോട് സ്നേഹവും, ഒരേ ലിംഗക്കാരോട് പകയുമാണ് ഇതിന്റെ ആത്യന്തികസത്ത. ഈ രണ്ടു തരം വികാരവും ആദ്യം കുട്ടി തിരിച്ചറിയുന്നത് മാതാപിതാക്കളിൽ

നിന്നാണ്. ചുരുക്കത്തിൽ, മാതാപിതാക്കളിൽനിന്നും കുട്ടി പഠിക്കുന്ന ആദ്യ വികാരമാണ് പകയും സ്നേഹവുമെന്നത്. മൂന്ന് മുതൽ അഞ്ചുവയസ്സുവരെയുള്ള കാലമാണ് ഈഡിപ്പസ് കോംപ്ലക്സിന്റേത്.

ലക്കാൻ ഈഡിപ്പസ് കോംപ്ലക്സിനെ അതേപടിയല്ല സമീപിക്കുന്നത്.

സമൂഹത്തിന്റെയും ചിഹ്നവ്യവസ്ഥയുടേയും നിയമങ്ങൾ അംഗീകരിച്ചുകൊണ്ടാണ് ഒരു സ്ത്രീയും പുരുഷനും വിവാഹിതരാകുന്നത്. അതോടെ അവർക്ക് സമൂഹത്തിന്റെ സംരക്ഷണം ലഭിക്കും. പുരുഷനും സ്ത്രീക്കും പുതുതായി തുടങ്ങുന്ന ദാമ്പത്യ ബന്ധത്തിന് അതിന്റേതായ ചിഹ്നനിയമങ്ങൾ ഉണ്ട്. അതുപോലെ തന്നെ, അവർക്ക് കുഞ്ഞ് ജനിക്കുമ്പോൾ ആ കുഞ്ഞും ഈ ചിഹ്നവ്യവസ്ഥയിലെ അംഗമാകുന്നു.

രണ്ടുപേർ തമ്മിലുള്ള ബന്ധമായിട്ടാണ് ഈഡിപ്പസ് കോംപ്ലക്സിനെ ലക്കാൻ അടയാളപ്പെടുത്തുന്നത്. അല്ലാതെ ഫ്രോയ്ഡ് പറയുമ്പോലെ അച്ഛനും മകനും തമ്മിലുള്ള പക നിറഞ്ഞ ബന്ധം മാത്രമല്ല.

ഇമാജിനറി ഘട്ടത്തിൽ ഇത് അമ്മയും കുഞ്ഞും തമ്മിലുള്ള ബന്ധമാകുമ്പോൾ, സിംബോളിക് ഘട്ടത്തിൽ അവിടെ മൂന്നാമതായി കടന്നുവരുന്ന അച്ഛനും കുഞ്ഞുമായുള്ള ബന്ധമാണ്. അച്ഛൻ യഥാർത്ഥ അച്ഛനോ, അച്ഛന്റെ ചുമതല വഹിക്കുന്ന ആരെങ്കിലുമാവാം.

ഇമാജിനറിയിൽ അമ്മയും കുഞ്ഞും തമ്മിലുള്ള ബന്ധമാണ്. ഉള്ളത്. അമ്മയും കുഞ്ഞും രണ്ടു ശരീരമല്ല. മറിച്ച് ഒരു ശരീരമാണെന്ന് അമ്മയും കുഞ്ഞും  കരുതുന്നു. അമ്മയുടെ എല്ലാ വാത്സല്യത്തിനും പാത്രമാണ് കുട്ടി. അതുപോലെ അമ്മയുടെ ആഗ്രഹങ്ങളെ പൂർത്തീകരിക്കുകയാണ് താൻ ചെയ്യേണ്ടതെന്ന് കുട്ടി കരുതുന്നു. ഇതാണ് ഇമാജിനറി ഘട്ടത്തിലെ ഈഡിപ്പൽ ബന്ധം

സിംബോളിക് ഈഡിപ്പസ് കോംപ്ലക്സിൽ അമ്മയുടേയും കുഞ്ഞിന്റെയും സ്ഥാനത്തേക്ക് മൂന്നാമൻ കടന്നുവരുന്നു. ഇത് അച്ഛനാകാം, അല്ലെങ്കിൽ അച്ഛന്റെ കടമകൾ നിർവ്വഹിക്കുന്ന ഏതെങ്കിലും പുരുഷനുമാവാം. അമ്മയേയും കുഞ്ഞിനേയും ഈ മൂന്നാമൻ വേർപെടുത്തുന്നു. കുഞ്ഞിന്റെ ആഗ്രഹങ്ങളെ തടയുവാനാണ് ഈ മൂന്നാമൻ എന്ന 'Name of the father'. ഇതാണ് രണ്ടാം ഘട്ടത്തെ ഈഡിപ്പസ് കോംപ്ലക്സ്.

ഈ അച്ഛൻ തന്നെയാണ് കുട്ടിക്ക് സാമൂഹ്യലോകവും ചിഹ്നലോകവും പരിചയപ്പെടുത്തുന്നത്. അങ്ങനെ അച്ഛൻ കുട്ടിയെ സൂപ്പർ ഈഗോ പഠിപ്പിക്കുന്ന അദ്ധ്യാപകനായി മാറ്റുന്നു. ഇതാണ് സിംബോളിക്ക് ഓർഡറിലെ ഈഡിപ്പൽ ബന്ധം. ഇവിടെ കുട്ടി പകയിൽനിന്ന് മാറി അച്ഛനെ സ്വന്തം രക്ഷിതാവും അദ്ധ്യാപകനുമായും തിരിച്ചറിയുന്നു. ഇവിടെ അച്ഛൻ കുട്ടിക്ക് ലോകമെന്താണെന്ന് പഠിപ്പിച്ചു കൊടുക്കുന്ന അദ്ധ്യാപകനാകുന്നു. ഇതാണ് ലക്കാന്റെ ഈഡിപ്പൽബന്ധം.

**റിയൽ**

പിന്നീട് സമൂഹത്തിലെ അപരിചിതനെ (other) തിരിച്ചറിയുന്നതോടെ കുട്ടി യാഥാർത്ഥ്യത്തിലേക്ക് കടക്കുന്നു. ഈ ഘട്ടത്തെ ലക്കാൻ റിയൽ എന്ന് വിളിക്കുന്നു.

അപരിചിതനിലൂടെ കുട്ടി തന്റെ സാമൂഹ്യ വ്യക്തിത്വം തിരിച്ചറിയുന്നു. അപരിചിതൻ വിലയിരുത്തുന്ന വ്യക്തിത്വമാണ് ഒരാളുടെ യഥാർത്ഥ വ്യക്തിത്വമെന്ന തിരിച്ചറിവാണ് 'റിയൽ'

**റഫറൻസ്**

1. *Sean Homer* - Jacques Lacan

# റഫറൻസ്

Wilhem Reich - *The Mass Psychology of Facisim,* aakar books, 2015

Erich Formm - *The Art of Loving,* Bloomsbury publication 2002

Herbert Marcuse - *One Dimensional Man,* Routledge, Publication, 2005

Pamela Thuraschwell - Sigmund Freud, *Routledge critical thinkers,* 2007.

Sean Homer - Jacques Lacan, Routledge critical thinkers, 2004.

Freudo - *Marxism* - Wikipedia

പ്രവീൺ ഡാനി - *ലോകത്തിലെ മഹദ് വ്യക്തിത്വങ്ങൾ,* ചിന്ത പബ്ലിഷേഴ്സ്. വിജ്ഞാനവർഷം, 2008

പ്രവീൺ ഡാനി - *വിമർശനാത്മക സിദ്ധാന്തം; പാശ്ചാത്യ മാർക്സിസത്തിന്റെ രീതിശാസ്ത്രം,* പരിധി പബ്ലിഷേഴ്സ്, 2011.

9 789388 485975

Printed by Libri Plureos GmbH in Hamburg,
Germany